ആർത്തവം ആചാരം ലിംഗനീതി

aarthavam acharam linganeethi

•

editor
k t kunjikkannan

•

first edition
january 2019

•

typesetting & published
chintha publishers, thiruvananthapuram

•

cover
vinod

വിതരണം

ദേശാഭിമാനി ബുക്ക് ഹൗസ്

H O തിരുവനന്തപുരം-695 035
phone: 0471-2303026, 6063026
www.chinthapublishers.com
chinthapublishers@gmail.com

ബ്രാഞ്ചുകൾ

ഹെഡ്ഡാഫീസ് ബ്രാഞ്ച് കുന്നുകുഴി • സ്റ്റാച്യു തിരുവനന്തപുരം • കെ എസ് ആർ ടി സി ബസ് സ്റ്റേഷൻ എറണാകുളം • ഐ ജി റോഡ് കോഴിക്കോട് • മാവൂർ റോഡ് കോഴിക്കോട് • എൻ ജി ഒ യൂണിയൻ ബിൽഡിങ് കണ്ണൂർ • സെൻട്രൽ ബസ് ടെർമിനൽ കോംപ്ലക്സ് താവക്കര കണ്ണൂർ

CO - 2738 / 4931
ISBN - 978-93-88485-11-1

ആർത്തവം ആചാരം ലിംഗനീതി

എഡിറ്റർ
കെ ടി കുഞ്ഞിക്കണ്ണൻ

ചിന്ത പബ്ലിഷേഴ്സ്
തിരുവനന്തപുരം-695 035

കെ ടി കുഞ്ഞിക്കണ്ണൻ

ഇടതുപക്ഷചിന്തകനായ കെ ടി കുഞ്ഞിക്കണ്ണൻ കോഴിക്കോട് കേന്ദ്രമായി പ്രവർത്തിക്കുന്ന കേളുഏട്ടൻ പഠനഗവേഷണകേന്ദ്രത്തിന്റെ ഡയറക്ടറാണ്. എഴുത്തുകാരനും പ്രഭാഷകനുമാണ്.

സാർവദേശീയ ദേശീയ സംഭവവികാസങ്ങളുടെ വിശകലനങ്ങളും രാഷ്ട്രീയ സാംസ്കാരിക വിമർശനങ്ങളും പഠനങ്ങളും ആനുകാലിക പ്രസിദ്ധീകരണങ്ങളിൽ സ്ഥിരമായി എഴുതുന്നു.

അമേരിക്കൻ ഭീകരത – ചരിത്രം വർത്തമാനം പ്രത്യയശാസ്ത്രം, മതം ഭീകരത സാമ്രാജ്യത്വം, ബുദ്ധൻ ചിരിക്കുന്നില്ല (ആണവായുധങ്ങളുടെ രാഷ്ട്രീയം പ്രതിപാദിക്കുന്നത്), ആഗോളവൽക്കരണകാലത്തെ ജുഡീഷ്യൽ ആക്ടിവിസം, കേരളം സമൂഹവും രാഷ്ട്രീയവും, മാവോയിസത്തിന്റെ രാഷ്ട്രീയവും പ്രത്യയശാസ്ത്രവും, മാർക്സിലേക്ക് മടങ്ങുന്ന ലോകം, മാധ്യമം പ്രചാരണം പ്രത്യയശാസ്ത്രം, വിമോചന സമരത്തിന്റെ വാമനാവതാരങ്ങൾ, കേരള ഭരണത്തിലെ ഇടതുപക്ഷ മുദ്രകൾ, മാവോയിസം മാർക്സിസമോ, പലസ്തീൻ സയണിസം ഹിന്ദുത്വം, ശബരിമലയും ആർ എസ് എസും, ഹിന്ദുത്വവും നവലിബറലിസവും തുടങ്ങിയ ഗ്രന്ഥങ്ങളുടെ രചയിതാവാണ്.

വിലാസം : ഡയറക്ടർ
കേളുഏട്ടൻ പഠനഗവേഷണ കേന്ദ്രം
സി എച്ച് കണാരൻ സ്മാരകം
കോഴിക്കോട്

മൊബൈൽ : 9447639517

ഇമെയിൽ : kepkendram@gmail.com

ഉള്ളടക്കം

മുഖവുര

ആർത്തവത്തെയും ആചാരത്തെയും സംബന്ധിച്ച നരവംശശാസ്ത്രപരവും സാമൂഹ്യശാസ്ത്രപരവുമായ അന്വേഷണപഠനങ്ങൾ അടങ്ങുന്ന ലേഖനങ്ങളുടെ സമാഹാരമാണ് ഈ പുസ്തകം. ലോകത്തെല്ലായിടത്തും ആചാരത്തിന്റെയും വിശ്വാസസംരക്ഷണത്തിന്റെയും പേരിൽ എല്ലാവിധ മതവർഗീയവാദികളും സ്ത്രീകളുടെ സ്വതന്ത്രപദവിയെയും അവകാശങ്ങളെയും എന്നും എതിർത്തുപോന്നിട്ടുണ്ട്. ഇന്ത്യയിലേക്കു വന്നാൽ ഹിന്ദുത്വവാദികൾ സ്ത്രീയുടെ സ്വതന്ത്ര അസ്തിത്വത്തെ നിഷേധിക്കുന്ന *മനുസ്മൃതി* ഉൾപ്പെടെയുള്ള ധർമ്മശാസ്ത്രങ്ങളിൽ അഭിരമിക്കുന്നവരാണെന്നുകാണാം. സ്ത്രീയെ സ്വതന്ത്രയും പൗരയുമായി അംഗീകരിക്കാത്ത അത്യന്തം പുരുഷാധിപത്യപരമായ നിലപാടുകളിൽ നിന്നാണ് ഹിന്ദുത്വവാദികൾ ശബരിമലയിലെ സ്ത്രീപ്രവേശനത്തിനെതിരായി രംഗത്തിറങ്ങിയത്.

ബാല്യത്തിൽ പിതാവിനാലും യുവത്വത്തിൽ ഭർത്താവിനാലും വാർദ്ധക്യത്തിൽ പുത്രന്മാരാലും സംരക്ഷിക്കപ്പെടേണ്ട ഒരിക്കലും സ്വാതന്ത്ര്യം അർഹിക്കാത്തവളായിട്ടാണ് മനു തന്റെ സ്ത്രീ സങ്കൽപം മുന്നോട്ടുവെച്ചത്. സ്ത്രീകളും ശൂദ്രന്മാരും നീചജന്മങ്ങളാണെന്നാണ് ബ്രാഹ്മണ വൈദികാധികാരശക്തികൾ *ഭഗവദ്ഗീത*യിൽ ഭഗവാൻ കൃഷ്ണനെക്കൊണ്ട് പറയിപ്പിച്ചത്. *ശങ്കരസ്മൃതി*യും *വസിഷ്ഠസൂത്ര*വുമെല്ലാം സ്ത്രീയെ, ആർത്തവമുള്ള ശരീരത്തിന്റെ ഉടമകളെന്ന നിലയിൽ പാപിയും അശുദ്ധയുമായിട്ടാണ് വിശദീകരിച്ചത്.

ആർത്തവ വിലക്കുകളും അയിത്തവുമെല്ലാം മനുഷ്യരുടെ പ്രാചീനമായ യുക്തിരാഹിത്യത്തിന്റെയും അജ്ഞതയുടെയും സൃഷ്ടികളാണ്. ശബരിമലതന്ത്രി യുവതീ പ്രവേശനത്തിനെതിരായി സുപ്രീം കോടതിയിൽ

സമർപ്പിച്ചിരിക്കുന്ന സത്യവാങ്മൂലത്തിൽ പറഞ്ഞിരിക്കുന്നത് സ്ത്രീകൾ ബ്രഹ്മഹത്യാപാപം പേറുന്നവരാണെന്നാണ്. *വസിഷ്ഠസൂത്ര*മനുസരിച്ച് ആർത്തവമെന്നത് പാപഫലമാണ്. ആചാര്യസ്ഥാനത്തിരുന്ന വിശ്വരൂപ നെന്ന ബ്രാഹ്മണന്റെ ശിരസ്സറുത്തുകളഞ്ഞ ബ്രഹ്മഹത്യപാപമാണ് ഇന്ദ്രൻ ചെയ്തത്.

പാപബോധത്താൽ വിഷമിച്ച ഇന്ദ്രൻ തന്റെ ബ്രഹ്മഹത്യാപാപം നാലായി വിഭജിച്ച് ഭൂമി, ജലം, വൃക്ഷങ്ങൾ, സ്ത്രീകൾ എന്നിവയിലേക്ക് സമർപ്പിച്ചുവെന്നാണ് *വസിഷ്ഠസൂത്രം* പറയുന്നത്. ഭൂമിയിൽ ഊഷരപ്രദേ ശമായും, വൃക്ഷങ്ങളിൽ ഒഴുകുന്ന പാലായും വെള്ളത്തിൽ ഫേനമായും, സ്ത്രീകളിൽ മാസംതോറുമുള്ള രജസ്സിന്റെ രൂപമായും ബ്രഹ്മഹത്യാപാപം പ്രകടമാവുന്നുപോലും. അതായത് ബ്രാഹ്മണനെ കൊന്നതിന്റെ പാപം എല്ലാ മാസവും സ്ത്രീ ശരീരത്തിൽ ആർത്തവമായി പ്രത്യക്ഷപ്പെടുന്നു വെന്നാണ് ഐതിഹ്യം.

ആർത്തവം കുറ്റകരവും പാപപങ്കിലവുമായ ഒരു ശരീര വിശേഷമാ യിട്ടാണ് വസിഷ്ഠനും ശങ്കരാചാര്യരുമെല്ലാം വിശദീകരിച്ചത്. മനുഷ്യ വംശത്തിന്റെ അനുസ്യൂതി നിലനിർത്തുന്നത് സ്ത്രീകളാണ്. ആർത്തവവും ഗർഭപാത്രവുമെല്ലാം വഴിയാണ് സ്ത്രീ മഹത്തായ പ്രത്യുല്പാദന ധർമ്മം നിർവ്വഹിക്കുന്നത്. ആർത്തവത്തെ അശുദ്ധമായി കാണുന്ന ഇത്തരം ഐതിഹ്യങ്ങളും ആചാരങ്ങളും തുറന്നുകാണിക്കപ്പെടേണ്ടതുണ്ട്. വ്യത്യസ്ത ജനസമൂഹങ്ങളിലും മതവിശ്വാസികൾക്കിടയിലും ആർത്തവ വില ക്കുകളും യുക്തിരഹിതമായ നാനാവിധമായ ആചാരങ്ങളും ഇന്നും നില നിൽക്കുന്നുണ്ട്. ഈയൊരു സാഹചര്യത്തിലാണ് സ്ത്രീലൈംഗിക തയെയും പ്രത്യുല്പാദനത്തെയും ആർത്തവത്തെയുമെല്ലാം സംബന്ധിച്ച ശാസ്ത്രീയമായ അറിവ് പ്രസക്തമാകുന്നത്. ആർത്തവം മറ്റേതൊരു ജൈവധർമ്മവുംപോലെ സ്വാഭാവികമാണെന്നും മനുഷ്യശരീരത്തിലെ മറ്റ് വിസർജ്യങ്ങൾക്കില്ലാത്ത അശുദ്ധിയൊന്നും ആർത്തവരക്തത്തിനില്ലെ ന്നുമുള്ള ശാസ്ത്രമാണ് ജനങ്ങളിലേക്കെത്തിക്കേണ്ടത്.

ഈയൊരു പ്രത്യയശാസ്ത്ര ധർമ്മമാണ് ഈ പുസ്തകം നിർവ്വഹി ക്കുന്നത്. സംസ്കാരത്തിന്റെയും ശാസ്ത്രത്തിന്റെയും പ്രത്യയശാസ്ത്ര ത്തിന്റെയും മണ്ഡലത്തിൽ നിരന്തരമായി ഇടപെടുന്ന എഴുത്തുകാരുടെ, വിശിഷ്യാ സ്ത്രീ എഴുത്തുകാരുടെ ലേഖനങ്ങളാണ് ഈ പുസ്തകത്തിൽ ചേർത്തിരിക്കുന്നത്.

ഡോ. ടി എൻ സീമ 'ഐതിഹ്യവൽക്കരിക്കപ്പെട്ട ഉടലുകൾ' എന്ന ലേഖനത്തിലൂടെ സ്ത്രീയുടെ അടിമത്വത്തിന്റെ ചരിത്രപരമായ വേരുക ളെയും ആർത്തവത്തെ അശുദ്ധമായി കാണുന്ന പ്രതിലോമപരമായ പ്രത്യ യശാസ്ത്രങ്ങളെയും വിശകലനവിധേയമാക്കുന്നു.

ഡോ. ഖദീജ മുംതാസ് 'വൈദ്യശാസ്ത്രവും ആചാരവും' എന്ന ലേഖ നത്തിൽ സ്ത്രീശരീരത്തെ സംബന്ധിച്ച അറിവില്ലായ്മയും അബദ്ധധാര ണകളുമാണ് ആർത്തവത്തെ അശുദ്ധമായി കാണുന്നതും ആർത്തവ

വിലക്കുകൾ പോലുള്ള ആചാരങ്ങളെ നിലനിർത്തുന്നതെന്നും വിശദീകരിക്കുന്നു.

ഡോ. ഫാത്തിമത്സുഹറ 'ശരീരം ശാസ്ത്രം ആചാരം' എന്ന ലേഖനത്തിലൂടെ ആർത്തവത്തെ അശുദ്ധമായി കാണുന്ന യുക്തിരാഹിത്യത്തെയും ദുരാചാരവാസനയെയും തുറന്നുകാണിക്കുന്നു.

പി വി മിനിയുടെ 'ആർത്തവം ഒരു നരവംശശാസ്ത്ര പഠനം' എന്ന ലേഖനത്തിൽ വ്യത്യസ്ത വംശ ഗോത്ര വിഭാഗങ്ങളിൽ നിലനിൽക്കുന്ന ആർത്തവാചാരങ്ങളെയും അതിന് പിറകിൽ പ്രവർത്തിക്കുന്ന പുരുഷാധിപത്യ മൂല്യങ്ങളെയും വിശകലനവിധേയമാക്കുന്നു.

സോണിയ ഇ പയുടെ 'ലിംഗഭേദവും പൗരത്വവും' എന്ന ലേഖനം ചരിത്രപരമായി ലിംഗനീതിക്കുവേണ്ടിയുള്ള പോരാട്ടങ്ങളെയും സ്ത്രീയെ പൗരയായി അംഗീകരിക്കാത്ത പ്രതിലോമപരമായ സംസ്കാരത്തെയും അപഗ്രഥിക്കുകയാണ്.

ഡോ. ടി വി സുനീതയുടെ 'ആൺകേരളത്തിലെ ആർത്തവവിചാരങ്ങൾ' എന്ന ലേഖനം നവോത്ഥാനത്തിന്റെ സമത്വദർശനങ്ങളെ നിഷേധിച്ചുകൊണ്ട് വളർന്നുവരുന്ന പുനരുത്ഥാന സംസ്കാരത്തെയും സ്ത്രീവിരുദ്ധതയെയും വിശകലനം ചെയ്യുന്നതാണ്.

ഡോ. സംഗീത ചേനംപുല്ലിയുടെ 'ചോരയാലെഴുതാം ഇനിയൊരു പെൺകാലം' എന്ന ലേഖനം ആർത്തവാശുദ്ധി അടിച്ചേൽപ്പിക്കുന്ന പുരുഷാധിപത്യ സംസ്കാരത്തിനെതിരായ സ്ത്രീവിമോചനാത്മകമായ വിചാരങ്ങൾ പങ്കുവെക്കുന്നതാണ്.

അഡ്വ. പി എം ആതിരയുടെ 'ആർത്തവം ഒരു ഓർമ്മക്കുറിപ്പ്' എന്ന ലേഖനം പടിയിറങ്ങിപ്പോയ ആചാരങ്ങൾ തിരിച്ചുവരുന്ന വർത്തമാനത്തെക്കുറിച്ചുള്ള ആത്മാനുഭവപരമായ ഉൽകണ്ഠ പങ്കുവെക്കുന്നതാണ്.

ജെ രഘുവിന്റെ 'ഉച്ചാടനം ചെയ്യേണ്ടത് ആചാരകേരളത്തെ പുനർനിർമ്മിക്കേണ്ടത് നവകേരളത്തെ' എന്ന ലേഖനം കേരളീയ നവോത്ഥാനം നേരിടുന്ന പ്രതിസന്ധിയെയും ഇടതുപക്ഷം നേരിടുന്ന വെല്ലുവിളികളെയും വിമർശനാത്മകമായി അപഗ്രഥിക്കുന്നതാണ്.

കെ ടി കുഞ്ഞിക്കണ്ണന്റെ 'മതം ദൈവം ആചാരം' എന്ന ലേഖനം മത ദൈവ വിശ്വാസത്തിന്റെയും ആചാര അനുഷ്ഠാനങ്ങളുടെയും ചരിത്രപരമായ പരിണാമപ്രക്രിയകളെക്കുറിച്ചുള്ള വിശകലനമാണ് മുന്നോട്ടുവെക്കുന്നത്.

നവലിബറൽ മൂലധനവും മതവർഗീയതയും ചേർന്ന് രൂപപ്പെടുത്തുന്ന എല്ലാ ഫാസിസ്റ്റ് രാഷ്ട്രീയശക്തികളും പുരുഷാധികാരത്തിൽ അഭിരമിക്കുന്നവരാണ്. പുരുഷാധിപത്യത്തിന്റേതായ സംസ്കാരവും സാമൂഹ്യ നിയമങ്ങളും ദൃഢീകരിച്ചെടുത്തുകൊണ്ടാണ് നവലിബറൽ മൂലധനശക്തികൾ തങ്ങളുടെ ആധിപത്യം നിലനിർത്താനാവശ്യമായ പ്രത്യയശാസ്ത്ര പരിസരം സൃഷ്ടിച്ചെടുക്കുന്നത്. വർഗപരമായ ചൂഷണത്തെയും ലിംഗപരമായ അടിച്ചമർത്തലിനെയും സാധൂകരിക്കുന്നതിനായി ഫാസിസ്റ്റ്

രാഷ്ട്രീയം മതത്തെയും ആചാരങ്ങളെയുമാണ് ഉപയോഗിച്ചുപോരുന്നത്.

സ്ത്രീയുടെ ശരീരത്തെയും സ്വാഭാവികമായ ജൈവപ്രക്രിയകളെയും സംബന്ധിച്ച അജ്ഞത സൃഷ്ടിക്കുന്നവരെ ശരിയായ അറിവും ശാസ്ത്രീയതയും ജനങ്ങളിലെത്തിച്ചുകൊണ്ട് പ്രതിരോധിക്കേണ്ടതുണ്ട്. ആർത്തവത്തെയും ആചാരങ്ങളെയും ലിംഗപദവിയെയും സംബന്ധിച്ച ലേഖനങ്ങൾ സമാഹരിച്ച ഈ പുസ്തകം സന്തോഷത്തോടെ വായനക്കാർക്കായി സമർപ്പിക്കുന്നു. ഇത്തരമൊരു പുസ്തകം തയ്യാറാക്കുന്നതിൽ ലേഖനങ്ങൾ തന്ന് സഹായിച്ച പ്രിയപ്പെട്ട സുഹൃത്തുക്കളോടുള്ള കൃതജ്ഞത ഇവിടെ രേഖപ്പെടുത്തുന്നു. ഈ പുസ്തകത്തിന്റെ പ്രസാധനച്ചുമതല ഏറ്റെടുത്തു ചിന്താ പബ്ലിഷേഴ്സിനോടുള്ള നന്ദിയും ഇവിടെ രേഖപ്പെടുത്തുന്നു.

20.12.2018

കെ ടി കുഞ്ഞിക്കണ്ണൻ
എഡിറ്റർ

ഐതിഹ്യവത്കരിക്കപ്പെടുന്ന ഉടലുകൾ

ടി എൻ സീമ

ത്വസ്ത്രയുടെ മകനായ ത്രിശിരസ്/വിശ്വരൂപനെ വധിച്ചതിനു ശേഷം ഇന്ദ്രൻ താൻ കടുത്ത പാപം ചെയ്തുവെന്ന് സ്വയം കരുതി. എല്ലാ ജീവികളും 'ബ്രാഹ്മണ ഘാതകൻ, ബ്രാഹ്മണ ഘാതകൻ' എന്ന് ഇന്ദ്രനെ കുറ്റപ്പെടുത്തി. ഇന്ദ്രൻ സ്ത്രീകളുടെ അടുക്കലേക്ക് ഓടിച്ചെന്ന് ഇങ്ങനെ പറഞ്ഞു: "ബ്രാഹ്മണനെ കൊന്ന പാപത്തിന്റെ മൂന്നിലൊന്ന് നിങ്ങൾ ഏറ്റെടുക്കൂ." അവർ ചോദിച്ചു "ഞങ്ങൾക്കെന്തു കിട്ടും?" അവൻ മറുപടി പറഞ്ഞു: "നിങ്ങൾ ആവശ്യപ്പെടൂ" അവർ പറഞ്ഞു: "ഞങ്ങൾക്ക് ഋതുകാലത്ത് സന്തതികളെ ലഭിക്കാൻ കഴിയണം, പ്രസവം വരെ ലൈംഗിക ബന്ധം ആസ്വദിക്കുന്നതിനാകണം." അവൻ പറഞ്ഞു: "അങ്ങനെ ഭവിക്കട്ടെ." തുടർന്ന് അവന്റെ പാപം അവർ ഏറ്റെടുത്തു. ബ്രാഹ്മണനെ കൊന്നതിന്റെ പാപം എല്ലാ മാസവും ആർത്തവ രൂപത്തിൽ പ്രത്യക്ഷപ്പെട്ടു. ആർത്തവ കാലത്തുള്ള സ്ത്രീകളുടെ കയ്യിൽ നിന്നും എണ്ണയോ കണ്മഷിയോ വാങ്ങരുത്. അവൾ അശുദ്ധയാണ്. അവൾ നമ്മുടെ അടുത്തേക്ക് വരരുത് എന്ന് കരുതി ആളുകൾക്ക് അവളുടെ അവസ്ഥയോടും അവളോട് തന്നെയും അറപ്പ് തോന്നി. (ധർമസൂത്ര ആപസ്തംബ, ഗൌതമ, ബൌദ്ധ്യായന, വസിഷ്ഠ എന്നീ നിയമ സൂക്തങ്ങൾ).

പെണ്ണുടലുകൾ ലൈംഗികവത്കരിക്കപ്പെടുകയും രാഷ്ട്രീയവത്കരിക്കപ്പെടുകയും ചെയ്തതിന്റെ ചരിത്രം സമൂഹത്തിലെ അധികാര ശ്രേണിയെ രൂപപ്പെടുത്തിയ ആധിപത്യ ചരിത്രത്തിന്റെ ഭാഗം തന്നെയാണ്. മനുഷ്യവംശത്തിന്റെ സാമൂഹ്യ പരിണാമത്തിൽ മുഖ്യപങ്ക് വഹിച്ചിട്ടുള്ള ഉല്പാദന-പ്രത്യുല്പാദന പ്രക്രിയയുമായി ബന്ധപ്പെട്ട് തന്നെയാണ് സ്ത്രീകളുടെ സാമൂഹ്യ നിലയെക്കുറിച്ചുള്ള പരിശോധന എംഗൽസ് അടക്കമുള്ള മാർക്സിസ്റ്റ് ചിന്തകർ നടത്തിയത്. ലിംഗവ്യത്യാസം വഴി നിർ

ണ്ണയിക്കുന്ന ജൈവ ധർമ്മങ്ങളാണ് മനുഷ്യജീവികളുടെ പ്രത്യുൽപ്പാദനത്തിന്റെ അടിസ്ഥാനമെങ്കിലും സമൂഹത്തിൽ സ്ത്രീക്കും പുരുഷനും ലഭിക്കുന്ന അസമമായ നിലയുടെ അടിസ്ഥാനം ലിംഗവ്യത്യാസമല്ല, മറിച്ച്, സാമൂഹ്യ നിർമിതമായ ലിംഗപദവി (Gender role) ധർമ്മങ്ങളാണ്. സ്ത്രീയുടെയും പുരുഷന്റെയും ലൈംഗിക സ്വത്വങ്ങൾക്ക് ഉപരിയായി മനുഷ്യവംശത്തിന്റെ സാമൂഹ്യപരിണാമത്തിനൊപ്പം വികസിപ്പിക്കപ്പെട്ട ലിംഗപദവിയുടെ പ്രയോഗങ്ങൾക്ക് പ്രാദേശികവും കാലികവുമായ വ്യത്യാസങ്ങൾ കാണാമെങ്കിലും അവയുടെയെല്ലാം മുഖ്യ ഊന്നൽ ആണധികാരം സ്ഥാപിക്കലിലായിരുന്നു. സനാതനവും ശാശ്വതവുമെന്നു കൽപ്പിക്കുന്ന കുടുംബമെന്ന സ്ഥാപനം എപ്രകാരം ഉത്ഭവം മുതൽ ആണധികാരത്തിന്റെ പ്രയോഗ രൂപമാകുന്നുവെന്ന് എംഗൽസ് വിശകലനം ചെയ്യുന്നുണ്ട്. ആണധികാരം രൂപപ്പെടുന്നത് ഒരു ലിംഗ വിഭാഗത്തിനുമേൽ മറ്റൊരു ലിംഗ വിഭാഗം നടത്തുന്ന കേവലം വൈകാരികമോ ലൈംഗികമോ ആയ കയ്യേറ്റം മാത്രമായിട്ടല്ലെന്നും അത് സ്വത്തിനും അധികാരത്തിനും മേലുള്ള ഉടമസ്ഥത സ്ഥാപിക്കലുമായും ബന്ധപ്പെട്ടിരിക്കുന്നു എന്നും ഈ വിശകലനം ചൂണ്ടിക്കാട്ടുന്നു.

എല്ലാ അധികാര രൂപങ്ങളെയും സ്ഥാപനവത്കരിക്കുന്നതിനു ഏറ്റവും പ്രധാനമാണ് ഭൂരിപക്ഷത്തിന്റെ മേൽ നിയന്ത്രണങ്ങൾ കൊണ്ടുവരിക എന്നത്. മൃഗങ്ങളെ മെരുക്കിയെടുത്തും കൃഷി വ്യാപിപ്പിച്ചും ഉണ്ടായ സമ്പത്ത് ഗണത്തിന്റെ പൊതു ഉടമയിൽ നിന്നും ഗോത്രത്തലവന്മാരുടെ നിയന്ത്രണത്തിൻ കീഴിലാവുന്നതോടൊപ്പം തന്നെയാണ് അടിമത്തവും ആരംഭിക്കുന്നത്. ഈ സ്വത്ത് സമാഹരണവും പരമ്പരകളിലൂടെയുള്ള സ്വത്ത് സംരക്ഷണവും മുന്നോട്ട് കൊണ്ട് പോകുന്നതിനു അനിവാര്യമായും വേണ്ടി വന്ന സ്ഥാപന രൂപമായിട്ടാണ് കുടുംബം നിലവിൽ വരുന്നത്. ഇത് കുടുംബ അധിപനായ പുരുഷനും ഭാര്യയും കുട്ടികളും എന്ന ആധുനിക അണുകുടുംബമെന്ന നിലയിലല്ല, മറിച്ച് അടിമകളും ആശ്രിതരും കൂടി അടങ്ങുന്ന വിശാലമായ ഒന്നായിട്ടാണ്. കന്നുകാലികളെ പരിപാലിക്കുന്നതിനും കൃഷി ഭൂമിയിൽ പണിയെടുക്കുന്നതിനും അടിമകളും വിശാല കുടുംബത്തിലെ സ്ത്രീകളടക്കമുള്ള ആശ്രിതരും പങ്കാളികളാകുന്ന ഉത്പാദന വ്യവസ്ഥ ശക്തമാകുന്നതോടെ ഉയർന്നു വരുന്ന സ്വാഭാവിക പ്രശ്നമാണ് സ്വത്തിന്റെ സംരക്ഷണവും കൈമാറ്റവും. തന്റെ തന്നെ സന്തതികൾക്ക് സ്വത്ത് കൈമാറുന്നതിനുള്ള ഒരേയൊരു മാർഗ്ഗം പിതൃത്വത്തിൽ തർക്കമില്ലാത്ത സന്തതികൾ ഉണ്ടാവുക എന്നതാണ്. അടിമസ്ത്രീകളടക്കം തന്റെ അധികാര പരിധിയിൽ വരുന്ന സ്ത്രീകളോട് ലൈംഗിക ബന്ധം പുലർത്തിക്കൊണ്ട് തന്നെ തന്റെ നിയമാനുസൃത സന്തതികളുടെ അമ്മയായി ഭാര്യയെ പുലർത്താൻ കഴിയുന്ന, പുരുഷനെ സംബന്ധിച്ചിടത്തോളം അയഞ്ഞതും മേധാവിത്വ പരവുമായ ഏകദാമ്പത്യം സ്ത്രീകൾക്ക് മേൽ തടവറ തീർക്കുന്ന ഒന്നായി മാറിയെന്നാണ് നരവംശ ശാസ്ത്ര പഠനങ്ങൾ അടിസ്ഥാനമാക്കി

എംഗൽസ് പ്രതിപാദിക്കുന്നത്. തീർച്ചയായും ലോകത്തെ എല്ലാ നാഗരികതയും ഒരേ നിലയിലോ ഒരേ കാലത്തോ അല്ല വികസിച്ചിട്ടുള്ളത്. ഭൂമിശാസ്ത്രപരവും സാമൂഹ്യവും സാമ്പത്തികവുമായ സവിശേഷതകളാണ് വ്യത്യസ്ത നാഗരികതകൾക്ക് രൂപം നൽകിയിട്ടുള്ളത്. എന്നാൽ കാടത്തത്തിൽനിന്നും നാഗരികതയിലേക്കുള്ള സാമൂഹ്യ പരിണാമത്തിൽ സ്വകാര്യ സമ്പത്ത് സമാഹരണത്തിന്റെയും സ്വത്ത് കൈമാറ്റത്തിന്റെയും ഭാഗമായി സ്വീകരിക്കപ്പെട്ട രീതികൾ സ്ത്രീകളടങ്ങുന്ന ബഹുഭൂരിപക്ഷത്തിന്റെ മേലുള്ള അധികാര സ്ഥാപനത്തിലൂടെയാണ് പ്രധാനമായും നടപ്പാക്കപ്പെട്ടത് എന്നത് മിക്ക സാമൂഹ്യ ചരിത്രങ്ങളും സൂചിപ്പിക്കുന്നു. സമ്പത്തിനും അധികാരസ്ഥാപനത്തിനുമായി രണ്ടു തരം ബലപ്രയോഗങ്ങൾ ചരിത്രത്തിലുടനീളം നടന്നിട്ടുണ്ട്. ഒന്ന്, നിരന്തരമായ യുദ്ധങ്ങളും മറ്റൊന്ന് സ്ത്രീകൾക്കും കീഴാളർക്കും മേലുള്ള അതിക്രമങ്ങളും. ഈ ബലപ്രയോഗങ്ങൾക്ക് ആധികാരികതയും സാമൂഹ്യ അംഗീകാരവും കല്പിക്കുന്നതിനുള്ള ആസൂത്രിത പദ്ധതികളാണ് ആചാരങ്ങളുടെയും വിശ്വാസ പ്രമാണങ്ങളുടെയും നാട്ടുനടപ്പുകളുടെയും എല്ലാം മറവിൽ തുടർന്ന് വന്നിട്ടുള്ളത്. വ്യവസ്ഥാപിത മതങ്ങളുടെ ഭാഗമായും പ്രാദേശികമായ സവിശേഷ സംസ്കാരങ്ങളുടെ ഭാഗമായുമെല്ലാം പുലർത്തുന്ന ആചാരങ്ങളും കീഴവഴക്കങ്ങളും അങ്ങേയറ്റം വൈവിദ്ധ്യമുള്ളതാണ് എന്ന് പറയുമ്പോൾ തന്നെ അവയിൽ ഭൂരിപക്ഷവും മേധാവിത്വ മൂല്യബോധത്തെ ഉറപ്പിക്കുന്നവയാണ് എന്ന് കാണാൻ കഴിയും. പ്രാക്തന ഗോത്രങ്ങളിൽ പോലും പ്രത്യുല്പാദന ധർമ്മവുമായി ബന്ധപ്പെട്ട ആചാരങ്ങൾ നല്ല പങ്കും സ്ത്രീകളുടെ മേൽ അസ്വാതന്ത്ര്യം അടിച്ചേൽപ്പിക്കുന്നതാണ്. മനുഷ്യ വംശത്തിന്റെ നിലനിൽപ്പിനു ആധാരമായിട്ടുള്ള പ്രത്യുല്പാദനമെന്ന മഹത് ധർമ്മത്തിന്റെ പേരിൽ സ്ത്രീകളെ വാഴ്ത്തുമ്പോൾ തന്നെ പ്രത്യുല്പാദനത്തിനു ആധാരമായിട്ടുള്ള സ്ത്രീ ശരീരത്തെയും സ്ത്രീയുടെ ലൈംഗികതയെയും നിയന്ത്രിക്കുന്നതിനുള്ള പരിശ്രമങ്ങളാണ് ആചാരത്തിന്റെ പ്രച്ഛന്ന രൂപത്തിൽ നടക്കുന്ന ബലപ്രയോഗങ്ങൾ.

അധികാരസ്ഥാപനങ്ങളിൽ മുഖ്യമാണ് വിധേയത്വത്തിനായുള്ള പൊതുസമ്മതി. തങ്ങൾക്കു മേൽ ആവർത്തിക്കപ്പെടുന്ന യാതൊരു നീതീകരണവുമില്ലാത്ത ആധിപത്യങ്ങളെ എങ്ങനെയാണ് സ്ത്രീകൾ ഇത്രയും സ്വാംശീകരിക്കുന്ന നിലയുണ്ടായത് എന്ന ചോദ്യത്തിന്റെ മറുപടിയാണ് ആചാരങ്ങളുടെയും വിശ്വാസങ്ങളുടെയും അലംഘനീയത എന്ന കെട്ടുകഥ അഥവാ ഐതിഹ്യം. അന്യാപദേശകഥകളും സാരോപദേശകഥകളും കൊണ്ട് സമ്പന്നമാണ് ലോകത്തെവിടെയുമുള്ള മതഗ്രന്ഥങ്ങളും അതിന്റെ വ്യാഖ്യാനങ്ങളും എന്നത് യാദൃച്ഛികമല്ല. ഇന്ത്യയിലെ ചാതുർവർണ്ണ്യത്തിലൂന്നിയ ജാതിവ്യവസ്ഥയിൽ ഓരോ വർണ്ണത്തിനും കൽപ്പിച്ച് നൽകിയ ധർമ്മങ്ങളും അധികാരങ്ങളും സ്ഥാപിക്കപ്പെടുന്നതിന് ഫലപ്രദമായ ആയുധമായിരുന്നു നാടുവാഴിത്ത ആധിപത്യ വ്യവസ്ഥയിൽ ബ്രാഹ്മണരെ

മുൻ നിർത്തിക്കൊണ്ടുള്ള അനേകായിരം അന്യാപദേശകഥകളും ജാതകകഥകളും ഐതിഹ്യങ്ങളും. വേദങ്ങളെയും പുരാണങ്ങളെയും ഇതിഹാസകാവ്യങ്ങളേയും അടിസ്ഥാനമാക്കി പ്രചരിപ്പിക്കപ്പെട്ട വിശ്വാസങ്ങളും ആചാരങ്ങളും ഒരേ സമയം ബ്രാഹ്മണ അധീശത്വവും ആൺകോയ്മയും സ്ഥാപിച്ചെടുക്കാൻ വേണ്ടിയുള്ളതായിരുന്നു. നാടോടിക്കഥകളിലും നാടൻ പാട്ടുകളിലും പ്രത്യക്ഷപ്പെട്ടിരുന്ന കീഴാളരുടെയും സ്ത്രീകളുടെയും സ്വാഭാവിക ജീവിതക്കാഴ്ച്ചകളെ സമർത്ഥമായി ഒളിപ്പിക്കാൻ മാത്രം ശക്തമായിരുന്നു എല്ലാ കാലത്തെയും അധീശത്വ സാഹിത്യവും ഭാഷയും.

പ്രത്യുല്പാദനം ആദിമമനുഷ്യരെ അമ്പരപ്പിച്ച നിഗൂഢമായ ഒരു പ്രതിഭാസമായിരുന്നു. എന്നാൽ ശരീരത്തെക്കുറിച്ചും ജൈവ പ്രതിഭാസങ്ങളെക്കുറിച്ചും ധാരണകൾ വികസിക്കുന്ന ഘട്ടത്തിലും സൃഷ്ടിയെ സംബന്ധിക്കുന്ന നിഗൂഢതകൾ നിലനിർത്തപ്പെട്ടത് സ്ത്രീകൾക്ക് ദോഷകരമായിട്ടാണ് വന്നത്. സ്ത്രീ നിർവഹിക്കുന്ന പ്രത്യുല്പാദനധർമ്മം വാഴ്ത്തപ്പെട്ടാൽ അത് സ്ത്രീകളെ സ്രഷ്ടാവായ ഈശ്വരനൊപ്പം പ്രതിഷ്ഠിക്കുമെന്ന തിരിച്ചറിവിൽ നിന്നാകണം പ്രത്യുല്പാദന ധർമ്മത്തിന്റെ പേരിൽ തന്നെ ഒരേ സമയം വാഴ്ത്തപ്പെടുകയും ഇകഴ്ത്തപ്പെടുകയും ചെയ്യുന്ന അവസ്ഥ സ്ത്രീകൾക്ക് നേരിടേണ്ടി വന്നത്. ഒരുപക്ഷേ, മനുഷ്യവംശത്തെയാകെ സ്ത്രീ കേന്ദ്രീകൃതമാക്കുന്ന പ്രത്യുല്പാദനപ്രക്രിയയെ നിയന്ത്രിച്ചു കൊണ്ട് പ്രകൃതി വിരുദ്ധമായി അടിച്ചേല്പിച്ച അധീശത്വമാണ് പുരുഷാധിപത്യം. സ്ത്രീയെ ഒരു ലൈംഗിക വിഭാഗം എന്ന നിലയിൽ നിയന്ത്രിക്കണമെങ്കിൽ ജനനം മുതൽ മരണം വരെയുള്ള സ്ത്രീ ജീവിതം നിയന്ത്രിക്കപ്പെടണം. ജനനം കൊണ്ട് തന്നെ സ്ത്രീ പുരുഷനേക്കാൾ അധമമാണ് എന്ന് മതഗ്രന്ഥങ്ങൾ ആവർത്തിക്കുന്നത് നിയന്ത്രണത്തിന്റെ ആണിക്കല്ല് അതാണ് എന്നതിനാലാണ്. അധമ ജന്മങ്ങൾക്ക് അധികാരങ്ങളോ അവകാശങ്ങളോ ഉണ്ടായിരിക്കില്ല., അത് സ്ത്രീയായാലും കീഴാളർ ആയാലും.

സ്ത്രീകളുടെ ദൈനംദിന ജീവിതവും ശരീരവും മതാചാരങ്ങളുടെ അനുശാസനങ്ങളിലൂടെ നിയന്ത്രിക്കുക എന്നതാണ് പണ്ട് മുതൽ മതപൗരോഹിത്യം ചെയ്തു വന്നിട്ടുള്ളത്. ജനനം മുതൽ മരണം വരെയുള്ള സ്ത്രീ ജീവിതം പ്രത്യുല്പാദനവും കുടുംബവുമായി ബന്ധപ്പെട്ട ധർമ്മങ്ങളും കൊണ്ട് അടയാളപ്പെടുത്തുന്നതിന്റെ ഉദാഹരണങ്ങൾ എല്ലാ മതങ്ങളുടെയും വിശ്വാസ പ്രമാണങ്ങളിൽ കാണാൻ കഴിയും. *ബൈബിളും ഖുറാനും* അടക്കമുള്ള മതപ്രമാണ ഗ്രന്ഥങ്ങൾ സ്ത്രീകളെ പുരുഷനേക്കാൾ അധമയായി കണ്ടിട്ടില്ലെന്നും പിന്നീട് അവ വ്യാഖ്യാനിച്ച മതപൗരോഹിത്യമാണ് സ്ത്രീകളെ ഇകഴ്ത്തിക്കാട്ടുന്ന നില സ്വീകരിച്ചത് എന്നും പലരും ന്യായീകരിക്കാറുണ്ട്. എന്നാൽ മതപ്രമാണങ്ങളിൽ സ്ത്രീകൾക്ക് തുല്യ പദവിയോ അവകാശമോ നൽകാത്തതിൽ അത്ഭുതപ്പെടാൻ ഒന്നുമില്ല. പുരുഷാധിപത്യ മൂല്യബോധം മേധാവിത്വം പുലർത്തിയിരുന്ന

സമൂഹമാണ് എല്ലാ മതങ്ങൾക്കും ജന്മം നൽകിയിട്ടുള്ളത്. ഏതു മതത്തിന്റെയും ചരിത്രത്തിൽ മതവത്കരണത്തിന്റെയും ഭരണകൂട അധികാരത്തിന്റെയും നേരിട്ടുള്ള ഇരകളായിരുന്നു സ്ത്രീകൾ എന്ന് കാണാം. കാരണം മതങ്ങളുടെ രൂപീകരണകാലമായപ്പോഴേക്കും സ്വകാര്യ സ്വത്തിന്റെ അടിമകളായി മാറിയ ഒരു ലിംഗ വിഭാഗത്തെ കീഴ്പ്പെടുത്താൻ ബല പ്രയോഗത്തിന്റെയോ ലിഖിത നിയമങ്ങളുടെയോ ആവശ്യമില്ല, മത ദർശനങ്ങളുടെ അന്തർധാരയായിത്തന്നെ മുന്നോട്ടു വെയ്ക്കുന്ന അധമവും അസമവും ആയ ലിംഗപദവി ബന്ധം (ജെൻഡർ അല്ലെങ്കിൽ സ്ത്രീ പുരുഷ പദവി ബന്ധം) മത നിയമവും സാമൂഹ്യ നിയമവുമെന്ന നിലയിൽ അലംഘനീയമാണെന്ന് മത പൗരോഹിത്യവും മത നിയന്ത്രണത്തിലുള്ള ഭരണകൂടവും വരുത്തിത്തീർത്തു. സ്ത്രീകൾ തങ്ങളുടെ അവകാശങ്ങൾ ഉയർത്തുമ്പോൾ ഇന്നും മത-സമുദായ മേധാവിത്വങ്ങൾ ആശങ്കപ്പെടുന്നത് ഈ നിയന്ത്രണം നഷ്ടപ്പെടും എന്നോർത്താണ്. ലോകത്തെ വിവിധ മതവിശ്വാസങ്ങളുമായി ബന്ധപ്പെട്ടുള്ള ആചാരങ്ങൾ ഭൂരിപക്ഷവും കുടുംബകേന്ദ്രീകൃതവും സ്ത്രീ വിരുദ്ധവുമായത് യാദൃച്ഛികമല്ല.

കുടുംബം എന്ന സ്ഥാപനത്തിൽ സ്ത്രീകളെ ബന്ധിക്കുന്ന *മനുസ്മൃതിക്കും* അതിന്റെ അനേകം വ്യാഖ്യാനങ്ങൾക്കും പുതിയ കാലത്തും സാധുത നൽകുന്നത് മാറ്റമില്ലാതെ തുടരുന്ന ആചാര ബദ്ധമായ സാമൂഹ്യ ജീവിതമാണ്. മനുസ്മൃതിയിലൂടെ വ്യക്തമാകുന്ന സ്ത്രീയുടെ പദവിയും അവസ്ഥയും എല്ലാ ജാതികൾക്കുള്ളിലും സ്ത്രീകൾ നേരിടുന്ന ബല പ്രയോഗങ്ങൾ സംബന്ധിച്ച് ശക്തമായ സൂചനകൾ നൽകുന്നുണ്ട്. മനുഷ്യവംശത്തിന്റെ പാതി വരുന്ന സ്ത്രീകളുടെ മേൽ പുരുഷാധികാരത്തിന്റെ പ്രയോഗം വഴി കൈവരുന്നത് കുടുംബം,സമുദായം, സമൂഹത്തിലെ മറ്റ് സ്ഥാപനങ്ങൾ എന്നിവയിലെല്ലാം ഉള്ള അധീശത്വമാണ്. ആചാരങ്ങൾ ഒന്നും സ്വാഭാവികമോ ആകസ്മികമോ നിഷ്കളങ്കമോ ആയി സംഭവിക്കുന്നതല്ല, ആചാരങ്ങൾ മത-സമുദായ ആധിപത്യത്തിന്റെ സ്ഥാപനത്തിനുള്ള ഫലപ്രദമായ സാമൂഹ്യ ആയുധങ്ങളാണ്. ആർത്തവം, പ്രസവം തുടങ്ങിയ പ്രക്രിയകളെ പൊതിഞ്ഞ് അനുഷ്ഠാനങ്ങളുടെയും ആചാരങ്ങളുടെയും കൂമ്പാരം തന്നെ സൃഷ്ടിക്കപ്പെട്ടത് സ്ത്രീ ലൈംഗികതയെ നിയന്ത്രിക്കുന്നതിനുള്ള ഫലപ്രദമായ ആയുധങ്ങളായിട്ടാണ്. സങ്കരസന്തതികളെക്കുറിച്ചുള്ള വേവലാതി ഗോത്രകാലത്ത് തുടങ്ങുന്നതാണ്. *മനുസ്മൃതിയിൽ* നിരവധി സന്ദർഭങ്ങളിൽ സ്ത്രീകളെ പരപുരുഷ സംസർഗ്ഗത്തിൽ നിന്നും അതുവഴി സങ്കര സന്തതികൾക്ക് ജന്മം കൊടുക്കുന്നതിൽ നിന്നും തടയുന്നതിനായുള്ള വിധികൾ നിർദ്ദേശിക്കുന്നുണ്ട് ഇവയെല്ലാം തന്നെ സ്ത്രീകളുടെ ജീവിതത്തെ പരിമിതപ്പെടുത്തുന്നതിനുള്ള നിർദ്ദേശങ്ങളാണ്. സ്ത്രീയുടെ ലൈംഗികതയെ കുറിച്ചുള്ള ഗോത്ര/സമുദായ ഭയമാണ് സ്ത്രീയുടെ ജനനം മുതൽ മരണം വരെയുള്ള പല ആചാരങ്ങളെയും നിർണയിച്ചിരുന്നത്. ഉദാ: ഋതുമതിയാകുന്നതിനു മുൻപ് വിവാഹം, കുടുംബത്തിൽ കേന്ദ്രീകരിക്കുന്ന ധർമ്മങ്ങൾ, പാതിവ്രത്യം സംബന്ധിച്ച

കർശന നിഷ്ക്കർഷകൾ, സതി അനുഷ്ഠാനവും കഠിനമായ വിധവാത്വവും, എല്ലാ മാസവും ആവർത്തിക്കപ്പെടുന്ന ആർത്തവത്തിന്റെ പേരിൽ കഠിനമായ നിഷ്ഠകൾ... ഇങ്ങനെ നിയന്ത്രണങ്ങൾകൊണ്ട് സ്ത്രീ ലൈംഗികതയെ തളയ്ക്കാനും വംശശുദ്ധി ഉറപ്പു വരുത്താനുമുള്ള ശ്രമങ്ങളാണ് ആചാരങ്ങളെന്ന പേരിൽ നൂറ്റാണ്ടുകളായി അടിച്ചേൽപ്പിച്ചിട്ടുള്ളത്. സ്ത്രീയുടെ പ്രത്യുല്പാദന ചക്രത്തിന്റെ തുടക്കം കുറിക്കുന്ന ആർത്തവാരംഭത്തിനു മുൻപ് തന്നെ കന്യകയെ പിതാവ് വിവാഹം കഴിപ്പിച്ചു കൊടുക്കണമെന്ന *മനുസ്മൃതിയി*ലെ വിധി രണ്ടായിരം വർഷങ്ങൾക്കു ശേഷവും കേരളത്തിലെ നമ്പൂതിരി കുടുംബങ്ങളിൽ അലംഘനീയമായ ഒന്നായി ആചരിക്കപ്പെട്ടിരുന്നു! 'പെൺകുട്ടികൾ വസ്ത്രം ധരിക്കാൻ തുടങ്ങുന്നതിനു മുൻപ് തന്നെ വിവാഹിതരാകണം' എന്ന് ഗൗതമന്റെ ധർമസൂത്രം വിധിക്കുന്നുണ്ടത്രേ. ആർത്തവാരംഭത്തിനു ശേഷം മൂന്നു തവണ ആർത്തവമുണ്ടാകുന്നത് വരെ പിതാവ് കന്യകയെ വിവാഹം കഴിപ്പിച്ചില്ല എങ്കിൽ അവൾക്കു ദോഷകാരിയല്ലാത്ത പുരുഷനെ വരനായി സ്വയം തെരഞ്ഞെടുക്കാം എന്ന് ധർമസൂത്രം പറയുന്നുണ്ടെങ്കിലും ആ സ്വാതന്ത്ര്യം സ്ത്രീകൾക്ക് ലഭിച്ചിരുന്നു എന്ന് കരുതാൻ വയ്യ. മറിച്ച് എങ്ങനെയും ആർത്തവ ആരംഭത്തിന് മുൻപ് തന്നെ പെൺകുട്ടികളെ വൃദ്ധർക്ക് പിടിച്ചു കൊടുത്തും തന്റെ മേൽ പതിക്കാവുന്ന പാപത്തിൽനിന്നും രക്ഷപ്പെടുന്ന പിതാക്കന്മാർ ആ വ്യവസ്ഥയുടെ തന്നെ സൃഷ്ടികളായിരുന്നു.

ബ്രാഹ്മണർക്ക് സജാതീയ വിവാഹത്തിനു പുറമെ മറ്റു ജാതിയിൽ നിന്നുള്ള സ്ത്രീകളുമായി വിവാഹ ബന്ധം പുലർത്താമെന്ന മനുവിധിയാണ് കേരളത്തിൽ ശൂദ്രരായ നായർ സ്ത്രീകളുമായുള്ള നമ്പൂതിരിമാരുടെ സംബന്ധം ഏർപ്പാടിനെ സാധൂകരിക്കാൻ പ്രയോജനപ്പെടുത്തുന്നത്. എന്നാൽ നായർ സമുദായത്തിൽ (ചില പ്രയോഗ ഭേദങ്ങളോടെ ഈഴവ സമുദായത്തിലും) പ്രചാരത്തിലുണ്ടായിരുന്ന കെട്ടുകല്യാണം എന്ന ആചാരം ഋതുമതിയാകുന്നതിന് മുൻപേ ബ്രാഹ്മണ പുരുഷന്മാരെക്കൊണ്ട് ബാലികമാരെ വിവാഹം കഴിപ്പിക്കുന്നതാണ്. നായർ തുടങ്ങിയ സവർണ്ണ ജാതികളുടെ ബ്രാഹ്മണ വിധേയത്വത്തിന്റെ ഏറ്റവും പ്രകടമായ രൂപങ്ങൾ കാണുന്നത് കെട്ടുകല്ല്യാണം ,സംബന്ധം തുടങ്ങിയ വൈവാഹിക ചടങ്ങുകളുമായി ബന്ധപ്പെട്ട ആചാരങ്ങളിലാണ് . സ്ത്രീകളുടെ ജീവിതത്തെ മുൻനിർത്തിക്കൊണ്ടുള്ള ഒരുതരം ഒത്തുതീർപ്പ് ഗോത്രകാലം മുതൽ നടന്നു വന്നതിന്റെ ഭാഗമായി ഇതിനെയും കാണാവുന്നതാണ്. കേരളത്തിൽ മദ്ധ്യകാലഘട്ടത്തിൽ നില നിന്നിരുന്ന 'പുലപ്പേടി, മണ്ണാപ്പേടി' തുടങ്ങിയ ആചാരങ്ങളുടെ ഉള്ളടക്കം നോക്കുക. കർക്കിടക മാസത്തിലെ ഒരു വിശേഷ ദിവസത്തിൽ വീടിനു പുറത്ത് കാണപ്പെടുന്ന നായർ സ്ത്രീകൾക്ക് മേൽ ഒരു കമ്പെടുത്ത് എറിഞ്ഞു കൊള്ളിച്ചാൽ അവർ സമുദായ ഭ്രഷ്ടരാകുകയും അവരെ അയിത്തപ്പെടുത്തിയ പുലയനോ മണ്ണാനോ പറയനോ അവരെ സ്വന്തമാക്കാൻ കഴിയുകയും ചെയ്യുന്ന വിചിത്രമായ ആചാരം കീഴാളർക്കു വിശേഷപ്പെട്ട

അധികാരം നൽകുന്നുവെന്ന സവർണ്ണ മേധാവിത്വത്തിന്റെ കപട നാട്യ മല്ലാതെ മറ്റെന്താണ്? എന്നാൽ അതിനും ഒത്തുതീർപ്പിന്റെ ഉപാധി സ്ത്രീ കളുടെ ജീവിതമാണ് 1696 ൽ കേരള വർമ്മയെന്ന നാടുവാഴി ആ ആചാരം നിർത്തലാക്കിയപ്പോൾ പണ്ടാരത്തുകുറുപ്പന്മാരുടെ രോഷം രാജാവിനു നേരെ ഉണ്ടായെന്നു ചരിത്രം പറയുന്നു.

കാലഹരണപ്പെട്ടത് എന്ന നിലയിൽ ഉപേക്ഷിക്കപ്പെട്ട പല അനാ ചാരങ്ങളും നമ്മുടെ ജീവിതത്തിലേക്ക് തിരിച്ചു വരുന്നത് സ്വാഭാവിക മായല്ല, ബോധപൂർവം അവയെ തിരിച്ചു കൊണ്ട് വരാനുള്ള ശ്രമങ്ങളുടെ ഭാഗമായാണ്. ഓരോ മതവും കൂടുതൽ ശക്തമാകാൻ ശ്രമിക്കുമ്പോൾ കൂടുതൽ കർക്കശമായ അടയാളങ്ങളും ആചാരങ്ങളുമായി സ്ത്രീ ജീവിതത്തിലും സ്ത്രീ ഉടലുകളിലും മതചിഹ്നങ്ങൾ പ്രത്യക്ഷപ്പെടും. എന്തുകൊണ്ടാണ് പഴയ കാലത്ത് തലയിൽ തട്ടം മാത്രം ധരിച്ചിരുന്ന കേരളത്തിലെ മുസ്ലീം സ്ത്രീകൾ ഇപ്പോൾ വ്യാപകമായി പർദ്ദ ധരിക്കു ന്നത്? എന്തിനാണ് പണ്ടില്ലാത്ത നിലയിൽ താലീ മാഹാത്മ്യം കൊട്ടി ഘോഷിക്കപ്പെടുന്നത്? എന്തുകൊണ്ടാണ് സ്ത്രീകേന്ദ്രീകൃത അനു ഷ്ഠാനങ്ങൾ - സുവാസിനീ പൂജ, പൊങ്കാല - കൂടുതൽ ശക്തി പ്രാപി ക്കുന്നത്? വിശ്വാസവും ആചാരങ്ങളും ഓരോരുത്തരുടെയും അവകാ ശമാണ് എന്ന് പറയുമ്പോൾ തന്നെ മതവത്കരണത്തിന്റെ വളർച്ച പുതിയ കാലത്തെ സ്ത്രീകൾക്ക് മേൽ ആചാരങ്ങളുടെ തടവറകൾ തീർക്കുന്നുണ്ട് എന്ന് തിരിച്ചറിയേണ്ടതുണ്ട്. ഉത്തർപ്രദേശിലെ ഖോരക്പൂരിലെ ഗീതാപ്രസ് എന്ന അച്ചടിശാലയ്ക്ക് ഏതാണ്ട് ഒരു നൂറ്റാണ്ട് ചരിത്രമുണ്ട്. ഹിന്ദുദൈവങ്ങളുടെ കലണ്ടറുകൾ വ്യാപകമായി അച്ചടിച്ച് പ്രചരിപ്പിക്കു ന്നതിൽ വൻ വിജയം നേടിയ ഗീതാപ്രസിന്റെ സ്ഥാപന ഉദ്ദേശ്യം തന്നെ ഹിന്ദു ദർശനം പ്രചരിപ്പിക്കുക എന്നതാണ്. ഗീതാപ്രസ് അച്ചടിച്ച് പ്രചരിപ്പിച്ചിട്ടുള്ള ഹിന്ദു പുരാണങ്ങൾക്കും വ്യാഖ്യാനങ്ങൾക്കും ഒപ്പം ലക്ഷക്കണക്കിന് കോപ്പികൾ വിറ്റഴിച്ചിട്ടുള്ള ഒരു ലഘുഗ്രന്ഥമാണ് *നാരീ അങ്ക്* (1926ൽ പ്രസിദ്ധീകരിക്കപ്പെട്ടു). വർത്തമാനകാലത്ത് സാമൂഹ്യതിന്മ യുടെ ഉറവിടമായി സ്ത്രീകൾ മാറുന്നുവെന്നും അതിൽനിന്നും മുക്തി നേടുന്നതിനായി സ്ത്രീകൾ ശുദ്ധി ആചരിക്കണമെന്നും ഈ ഗ്രന്ഥം ഹിന്ദുസ്ത്രീകളെ ഉൽബോധിപ്പിക്കുന്നു. ശുദ്ധി എന്ന ത്വിദ്യാഭ്യാസം, വിവാഹം, കുടുംബം, ലൈംഗിക ജീവിതം, ആരോഗ്യം തുടങ്ങി സ്ത്രീ യുടെ ജീവിതത്തിന്റെ സകല മേഖലകളെയും സ്പർശിക്കുന്ന ഒന്നാ യിട്ടാണ് ഗ്രന്ഥം വിശദീകരിക്കുന്നത്. പാശ്ചാത്യ വിദ്യാഭ്യാസം എങ്ങനെ സ്ത്രീകളുടെ ശുദ്ധി നഷ്ടപ്പെടുത്തി അവരെ ഭ്രഷ്ടരാക്കുന്നു എന്നതാണ് ഇതിലെ പ്രധാന വാദഗതി. അതുകൊണ്ട് ജീവിതത്തിന്റെ എല്ലാ മേഖ ലകളിലും ഹിന്ദു ആദർശം കാത്തു സൂക്ഷിക്കുന്ന തരത്തിലുള്ള വിദ്യാ ഭ്യാസമാണ് സ്ത്രീകൾക്ക് നൽകേണ്ടത്!

ഉത്തമകുലവധുക്കളെ വാർത്തെടുക്കാനുള്ള സർട്ടിഫിക്കറ്റ് കോഴ്സു കൾ 2018 ൽ ഭോപ്പാൽ യൂണിവേഴ്സിറ്റി പ്രഖ്യാപിക്കുമ്പോൾ അതിൽ

അത്ഭുതപ്പെടാനില്ല, കാരണം അങ്ങനെയാണ് സഹസ്രാബ്ദങ്ങൾ പഴക്കമുള്ള പിത്രാധിപത്യ മൂല്യബോധം പ്രവർത്തിക്കുന്നത്. എന്നാൽ അതൊന്നും ഒറ്റപ്പെട്ട പ്രവർത്തനമല്ല എന്നും നൂറ്റാണ്ടുകളായി ഇന്ത്യയിൽ സവർണ മേധാവിത്വം പുലർത്തിവരുന്ന ഉത്തമ നാരീ സങ്കല്പത്തിന്റെ സ്ഥാപനത്തിനായുള്ള പരിശ്രമമാണ് എന്നും കാണേണ്ടതുണ്ട്. ആർ എസ് എസിന്റെ വനിതാ വിഭാഗമായ രാഷ്ട്രീയ സേവിക സമിതിയുടെ പരിശീലന ക്യാമ്പുകളിൽ ഏറ്റവും ഊന്നൽ നൽകി ചെറുപ്പക്കാരായ സ്ത്രീകളെ പഠിപ്പിക്കുന്നത് എങ്ങനെ കുടുംബ ധർമ്മങ്ങൾ ഏറ്റെടുത്ത് ഉത്തമ കുടുംബിനിയാകാം എന്നതാണ്. സ്ത്രീകളുടെ മുഖ്യധർമ്മം കുടുംബം പുലർത്തുകയും ആൺമക്കളെ പ്രസവിക്കുകയും ആണെന്ന ആധുനിക കാലത്തും പഠിപ്പിക്കാൻ ഒരു മടിയും ഹിന്ദുത്വ വാദികൾക്ക് ഇല്ല. നിരോധിക്കപ്പെട്ടതും സ്ത്രീകളുടെ മനുഷ്യാവകാശത്തിനു നേരെയുള്ള അതിക്രമവുമായ 'സതി'യും ശൈശവ വിവാഹവും ഉൽകൃഷ്ടമായ ആചാരങ്ങളെന്ന നിലയിൽ മഹത്വവത്കരിക്കാനും ഉള്ള ശ്രമങ്ങൾ ഹിന്ദുത്വവാദികൾ അവസാനിപ്പിച്ചിട്ടില്ല.

ഇന്ത്യൻ ഭരണ ഘടന സ്വന്തം ഇണയെ തെരഞ്ഞെടുക്കാനുള്ള സ്വാതന്ത്ര്യം ഓരോ പൗരനും പൗരയ്ക്കും നൽകുന്നുണ്ടെങ്കിലും സ്വന്തം ഇഷ്ടപ്രകാരം വിവാഹം കഴിച്ചതിന്റെ പേരിൽ വധിക്കപ്പെടുകയോ വേട്ടയാടപ്പെടുകയോ ചെയ്യുന്ന കമിതാക്കളുടെ എണ്ണം കൂടി വരികയാണ്. ദുരഭിമാന ഹത്യകൾ നടക്കുന്നത് കുടുംബത്തിന്റെയോ സമുദായത്തിന്റെയോ താല്പര്യങ്ങൾക്ക് വിരുദ്ധമായി വിവാഹം കഴിച്ചതിന്റെ പേരിൽ മാത്രമല്ല, ജാതിയും മതവും മാറിയുള്ള വിവാഹങ്ങൾ വംശ സങ്കരത്തിനു കാരണമാകുന്നു എന്നപേരിൽ കൂടിയാണ്. സ്വന്തം ജീവിതം തെരഞ്ഞെടുക്കാനുള്ള പ്രായപൂർത്തിയായ ആണിന്റെയും പെണ്ണിന്റെയും അവകാശങ്ങൾ മാത്രമല്ല, ജീവിക്കാനുള്ള അവരുടെ അവകാശങ്ങൾ പോലും കാലഹരണപ്പെട്ട ആചാരങ്ങൾക്ക് മുന്നിൽ തകർന്നു പോകുന്നതിന്റെ വാർത്തകൾ തുടർച്ചയായി വരികയാണ്. സങ്കര സന്തതികളെ ഉറപ്പാക്കുന്നതിനായി സ്ത്രീകളുടെ മേൽ അടിച്ചേൽപ്പിച്ച 'പാതിവ്രത്യം' സ്വന്തം ശരീരത്തിനു മേൽ നിയന്ത്രണം നഷ്ടപ്പെടുത്തുന്ന ഒന്നാണ്. സ്വന്തം ലൈംഗികതയെ നിർണ്ണയിക്കുന്നതിനുള്ള സ്വാതന്ത്ര്യം നഷ്ടപ്പെടുന്നു എന്നത് മാത്രമല്ല, 'കുടുംബത്തിന്റെ അന്തസ്സ്', 'സമുദായത്തിന്റെ അന്തസ്സ്' തുടങ്ങിയവ നേരിട്ട് തന്നെ അതിലുൾപ്പെടുന്ന സ്ത്രീയുടെ പാതിവ്രത്യത്തെയും കന്യകാത്വത്തെയും കുറിച്ചുള്ള സൂചനകളായി ഇരുപത്തിയൊന്നാം നൂറ്റാണ്ടിലും വായിച്ചെടുക്കുന്നു എന്ന അനാരോഗ്യകരമായ നിലയുണ്ട്. ഇതിൽ ഏറ്റവും അപകടം ഒരു സമുദായത്തിന്റെയോ കുടുംബത്തിന്റെയോ 'അന്തസ്സ്' തകർക്കാൻ അതിലുൾപ്പെട്ട സ്ത്രീയെ ലൈംഗികമായി ആക്രമിച്ചു അപമാനം വരുത്തലാണെന്ന രീതിയാണ്. സ്ത്രീകൾക്ക് നേരെ നടക്കാവുന്ന ഏറ്റവും ക്രൂരമായ മനുഷ്യാവകാശ ലംഘനമായിട്ടുള്ള ബലാത്സംഗം മാനഹാനിയുമായി ബന്ധപ്പെട്ട ഒന്നാണ് എന്ന

നിലയിലാണ് ഭൂരിപക്ഷം പേരും ഇന്നും കൈകാര്യം ചെയ്യുന്നത്. ബലാത്സംഗത്തിന് ഇരയാകുന്ന പെണ്ണുടൽ അതോടെ അശുദ്ധവും നികൃഷ്ടവുമാകുന്നു. ഈ പൊതുബോധത്തിന്റെ ഭാഗമായാണ് ബലാത്സംഗത്തിന്റെ ഇരകൾ ആത്മഹത്യയിലോ സ്വയം നിരാകരിച്ചു കൊണ്ടുള്ള ഏകാന്ത ജീവിതത്തിലേക്കോ ചെന്നെത്തുന്ന തരത്തിലുള്ള കഥകൾ ഒരു അലോസരവും കൂടാതെ സമൂഹം സ്വീകരിക്കുന്നത്.

പ്രത്യുല്പാദനം, സ്ത്രീ ലൈംഗികത തുടങ്ങിയവയുടെ ശാസ്ത്രീയത സ്ഥാപിക്കപ്പെടുകയും ഇവയെ ചുറ്റിപ്പറ്റിയുള്ള ഐതിഹ്യങ്ങളും ആചാരങ്ങളും പൊളിച്ചെഴുതുകയും ചെയ്താൽ മാത്രമേ സ്ത്രീയുടെ ഉടലുകളും ജീവിതവും സ്വതന്ത്രമാവുകയുള്ളൂ. സ്ത്രീയുടെ ലൈംഗികതയെക്കുറിച്ചുള്ള അജ്ഞതയാണ് സമൂഹത്തിന്റെ എല്ലാ കാലത്തെയും ഭയം. ആർത്തവം മറ്റേതു ജൈവധർമ്മവും പോലെ സ്വാഭാവികമാണെന്നും മറ്റു മനുഷ്യ വിസർജ്ജ്യങ്ങൾക്കില്ലാത്ത അശുദ്ധി ആർത്തവ രക്തത്തിനില്ലെന്നും ഉള്ള ശാസ്ത്രമാണ് ആളുകളെ പഠിപ്പിക്കേണ്ടത്. *മനുസ്മൃതിയിലും* മറ്റു ഹിന്ദു ശാസ്ത്ര ഗ്രന്ഥങ്ങളിലും മാത്രമല്ല, ലോകത്ത് ഒട്ടു മിക്ക മത വിശ്വാസങ്ങളുമായും (സിഖ് മതം പോലെ അപൂർവമൊഴിച്ച്) ബന്ധപ്പെട്ടും പ്രാദേശിക വിശ്വാസങ്ങളനുസരിച്ചും ആർത്തവത്തിനു കൽപ്പിക്കുന്ന അശുദ്ധി ഐതിഹ്യങ്ങളുടെയും അജ്ഞതയുടെയും അടിസ്ഥാനത്തിൽ രൂപപ്പെട്ടു വന്നതാണ്. മനുഷ്യന്റെ മറ്റു വിസർജ്ജ്യങ്ങളെ ആരും മഹത്വവത്കരിക്കാറില്ല എന്നത് പോലെ തന്നെ ആർത്തവത്തെയും മഹത്വവത്കരിക്കേണ്ട കാര്യമില്ല. എന്നാൽ ആർത്തവം മാത്രമല്ല, പ്രത്യുല്പാദന ധർമ്മം ഏറ്റെടുക്കുന്നതിന്റെ ഭാഗമായി നിരവധി സങ്കീർണ്ണമായ പ്രക്രിയകളിലൂടെ സ്ത്രീകളുടെ ശരീരം കടന്നു പോകുന്നുണ്ട് എന്ന് സമൂഹം അറിയുന്ന തരത്തിൽ ഉറക്കെ ചർച്ച ചെയ്യേണ്ടതുണ്ട്. ജൈവ ധർമ്മങ്ങളുടെ ഭാഗമായി ഗുരുതരമായ ഹോർമോൺ പ്രശ്നങ്ങളടക്കം നേരിടുന്ന സ്ത്രീകളാണ് നമുക്ക് ചുറ്റുമുള്ളത് എന്ന് പുരുഷന്മാരും ആൺകുട്ടികളും മനസിലാക്കണം.

കുടുംബസംവിധാനത്തിൽ തന്നെ ഒരുബലപ്രയോഗമുണ്ട്. അതും ന്യായീകരിക്കപ്പെടുന്നത് ആചാരങ്ങളുടെയും നാട്ടുനടപ്പുകളുടെയും പുരുഷന്മാർക്ക് അനുവദിക്കപ്പെട്ടിട്ടുള്ള 'സവിശേഷ അധികാരങ്ങളു'ടെയും പേരിലാണ്. വിവാഹം എന്ന ചടങ്ങ് ഇന്നും *മനുസ്മൃതി* ഉത്തമമെന്നു വിശേഷിപ്പിക്കുന്ന കന്യാദാനവും സ്ത്രീധനവും എല്ലാം ചേരുന്നതാണ്. കേരളത്തിൽ കഴിഞ്ഞ രണ്ടു പതിറ്റാണ്ടിനിടയിൽ വിവിധ സമുദായങ്ങളിലെ വിവാഹച്ചടങ്ങുകളിൽ വന്നിട്ടുള്ള പരിഷ്കാരങ്ങളോ കൂട്ടിച്ചേർക്കലുകളോ പരിശോധിച്ചാൽ ഒട്ടു മിക്കതും വധുവിന്റെ കുടുംബത്തിനു കൂടുതൽ ഭാരവും വരന്റെ കുടുംബത്തിനു കൂടുതൽ അവകാശങ്ങളും ഉറപ്പിക്കുന്നതാണെന്ന് കാണാം. ആചാരങ്ങളുടെ മറവിൽ സ്ത്രീ വിരുദ്ധത ആഘോഷിക്കപ്പെടുന്ന പ്രവണത ആധുനിക കാലത്തും വളരുന്നു എന്നത് ആശങ്കയുണ്ടാക്കുന്നു. ഹിന്ദുത്വ വാദികൾ ആഗ്രഹിക്കുന്ന സ്ത്രീ

വിരുദ്ധവും ദളിത് വിരുദ്ധവും മനുഷ്യത്വ വിരുദ്ധവുമായ 'ആർഷ ഭാരത' സംസ്കാരത്തിന്റെ പുനരുത്ഥാനം സാധ്യമാകണമെങ്കിൽ ആചാരങ്ങളെയും പരമ്പരാഗത മൂല്യ സങ്കൽപ്പങ്ങളെയും അധികാര ബന്ധങ്ങളെയും തിരികെ കൊണ്ടുവരണം. അതിനായി അവർക്ക് ലക്ഷ്യം വെക്കേണ്ടത് കുടുംബങ്ങളെയും സ്ത്രീകളെയുമാണ്. ക്ഷേത്രങ്ങളും മത പ്രഭാഷണ വേദികളും മതാചാരങ്ങളും അനുഷ്ഠാനങ്ങളും എല്ലാം ഈ ലക്ഷ്യത്തിനായി ഉപയോഗിക്കാനുള്ള തന്ത്രങ്ങളാണ് ഹിന്ദുത്വ വാദികൾ മെനയുന്നത്.

വിവാഹ ബന്ധത്തിലെ ബലാൽസംഗം എന്ന കുറ്റകൃത്യത്തെക്കുറിച്ച് പറയുന്നത് തന്നെ കുടുംബത്തെ തകർക്കാനുള്ളതാണ് എന്നാണ് യാഥാസ്ഥിതികരുടെ വാദം. ഒരു രീതിയിലും ഭർത്താവിനെ ചോദ്യം ചെയ്യാതെയുള്ള വിധേയത്വമാണ് ആധുനിക കാലത്തെ കുടുംബത്തിലും സ്ത്രീ പുലർത്തേണ്ടത് എന്ന് ആവർത്തിക്കുന്ന ഇവർ തന്നെ പറയുന്നു, ഈ കുടുംബമാണ് ലോകത്തിനു മാതൃക എന്ന്. ആധുനിക കാലത്തെ ഭൂരിപക്ഷം കുടുംബത്തിലും സ്ത്രീകൾ പുരുഷനൊപ്പം വീടിനു പുറത്തും പ്രവർത്തിക്കുന്നവരാണ്. ഈ നിലയിൽ സ്ത്രീകളുടെ ജീവിതത്തിൽ ആധുനിക കാലത്ത് ഉണ്ടായിട്ടുള്ള മാറ്റങ്ങളെപ്പോലും പരിഗണിക്കാതെ കുടുംബം സംബന്ധിച്ച യാഥാസ്ഥിതിക ധാരണകളെ ഊട്ടിയുറപ്പിക്കാനുള്ള ശ്രമങ്ങൾ വലിയ കെണിയാണ് സ്ത്രീകൾക്ക് ഒരുക്കുന്നത്. കുടുംബം ജനാധിപത്യവൽക്കരിക്കുകയാണ് ഇന്ന് സ്ത്രീകൾ ആഗ്രഹിക്കുന്നത്. കുടുംബം ഇനിയുള്ള കാലത്ത് നിലനിൽക്കണമെങ്കിൽ പഴയ ബലപ്രയോഗത്തിന്റെ രൂപമായി മുന്നോട്ടു പോകാനാകില്ല, മറിച്ച് സ്ത്രീയുടെ റോളുകളിൽ വന്നിട്ടുള്ള മാറ്റങ്ങൾ കൂടി കണക്കിലെടുക്കുകയും കുടുംബത്തിലെ മുഴുവൻ പേരുടെയും അവകാശങ്ങൾ അംഗീകരിക്കപ്പെടുകയും വേണം.

വസ്ത്രവും ആഭരണവും തലമുടിയും ഭാഷയും ഉടലാകെത്തന്നെയും സാമൂഹ്യാധികാര ശ്രേണീ ബന്ധത്തിന്റെ കീഴ്നടപ്പുകളായി അംഗീകരിക്കപ്പെട്ടിരുന്നതാണ് കേരളത്തിന്റെ പൂർവ ചരിത്രം. പത്തൊൻപതാം നൂറ്റാണ്ടിന്റെ ആദ്യ ദശകങ്ങളിൽ ക്രിസ്ത്യൻ മതം സ്വീകരിച്ച ചാന്നാട്ടിമാർ കുപ്പായം ധരിച്ചപ്പോൾ സമുദായ സംഘട്ടനത്തിന് കാരണമായത് വേഷത്തെ സംബന്ധിച്ച് അടിച്ചേൽപ്പിച്ചിരുന്ന ജാത്യാചാരങ്ങളെ അത് ചോദ്യം ചെയ്തു എന്നതിനാലാണ്. അയ്യങ്കാളിയുടെ നേതൃത്വത്തിൽ കല്ല് മാല ബഹിഷ്കരണം നടന്നപ്പോഴും മന്നത്ത് പത്മനാഭൻ നായർ സമുദായത്തിലെ കെട്ടു കല്യാണവും തിരണ്ടു കല്യാണവും തള്ളിപ്പറഞ്ഞപ്പോഴും ആറാട്ടുപുഴ വേലായുധപ്പണിക്കർ ഈഴവ സ്ത്രീകൾക്ക് മൂക്കുത്തിയും അച്ചിപ്പുടവയും നൽകുമ്പോഴും നമ്പൂതിരി സ്ത്രീകൾ ഘോഷയും മറക്കുടയും ഉപേക്ഷിച്ച് വിധവാ പുനർവിവാഹത്തിന് നേതൃത്വം നൽകുമ്പോഴും അലംഘനീയമെന്നു കരുതി വാഴിച്ചു വന്ന ജാത്യാചാരങ്ങൾ എന്ന പേരിലുള്ള മനുഷ്യാവകാശ ലംഘനങ്ങളെയാണ്

വെല്ലുവിളിച്ചത്. ഈ ആചാരങ്ങളെല്ലാം തന്നെ സ്ത്രീ കേന്ദ്രീകൃതമായിരുന്നു എന്നതിനാൽ ആചാര ലംഘനങ്ങളിലൂടെ വീണ്ടെടുക്കപ്പെട്ട സ്വതന്ത്ര സ്വത്വം കേരളത്തിലെ സ്ത്രീകൾക്ക് ലഭിക്കുന്നതിനുള്ള ചരിത്ര ദൗത്യം നവോത്ഥാന പ്രക്രിയ നിർവഹിച്ചു.

എന്നാൽ സാമൂഹ്യ പരിഷ്കരണവും നവോത്ഥാന മൂല്യങ്ങളും കേരളത്തിലെ സമുദായങ്ങൾക്കുള്ളിൽ വരുത്തിയ ആന്തരിക നവോത്ഥാനത്തിനു തുടർച്ചയുണ്ടായില്ല എന്നത് ചരിത്രപരമായ ഒരു ദൗർബല്യമാണ്. ഓരോ സമുദായത്തിനുള്ളിലും നടന്ന നവീകരണ പ്രക്രിയയെ, സ്വാതന്ത്ര്യ ലബ്ധിക്കും സംസ്ഥാന രൂപീകരണത്തിനും ശേഷം പുതിയ ജനാധിപത്യ ബോധത്തിൽ നാടിന്റെ പുരോഗതി ലക്ഷ്യമാക്കി മുന്നോട്ട് നയിക്കാൻ കഴിഞ്ഞിട്ടുണ്ടോ എന്ന സ്വയം പരിശോധനയ്ക്ക് സമുദായ സംഘടനകൾ തയ്യാറാകണം. ഒരു ഘട്ടത്തിൽ ഓരോ സമുദായത്തിലും പൊതു സമൂഹത്തിലും സ്ത്രീ ജീവിതത്തെ ചൂണ്ടിക്കാണിച്ചു കൊണ്ട് വിമർശിക്കപ്പെട്ട അനാചാരങ്ങളും അസ്വാതന്ത്ര്യവും പൂർണ്ണമായും മറികടക്കാൻ സ്വന്തം സമുദായത്തിലെ സ്ത്രീകളെ പ്രാപ്തരാക്കാൻ സ്വാതന്ത്ര്യലബ്ധിക്കു ശേഷം ഭൂരിപക്ഷം സംഘടനകളും പ്രത്യേക ഇടപെടലുകൾ നടത്താൻ തയ്യാറായിട്ടില്ല. എന്ന് മാത്രമല്ല, യാഥാസ്ഥിതികവും പുരുഷാധിപത്യത്തിൽ അടിയുറച്ചതുമായ സമുദായ സംഘടനാ സംവിധാനത്തിന്റെ പൊളിച്ചെഴുത്തിനുള്ള ഒരു ശ്രമവും നടക്കുന്നുമില്ല. കേരളത്തിന്റെ നവോത്ഥാനം സമൂഹത്തിന്റെ അധികാര ഘടനയെ തിരുത്തുന്ന തരത്തിലുള്ള രാഷ്ട്രീയ സാമ്പത്തിക ഉള്ളടക്കം കൂടിയുള്ളതായിരുന്നു. എന്നാൽ സമൂഹത്തിന്റെ ഉപരിഘടനയെ സ്വാധീനിക്കുന്ന പുരുഷാധിപത്യപരവും യാഥാസ്ഥിതികവുമായ മൂല്യബോധത്തിൽനിന്നും മോചനം നേടുകയെന്ന ലക്ഷ്യം ഇനിയും നേടാനായിട്ടില്ല. ആ മൂല്യബോധത്തിന്റെ തണലിലാണ് ആചാരങ്ങളുടെ പേരിലുള്ള സ്ത്രീ വിരുദ്ധത ഇപ്പോഴും അരങ്ങേറുന്നത്. അത് ഏറ്റവും സ്വാഭാവികമെന്നോണം സ്വാംശീകരിച്ച സ്ത്രീകളുടെ എണ്ണം ഒട്ടും കുറവല്ലെന്നത് ഗൌരവത്തോടെ കാണണം. പഴകിയ മാമൂലുകളുടെ ബന്ധനത്തിൽനിന്നും കേരളത്തെ മോചിപ്പിക്കണമെങ്കിൽ ആചാരങ്ങളെ മനുഷ്യാവകാശ മൂല്യങ്ങളുടെ അടിസ്ഥാനത്തിൽ സൂക്ഷ്മ പരിശോധനയ്ക്ക് വിധേയമാക്കണം. ഒരുപക്ഷേ, ഇന്ത്യയിൽ അത് ചെയ്യാൻ പ്രാപ്തിയുള്ള സമൂഹം കേരളം മാത്രമാണ്.

വൈദ്യശാസ്ത്രവും ആചാരങ്ങളും

ഡോ. ഖദീജ മുംതാസ്

പുരുഷനെ അപേക്ഷിച്ചു സ്ത്രീക്കുള്ള പ്രത്യേക ശാരീരികധന്യതയാണ് മാതൃത്വം. പുരുഷന് ആരാധനയോടെ, സ്നേഹത്തോടെ, കരുതലോടെ മാത്രം നോക്കി നിൽക്കാൻ കഴിയുന്ന ഒന്ന്. മാതൃത്വവുമായി ബന്ധപ്പെട്ട ആർത്തവം, ഗർഭകാലാസ്വാസ്ഥ്യങ്ങൾ, പ്രസവമെന്ന മഹാനുഭവം, ശരീരപ്രവർത്തനങ്ങൾ സാധാരണ രീതിയിലേക്കു തിരിച്ചെത്താൻ വേണ്ട ആറാഴ്ചയോളം നീളുന്ന പ്രസവാനന്തര കാലം, മുലയൂട്ടൽ കാലം, ഈ കാലഘട്ടങ്ങളിലൊക്കെ ചില പരിഗണനകൾ അവൾക്കാവശ്യമുണ്ട്. അതു കൊടുക്കാൻ സമൂഹം ബാധ്യസ്ഥവുമാണ്. കുടുംബത്തിൽ നിന്ന്, ജീവിതസഖാവിൽ നിന്നു ഈ പരിഗണന കിട്ടുന്നതോടെ ഏറെ ക്രിയാത്മകമായി സാധാരണജീവിതത്തിൽ ഇടപെടാനും പൂർണ വ്യക്തിയായി ജീവിക്കാനും അവൾക്കു കഴിയും. ഈ ഒരു ബോധ്യമാണ് പുരുഷലോകത്തിനുണ്ടാകേണ്ടത്. ഈ ഒരു പരിഗണന മാത്രമാണ് അവൾ അവനിൽ നിന്ന് ആവശ്യപ്പെടുന്നതും. ഇതിന്റെ പേരിൽ സാമൂഹ്യ വിവേചനങ്ങളോ അയിത്തമോ സഹിക്കാൻ ജനാധിപത്യ ജീവിതക്രമത്തിൽ അവൾ ബാധ്യസ്ഥയല്ല.

ആർത്തവം അശുദ്ധിയല്ലെങ്കിലും താൽക്കാലിക അസൗകര്യമാണെന്ന് അവളറിയുന്നു. ആർത്തവത്തുണി അധികം വൈകാതെ നീക്കം ചെയ്യാനും ആ ഈർപ്പത്തിൽ നിന്നും അണുബാധാ സാധ്യതയിൽ നിന്നും എളുപ്പം മുക്തയാവാനും ഉള്ള സൗകര്യങ്ങൾ അവൾ ഇടപെടുന്ന എല്ലാ മേഖലകളിലും അവളുടെ അവകാശമാണുതാനും.

ഹിന്ദു മതത്തിലും ഇസ്ലാം മതത്തിലും ആർത്തവവും പ്രസവവാലായ്മയുമായി ബന്ധപ്പെട്ട ധാരാളം ചിട്ടകളുണ്ട്. ഋതുമതിയായിരിക്കുമ്പോൾ ക്ഷേത്രദർശനം നടത്താതിരിക്കുക എന്നത് തലമുറകളിലൂടെ പകർന്നെത്തുന്ന ബോധമാണ്. ഇസ്ലാമിലാകട്ടെ സ്ത്രീ നമസ്കാരത്തിൽ

നിന്നും *ഖുർആൻ* കയ്യിലെടുത്തുള്ള പാരായണത്തിൽ നിന്നും വിലക്കപ്പെട്ടിട്ടുണ്ട്. ഇസ്ലാമിന്റെ ആവിർഭാവകാലത്ത് സ്ത്രീയുടെ ആർത്തവകാലവും ആരാധനയുമായുള്ള അകലം പാലിക്കൽ ഇത്ര രൂക്ഷമായിരുന്നില്ലെന്ന നിരീക്ഷണവുമുണ്ട്.

ഒരുമാസം നീണ്ടുനിൽക്കുന്ന റംസാൻ വ്രതകാലത്ത് സ്ത്രീക്ക് ആർത്തവമുണ്ടായാൽ ആ ദിവസങ്ങളിൽ അവൾക്ക് ഉപവാസത്തിൽ ഇളവു ലഭിക്കുന്നു. വെപ്പും വിളമ്പും, നോമ്പിനും നിസ്കാരങ്ങൾക്കുമിടയിൽ നിലനിർത്തേണ്ടി വരുന്ന അവൾക്ക് ഒരാഴ്ചയോളം ആശ്വാസം! പക്ഷേ, ഈ ആശ്വാസത്തെ നഷ്ടപ്പെടുത്തും വിധം നഷ്ടപ്പെട്ട നോമ്പുകൾ റംസാൻ മാസശേഷവും എണ്ണം കണക്കാക്കി നോറ്റു വീട്ടേണ്ട ആചാരത്തിന് ഇന്ന് പണ്ടത്തേതിനേക്കാൾ നിർബന്ധം ചെലുത്തപ്പെടുന്നതായി കാണുന്നു. ഇതവൾക്ക് കൂടുതൽ ഭാരമാണ്. റംസാനിൽ മൊത്തം ഗൃഹത്തിലെ പാചക - ആഹരിക്കൽ ക്രമത്തിൽ മാറ്റം വരുന്നുണ്ട്. നോമ്പുതുറ സമയത്ത് നല്ല ഭക്ഷണം അവൾക്കും ലഭ്യമാണുതാനും. മറ്റുസമയങ്ങളിൽ അവൾക്ക് ആ സൗകര്യങ്ങളൊന്നുമില്ല. ഇക്കാരണം കൊണ്ടുതന്നെ പലവിധ ഗർഭാനുബന്ധ അസുഖങ്ങളാൽ വലയുന്ന സ്ത്രീകൾ പോലും നോമ്പെടുക്കേണ്ട എന്ന ഡോക്ടറുടെ നിർദ്ദേശം പ്രയാസത്തോടെയാണ് സ്വീകരിക്കുക. 'നിന്റെ ദൈവം ഉദാരവാനാണ്. നിന്റെ പ്രയാസങ്ങൾ അറിയുന്നുണ്ടാകില്ലേ' എന്നു ചോദിക്കുമ്പോഴാണ് നോറ്റു വീട്ടൽ ഭാരമാണ് അവളെ പ്രയാസപ്പെടുത്തുന്നത് എന്നറിയുക. പ്രസവാനന്തരക്കാലത്ത് നോമ്പിൽ നിന്ന് വിട്ടുനിൽക്കാനാവുന്നത് ആരോഗ്യശാസ്ത്രപ്രകാരം ഉത്തമം തന്നെ.

ക്രിസ്ത്യൻ സമുദായത്തിൽ, പ്രത്യേകിച്ചു പ്രബലരായ കത്തോലിക്കരിൽ ആർത്തവം ഒരു അശുദ്ധിയേയല്ല. പള്ളി കുർബാനയിൽ പങ്കുകൊള്ളുന്നതിനോ, *ബൈബിൾ* വായനക്കോ നൊയമ്പിനോ ആഘോഷങ്ങൾക്കോ ഒന്നും അവൾക്ക് അതിന്റെ പേരിൽ വിലക്കില്ല. യൂറോകേന്ദ്രിത നവോത്ഥാനം കത്തോലിക്കരിൽ കൊണ്ടുവന്ന ഗുണപരമായ മാറ്റമായി നമുക്കതിനെ എടുക്കാം. പ്രാദേശികത്വം അറ്റു പോകാത്ത ഓർത്തഡോക്സ് വിഭാഗങ്ങളിൽ ചിലതിൽ (ജാക്കോബൈറ്റ് വിഭാഗം ഉദാഹരണം) ആർത്തവശുദ്ധി ബോധവും അയിത്തം കൽപ്പിക്കലും നിലനിന്നുപോരുകയും ചെയ്യുന്നു.

ജീവജാലങ്ങളിൽ മനുഷ്യരിലും പരിണാമഗതിയിൽ മനുഷ്യനോടടുത്തു നിൽക്കുന്ന ആൾക്കുരങ്ങുകളിലും (APEs) മാത്രം കാണുന്ന ജൈവിക പ്രതിഭാസമാണ് ആർത്തവം. സസ്തനികളിലെ ശാരീരിക വികാസത്തിന്റെ ഏറ്റവും പരിഷ്കൃതമായ അവസ്ഥയുടെ അടയാളം. ഏറ്റവും സർഗാത്മകമായി വികസിച്ച തലച്ചോറുള്ള ജീവിയുടെ ശാരീരിക പ്രവർത്തനങ്ങളിലെ സമാന്തര വികാസം. എല്ലാ ചാന്ദ്രമാസത്തിലും കൃത്യമായി പൂക്കുന്ന സ്ത്രീ ശരീരമെന്ന അത്ഭുതം മനുഷ്യന്റെ സർഗാത്മകതയെയും ഏറെ സ്വാധീനിച്ചിട്ടുണ്ടെന്നതും സത്യം. ആർത്തവമെന്ന ഉണർത്തൽ അവളിലെ ഉർവരതയുടെ ഗണിതം കൂടിയാണ്. ചാന്ദ്രമാസത്തിലെ ഏക

ദേശം ഏതേതു നാൾ സൃഷ്ടികർമ്മത്തിനു സജ്ജമാകും, അവളെപ്പോൾ മുതൽ ഉദരത്തിൽ ഒരു പുതു ജീവനെ പേറിത്തുടങ്ങി, എത്ര ചാന്ദ്രമാസം കൊണ്ട് അതൊരു പൂർണ ജന്മമായി, ഓമനത്തം തുളുമ്പുന്ന ശിശുവായി പുറത്തുവരും മുതലായ കണക്കുകൾ മനുഷ്യസംസ്കൃതിയുടെ കൂടി ഭാഗമായി ഉരുവപ്പെട്ടുവരാൻ ആർത്തവമെന്ന അടയാളം സഹായകമായി.

ആദിമമനുഷ്യൻ, വേട്ടയാടി നടന്നവൻ പക്ഷേ, രക്തത്തെ ഭയപ്പെട്ടവനായിരുന്നു. ചുവന്നചോര ആക്രമണത്തിന്റെ, മുറിവേൽക്കലിന്റെ, ഇരയാക്കപ്പെടുന്നതിന്റെ, മരണത്തിന്റെ സൂചനയായിരുന്നല്ലോ അവൻ മനുഷ്യനാണ് മുറിവേൽക്കുന്നതെങ്കിൽ രോഗാവസ്ഥയുടെ, ഏകാന്തവാസത്തിന്റെ, മുറിവുണക്കാൻ തിരയേണ്ട മാർഗങ്ങളുടെ കാലമാണത്. ആർത്തവവും സമാനമായ ഒന്നെന്ന രീതിയിൽ അജ്ഞാനകാലത്ത് കരുതിയെങ്കിൽ അത്ഭുതപ്പെടാനില്ല. ആദിവാസികൾ പ്രത്യേകം കുടിലുകെട്ടി വീട്ടുകാരിൽ നിന്നൊറ്റപ്പെടുത്തി ആർത്തവമുള്ള സ്ത്രീയെയും പ്രസവശേഷം രക്തസ്രാവം തുടരുന്നവളെയും താമസിപ്പിച്ചു. മുറിവുകൾ പഴുക്കാതിരിക്കാനും വേഗമുണങ്ങാനും മറ്റുള്ളവരിൽ നിന്നകന്ന് വസിക്കുന്നത് നല്ലതെന്ന് അവൻ കണ്ടെത്തിക്കഴിഞ്ഞിരുന്നുവല്ലോ. ആദിമമായ ഇത്തരം നിരീക്ഷണങ്ങളിൽ നിന്നും തിരിച്ചറിവുകളിൽ നിന്നും ഏറെ മുന്നോട്ടുവന്ന്, ആരോഗ്യശാസ്ത്രജ്ഞാനവും രോഗാണുശാസ്ത്രജ്ഞാനവും ആർജ്ജിച്ചിട്ടും പഴയതിൽ ചിലതൊക്കെ ആചാരങ്ങളായി, അനുഷ്ഠാനങ്ങളായി ഇന്നും നിലനിൽക്കുന്നു! ആർത്തവ ഭീതിയുടെ, ശുദ്ധാശുദ്ധിയുടെ, അകറ്റി നിർത്തലുകളുടെ ചരിത്രമാണിത്.

ഇന്നേറെ പ്രസക്തമായ ശബരിമല വിഷയത്തിലേക്കു വരാം. കാടും മലയും താണ്ടി പ്രായേണ ദുർഘടപാതയിലൂടെ മാത്രം അയ്യപ്പദർശനം സാധ്യമായിരുന്ന കാലത്ത് സ്ത്രീകളെ, പ്രത്യേകിച്ച് ആർത്തവ സാധ്യതയുള്ള പത്തിനും അമ്പതിനും ഇടയിൽ പ്രായമുള്ളവരെ തീർത്ഥാടനത്തിൽ നിന്നൊഴിവാക്കിയത് വിവേകത്തിന്റെ ഭാഗമായി ആയിരിക്കണം. ഇന്ന് ആ യാത്ര ഏറെ ആയാസം കുറഞ്ഞതാണ്. 40 ദിവസത്തെ വ്രതകാലമെന്നതും ഇന്ന് ദൈർഘ്യം കുറച്ച് സൗകര്യപ്രദമാക്കുന്നുമുണ്ട്. ആ സ്ഥിതിക്ക് പ്രായനിബന്ധനയുടെ പ്രസക്തി നഷ്ടപ്പെടുന്നു. മാത്രമല്ല, ഇന്ന് സ്ത്രീയുടെ ആരോഗ്യാവസ്ഥയിൽ വന്ന ഗുണപരവും അല്ലാത്തതുമായ മാറ്റങ്ങളാൽ ആർത്തവവിരാമപ്രായം ഏറെ ഉയർന്നിരിക്കുന്നു. 56–57 വയസ്സുവരെയൊക്കെ ആർത്തവം നീണ്ടുനിൽക്കുന്നവരേറെ. ആർത്തവവിരാമകാലത്തോടടുത്തുള്ള ആർത്തവ ക്രമരാഹിത്യവും അമിത രക്തസ്രാവസാധ്യതയും ഒക്കെ മുതിർന്ന സ്ത്രീകളിൽ സാധാരണവുമാകാം. അത്തരം പ്രശ്നങ്ങൾ കുറഞ്ഞ, കൃത്യമായ ആർത്തവക്രമമുള്ള, അരോഗമായ ശരീരമുള്ള സമയത്ത് ആഗ്രഹമുണ്ടെങ്കിൽ ശബരിമല ദർശനം നടത്തുന്നതു തന്നെയല്ലേ അവൾക്ക് അഭികാമ്യം?

മറ്റേതൊരു ശരീരസ്രവത്തിനുമുള്ള പ്രാധാന്യം തന്നെയേ ആർത്തവ രക്തത്തിനുമുള്ളു എന്നതാണ് യാഥാർത്ഥ്യം. ശുക്ലം പോലെ, വിയർപ്പു പോലെ, മൂത്രം പോലെ. ഉർവ്വരതയുമായി, മനുഷ്യനിലനിൽപ്പുമായി

ബന്ധപ്പെട്ടതിനാൽ അതു ഏറെ ശ്രേഷ്ഠമാണെങ്കിലേ ഉള്ളൂ. ആർത്തവത്തുണിയെ ആരാധിക്കുന്ന ആചാരം പോലും നിലനിന്നിരുന്നതും അതുകൊണ്ടുതന്നെ. അപ്പോൾ മാസംതോറും ആർത്തവമുണ്ടാകുന്നതുകൊണ്ടുമാത്രം ആർത്തവവേളയല്ലാത്തപ്പോഴും അവൾ അയോഗ്യയും അശുദ്ധയുമാവുന്നതെങ്ങനെ?

പുതിയ കാലത്ത്, ആർത്തവത്തെ കൃത്രിമമായി ഹോർമോൺ ഗുളികകളുപയോഗിച്ച് നീട്ടിവെക്കുന്ന സമ്പ്രദായവും വ്യാപകമായിരിക്കുന്നു! വളരെ പ്രശ്നരഹിതമായ രീതി എന്നൊന്നും ഇതിനെപ്പറ്റി പറയാനാകില്ല. പ്രത്യേകിച്ച്, ആവർത്തിച്ചുള്ള ഇതിന്റെ അമിത പ്രയോഗം. ഡോക്ടറെ കണ്ടു പരിശോധനകൾ നടത്തി മാത്രം ഉപയോഗിക്കുന്നതു തന്നെ എപ്പോഴും നല്ലത്. പക്ഷേ, ഇന്നു സ്ത്രീകൾ ക്ഷേത്ര ദർശനത്തിനും, വിവാഹങ്ങൾക്കും, മണ്ഡലവിളക്കുകാലത്ത് നൊയമ്പെടുത്ത പുരുഷന്മാരെ സേവിക്കാനും ഒക്കെയായി വ്യാപകമായി ഇവ ഉപയോഗിച്ചു വരുന്നുണ്ട്. മുസ്ലിം സ്ത്രീകളും ഹജ്ജിനും ഉംറക്കുമൊക്കെയായി ഇതിനെ ആശ്രയിക്കുന്നു. എങ്കിൽ എന്തുകൊണ്ട് ശബരിമലദർശനം തന്റെ ആത്മീയവും അനുഭൂതിപരവുമായ സാഫല്യത്തിന് ആവശ്യമെന്നു കരുതുന്ന സ്ത്രീക്ക് 'ആർത്തവാശുദ്ധി' എന്ന ഭൂതത്തെ ഈ ഗുളികകളുപയോഗിച്ച് ജീവിതത്തിലൊരു വട്ടം കൂടി മറികടന്നു കൂടാ?

നൈഷ്ഠികബ്രഹ്മചാരിത്വം എന്ന രസികൻ വാദം ശരീരശാസ്ത്രപരമെന്നതിനേക്കാൾ സാമൂഹ്യ മാനസികതല വിശകലനമെന്ന രീതിയിൽ അപഗ്രഥിക്കപ്പെടേണ്ടതു മാണ്.

മറ്റൊരു സമൂഹമനശ്ശാസ്ത്രം കൂടി വിശകലനാർഹമാണെന്നു തോന്നുന്നു. ആരോഗ്യശാസ്ത്രത്തിൽ പെടുത്തി ചേർത്തു ചിന്തിക്കാവുന്നതും. പൊരുതി നേടിയ സ്വന്തം സ്വാതന്ത്ര്യത്തേക്കാളും ജനാധിപത്യഭരണഘടന നൽകിയ അവകാശങ്ങളേക്കാളും ഉയരത്തിൽ ഭക്തിയെ പ്രതിഷ്ഠിക്കുന്ന മലയാളി സ്ത്രീയുടെ പുതിയ മനശ്ശാസ്ത്രം! ഭക്തിയെന്നാൽ അനുഭൂതിപരമെന്നതിനേക്കാൾ ആചാരപരമെന്നും ആചാരപരഭക്തിയുടെ കർതൃസ്ഥാനം പുരുഷനു മാത്രമെന്നും ഭക്തിയും വിഭക്തിയും ശുദ്ധാശുദ്ധങ്ങളും തീർപ്പാക്കാനുള്ള അവകാശം പുരുഷന്മാരിലെ ജാതിശ്രേഷ്ഠർക്കാണെന്നും വിധേയത്വത്തോടെ സമ്മതിച്ചു കൊടുക്കാൻ മാത്രം പുറകോട്ടു സഞ്ചരിച്ചു കളഞ്ഞുവോ അവൾ! കേരളത്തെയും മലയാളി സ്ത്രീകളെയും ഏറെ ആരാധനാപൂർവ്വം നോക്കിക്കണ്ടിരുന്ന അന്യസംസ്ഥാനക്കാർക്കും, ലോകത്തിനാകെയും ഞെട്ടലോടെ മാത്രമേ വീക്ഷിക്കാനാവൂ ഈ സ്ത്രീക്കൂട്ട ബാഹുല്യത്തെ!

വിദ്യാഭ്യാസ മുന്നേറ്റ ചരിത്രത്തോടൊപ്പം, നവോത്ഥാന ചരിത്രത്തോടൊപ്പം, വർത്തമാനകാലത്ത്, സ്വത്വപ്രഖ്യാപനം നടത്തി ധീരതയോടെ മുന്നോട്ടുവന്ന സിനിമാ നടിമാരുടെയും, കന്യാസ്ത്രീകളുടെയും ഉദാഹരണങ്ങൾകൂടി ചേർത്തുവെയ്ക്കാനാകുന്ന കേരളത്തിൽ എന്തുകൊണ്ടിങ്ങനെ എന്നത് വിശകലനാർഹമല്ലേ?

ശരീരം, ശാസ്ത്രം, ആചാരം

ഫാത്തിമത് സുഹറ

ജാതി, മത, ലിംഗഭേദമെന്യേ എല്ലാവർക്കും തുല്യനീതി ഉറപ്പുവരുത്തുന്ന ഭരണഘടനയിലെ സുപ്രധാന വകുപ്പുകൾ ഉയർത്തിപ്പിടിച്ചുകൊണ്ടാണ് ശബരിമലയിലെ സ്ത്രീ പ്രവേശന വിഷയത്തിൽ സുപ്രീം കോടതി വിധി പ്രസ്താവിച്ചത്. ഭരണഘടന ഉറപ്പാക്കുന്ന വ്യക്തിയുടെ മൗലികാവകാശത്തെ ഹനിക്കുന്ന തരത്തിലുള്ള നിയമ നിർമ്മാണമോ പുനഃപരിശോധനാ ഹർജിയോ നിലനിൽക്കില്ലെന്നും അതുകൊണ്ട് തന്നെ വിധി നടപ്പിലാക്കാൻ സംസ്ഥാന സർക്കാർ ബാധ്യസ്ഥമാണെന്നും അറിയാമായിരുന്നിട്ടും രാഷ്ട്രീയപാർടികളും, സമുദായ സംഘടനകളും വ്യത്യസ്ത രീതികളിലാണ് ഈ വിഷയത്തോട് പ്രതികരിക്കുന്നത്. യഥാർത്ഥത്തിൽ ഇത് ഒരു മതവിഭാഗത്തിന്റെ വിശ്വാസവുമായി ബന്ധപ്പെട്ട പ്രശ്നമാണെങ്കിലും തീവ്രരാഷ്ട്രീയനിലപാടുള്ള ചിലർ അവരുടെ രാഷ്ട്രീയ അജണ്ട നടപ്പാക്കാനുള്ള ഒരു ആയുധമായി ഈ വിഷയത്തെ ഉപയോഗിക്കുന്നു. അതുകൊണ്ടുതന്നെ ശബരിമലപ്രശ്നം സംസ്ഥാനത്തെ സാമൂഹിക രാഷ്ട്രീയ അന്തരീക്ഷം കലുഷിതമാക്കിയിട്ടുണ്ട്.

സ്ത്രീക്ക് പുരുഷനോടൊപ്പം സമത്വം ഉറപ്പാക്കുന്ന വിധി ആയതുകൊണ്ടായിരിക്കാം, ഇത് നടപ്പാക്കേണ്ടതുണ്ടോ എന്നാണ് പലരുടെയും സംശയം. പുരുഷനും, സ്ത്രീക്കും തുല്യമായ പരിഗണനയും ആരാധനാ സ്വാതന്ത്ര്യവും പ്രഖ്യാപിക്കുന്ന വകുപ്പുകൾ ഭരണഘടനയിൽ നിലനിന്നിട്ടും എന്തുകൊണ്ടാണ് ശബരിമലയിലും, അതുപോലെയുള്ള ആരാധനാലയങ്ങളിലും സ്ത്രീകൾക്ക് മാത്രം ഇത്രയും കാലം പ്രവേശനം നിഷേധിച്ചത് എന്നാണ് ഈ അവസരത്തിൽ നാം ചിന്തിക്കേണ്ടത്. സ്ത്രീയെ സംബന്ധിച്ച് രാജ്യത്ത് നിലനിൽക്കുന്ന നിയമങ്ങളോ, ഭരണഘടനാ വകുപ്പുകളോ അല്ല പലപ്പോഴും ബാധകമാകുന്നത്. മറിച്ച് മത നിയമങ്ങളും, സാമൂഹികാചാരങ്ങളും, പ്രാദേശികമായ വിശ്വാസങ്ങളും,

അനുഷ്ഠാനങ്ങളും ഒക്കെയാണ് സ്ത്രീക്ക് പ്രസക്തമാകുന്നത്. ചിന്തിച്ച് നോക്കിയാൽ സ്ത്രീകളുടെയും, കീഴാളരുടെയും മേൽ സ്ഥാപിക്കുന്ന സവർണപുരുഷാധിപത്യത്തിന്റെ അധികാരമായും, വിശ്വാസത്തെയും, ആരാധനയെയും സ്ഥാപനവൽക്കരിക്കാനുള്ള പൗരോഹിത്യത്തിന്റെ നെറികെട്ട പ്രവർത്തനങ്ങളായും ഒക്കെ ആയിട്ടാണ് ഇവിടെ ആചാരങ്ങൾ ഉണ്ടായിട്ടുള്ളത്. താൽക്കാലികാവശ്യങ്ങൾക്കായി തൽപരകക്ഷികൾ പടച്ചുണ്ടാക്കുന്ന പ്രാദേശികമായ ചട്ടങ്ങളാണ് പിന്നീട് അലംഘനീയങ്ങളായ ആചാരാനുഷ്ഠാനങ്ങളും, വിശ്വാസങ്ങളും ആയി നാം പേറുന്നത്.

ബൗദ്ധികമായ ഉയർച്ചയോ, കർമ്മരംഗത്തെ നേട്ടങ്ങളോ സമൂഹം കൽപിച്ച് നൽകിയിട്ടുള്ള ചട്ടക്കൂടിൽ നിന്ന് പുറത്തുകടക്കാൻ സ്ത്രീയെ സഹായിക്കുന്നില്ല. സ്ത്രീത്വം എന്ന പദവിയോട് ബന്ധപ്പെട്ടുതന്നെ ചില അരുതുകളും വിലക്കുകളും നിലനിൽക്കുന്നുണ്ട്. ഈ നിയന്ത്രണങ്ങൾ പ്രധാനമായും സ്ത്രീയുടെ ശാരീരിക വിഷയങ്ങളുമായി ബന്ധപ്പെട്ടിട്ടുള്ളതാണ്. സ്ത്രീ എന്ന പദം ദ്യോതിപ്പിക്കുന്നത് ശരീരത്തെയാണ്. ആത്യന്തികമായി സ്ത്രീ ശരീരം തന്നെയാണ്. സമൂഹത്തിന് നിയന്ത്രണാധികാരമുള്ള ശരീരം അതിന് പെരുമാറ്റച്ചട്ടങ്ങളുണ്ട്. അതെപ്പോഴും സമൂഹത്തിന്റെ സൂക്ഷ്മ നിരീക്ഷണത്തിലാണ്.

സ്ത്രീ പുരുഷ ശരീരങ്ങൾ തമ്മിൽ വ്യത്യാസത്തേക്കാൾ കൂടുതൽ സാമ്യമാണ് ഉള്ളത്. പ്രത്യുൽപാദനപരമായ പ്രത്യേക ചുമതലകൾ നിർവ്വഹിക്കുന്നതിന് വേണ്ടി സ്ത്രീ പുരുഷ ശരീരങ്ങൾ ഒരു പ്രത്യേക ഘട്ടത്തിൽ വെവ്വേറെ ദിശകളിലൂടെയാണ് വളർച്ച പ്രാപിക്കുന്നത്. ക്രോമസോം, വ്യത്യസ്തമായ ഹോർമോണുകൾ, ബാഹ്യവും ആന്തരികവുമായ സ്ത്രീ-പുരുഷ പ്രത്യുൽപാദനാവയവങ്ങൾ എന്നിവയാണ് ഈ ശാരീരികമായ വ്യത്യാസങ്ങൾക്ക് നിദാനമായിട്ടുള്ളത്. എന്നാൽ ലിംഗാസ്തിത്വം നിർണയിക്കുന്ന ഈ പ്രത്യേകതകളെ വലിയ വ്യത്യാസങ്ങളായി കാണുകയും, പുരുഷശരീരത്തെ മാതൃകയായി (Model) കണ്ടുകൊണ്ട് സ്ത്രീ ശരീരത്തിന് അതിൽനിന്നുള്ള വ്യതിയാനത്തെ കുറവും, ന്യൂനതയും ആയി സമർത്ഥിക്കുകയും ചെയ്യുന്നു. ഈ കുറവുകളും, ന്യൂനതയും സ്ത്രീ-പുരുഷ സമത്വത്തിന്റെയും, തുല്യതയുടെയും സാധ്യതകൾ ഇല്ലാതാക്കുക മാത്രമല്ല അത് വിവേചനത്തിലേക്കും, ആത്മാഭിമാനത്തെ ചോദ്യം ചെയ്യുന്ന തരത്തിലുള്ള നിയന്ത്രണത്തിലേക്കും, ആചാരത്തിലേക്കും നയിക്കുകകൂടി ചെയ്യുന്നു.

അത്തരം ഒരു സംഭവമായിരുന്നല്ലോ ഒരു കാലത്ത് ഇവിടെ നിലനിന്നിരുന്ന 'മുലക്കരം' എന്ന ആചാരം. കീഴാള സ്ത്രീകൾക്ക് മാറുമറയ്ക്കണമെങ്കിൽ ഖജനാവിലേക്ക് കരം ഒടുക്കേണ്ടിയിരുന്നു. അതായത്, സ്ത്രീയുടെ ഒരു ശരീരഭാഗത്തെ കരമടയ്ക്കേണ്ടുന്ന കെട്ടിടം, ഭൂമി, വാഹനം തുടങ്ങിയ, ഒരാൾ കൈവശം വെക്കുന്ന വസ്തുക്കളുടെ കൂട്ടത്തിലാണ് പെടുത്തിയിരുന്നത്. വമ്പിച്ച പ്രതിഷേധങ്ങൾക്കൊടുവിൽ 1859 ലാണ് ഈ അനാചാരം നിയമത്തിലൂടെ നിർത്തലാക്കിയത്.

മേൽപറഞ്ഞ വിഷയത്തിൽ സ്ത്രീ ശരീരത്തിലെ ഒരു അവയവത്തിന്

നേരെയായിരുന്നു അധികാരത്തിന്റെ ധാർഷ്ട്യം. കാണിച്ചിരുന്നതെങ്കിൽ സതി എന്ന ഏറ്റവും വലിയ അനാചാരം സ്ത്രീക്ക് ജീവിതം തന്നെ നിഷേധിക്കയായിരുന്നു. വിവാഹശേഷം ഭർത്താവിനുവേണ്ടി, അദ്ദേഹത്തിന്റെ ഒരു ഉപശരീരം കണക്കെ ജീവിക്കുന്ന സ്ത്രീക്ക് ആ ഭർത്താവിന്റെ മരണ ശേഷം യാതൊരു പ്രസക്തിയുമില്ലായിരുന്നു. അതുകൊണ്ട് തന്നെ ഭർത്താവിന്റെ ചിതയിൽ ചാടി ജീവനൊടുക്കുന്നതായിരുന്നു രീതി. സ്വന്തം താല്പര്യപ്രകാരം സ്ത്രീകൾ സ്വയം തെരഞ്ഞെടുക്കുന്ന ഒരു സ്വാഭാവിക വഴിയാണ് ഈ ആത്മാഹുതി എന്ന് വിശ്വസിപ്പിക്കാനുള്ള ശ്രമം നടന്നിരുന്നെങ്കിലും പലപ്പോഴും ഈ ക്രൂരമായ ആചാരത്തിന് സ്ത്രീകൾ നിർബന്ധിക്കപ്പെടുകയും അക്ഷരാർത്ഥത്തിൽ തന്നെ ചിതയിലേക്ക് തള്ളിവിടുകയും ആണ് ചെയ്തിരുന്നത്. കൂടെ ഒന്നിച്ചു ജീവിക്കുമ്പോഴും പല വിഷയങ്ങളിലും തങ്ങൾക്കെതിരായി നിലപാടുകൾ എടുക്കുകയും, അവ പ്രയോഗത്തിൽ വരുത്തുകയും, അതിനെല്ലാം തങ്ങളുടെ കൂടി പിന്തുണയുണ്ടെന്ന് പ്രചരിപ്പിക്കുകയും ചെയ്യുന്ന പുരുഷന്റെ കുൽസിത പ്രവർത്തനങ്ങൾക്കുമുമ്പിൽ സ്ത്രീകൾ നിസ്സഹായരാകുന്ന എത്രയോ ഉദാഹരണങ്ങൾ നമുക്ക് മുമ്പിലുണ്ട്. ഉദാഹരണത്തിന്, ശബരിമലവിധി സ്ത്രീകൾക്ക് അനുകൂലമായിട്ടും ആചാരസംരക്ഷണത്തിന്റെ (സ്ത്രീകൾക്കെതിരായ ആചാരം) പേരിൽ അതിനെതിരെ പ്രതിഷേധിക്കുന്ന പുരുഷന്മാരുടെ കൂടെ നിന്ന് നാമജപസമരം നടത്തുന്ന സ്ത്രീകളെ നാം കണ്ടു. തങ്ങളുടെ കൂട്ടത്തിലുള്ള ഒരു കന്യാസ്ത്രീയെ ശാരീരികമായും, മാനസികവുമായി പീഡിപ്പിച്ച വൈദികൻ ജയിലിൽ നിന്ന് പുറത്തുവന്നപ്പോൾ മെഴുകുതിരിയും ജപമാലയും പിടിച്ച് സ്വീകരിക്കാൻ ഇവിടെ സ്ത്രീകളുണ്ടായി. തങ്ങളുടെ ആത്മാഭിമാനത്തെയും, ജീവിതത്തെ തന്നെയും മുറിവേൽപ്പിക്കുന്ന മുത്തലാഖ്, ബഹുഭാര്യത്വം തുടങ്ങിയ സമ്പ്രദായങ്ങളെ പുരുഷനോടൊപ്പം നിന്ന് പിന്തുണയ്ക്കുന്ന മുസ്ലീം സ്ത്രീകൾ ഇവിടെ ധാരാളം ഉണ്ട്. ഒരു പുരുഷാധിപത്യ സമൂഹത്തിലെ ഏറെ നാളത്തെ പൊറുതി, സ്ത്രീകളെ എത്രത്തോളം പുരുഷന്റെ കാഴ്ചപ്പാടിലേക്കും, സ്ത്രീവിരുദ്ധതയിലേക്കും നയിക്കുന്നു എന്നതിന്റെ ഉത്തമ ഉദാഹരണങ്ങളാണ് നാം ഇവിടെ കാണുന്നത്.

ശബരിമലയിൽ എല്ലാ പ്രായത്തിലുമുള്ള സ്ത്രീകൾക്ക് പ്രവേശനത്തിന് വിഘാതമായി നിൽക്കുന്നത് സ്ത്രീ ശരീരത്തിലെ മറ്റൊരു പ്രത്യേകതയായ ആർത്തവമാണ്. സ്ത്രീയുടെ പ്രജനന പ്രക്രിയയിൽ പ്രധാന പങ്കുള്ള ആർത്തവത്തെ സമൂഹം കാണുന്നത് അശുദ്ധിയായിട്ടാണ്. പള്ളികളിലും, അമ്പലങ്ങളിലും പ്രവേശിക്കാനോ, ആരാധന നടത്താനോ പുണ്യകർമ്മങ്ങളിൽ പങ്കെടുക്കാനോ ആർത്തവസമയത്ത് സ്ത്രീക്ക് അനുവാദമില്ല. ശരീരത്തിലെ പല അവയവങ്ങളും അവയുടെ പ്രവർത്തനത്തിന്റെ ഭാഗമായി പലതരം വസ്തുക്കൾ പുറത്തുവിടുന്നുണ്ട്. അതിൽ ഒന്നാണ് ആർത്തവവും. ആർത്തവരക്തത്തിന് സാധാരണ രക്തത്തിൽ നിന്ന് വലിയ വ്യത്യാസമൊന്നുമില്ല എന്ന് ശാസ്ത്രം പറയുന്നു. സ്ത്രീ ശരീരം ഉൽപാദിപ്പിക്കുന്ന അണ്ഡവും, പുരുഷ ശുക്ലത്തിലെ ബീജവും

കൂടിച്ചേർന്ന് ഒരു ബീജ സങ്കലനം നടക്കുകയാണെങ്കിൽ ഭ്രൂണത്തിന്റെ വളർച്ചക്കാവശ്യമായ സാഹചര്യം ഒരുക്കുന്നതിന്റെ ഭാഗമായി ചെറിയ രക്തക്കുഴലുകളും, കോശങ്ങളും, കോശജാലങ്ങളും എല്ലാം ചേർന്ന് ഗർഭ പാത്രത്തിന്റെ ഉൾഭിത്തിയെ ഒരുമെത്ത പോലെ ആക്കുന്നു. ബീജ സങ്കലനം നടന്നില്ല എങ്കിൽ ഈ ഉള്ളടരുകൾ അടർന്നുമാറി സ്ത്രീ ശരീരത്തിൽ നിന്ന് പുറത്തുപോകുകയും, അടുത്ത അണ്ഡോൽപാദന സമയത്തും ഇതേ പ്രക്രിയ ആവർത്തിക്കുകയും ചെയ്യുന്നു. രക്തക്കുഴലുകളും, കോശങ്ങളും എല്ലാം നശിച്ച്, കലരുന്നതുമൂലം ആർത്തവ രക്തത്തിന് അല്പം കട്ടി കൂടുതലുണ്ടാകാം. എന്നാൽ ആരോഗ്യമുള്ള ഒരു സ്ത്രീയുടെ ആർത്തവ രക്തം നേരിട്ടെടുത്ത് പരിശോധിച്ചാൽ അത് അണുമുക്തമായിരിക്കും. അതേസമയം അസംഖ്യം ഏകകോശ, ബഹുകോശ ജീവികളും പരാന്നഭോജികളും നിറഞ്ഞ ദുർഗന്ധപൂരിതമായ വിസർജ്യങ്ങൾ ശരീരത്തിനുള്ളിൽ പേറിക്കൊണ്ട് ഏത് ആരാധനാലയങ്ങളിലും നമുക്ക് പ്രവേശിക്കാം. മനുഷ്യവിസർജ്യംകൊണ്ട് E.Coli എന്ന ബാക്ടീരിയ അനുഭവിക്കപ്പെട്ടതിന്റെ എത്രയോ ഇരട്ടിയുണ്ടെന്ന് പല പഠനങ്ങളിലൂടെ കണ്ടെത്തിയിട്ടും അതിൽ മുങ്ങി ശുദ്ധിവരുത്തി സന്നിധാനത്ത് പ്രവേശിക്കുന്നതിനും നമുക്ക് യാതൊരു മടിയുമില്ല. ഇവിടെ പ്രശ്നം ആർത്തവം സ്ത്രീ ശരീരത്തിലാണ് എന്നുള്ളതാണ്. പുരുഷ ശരീരത്തിലായിരുന്നെങ്കിൽ തലമുറകളുടെ സൃഷ്ടിക്ക് വേണ്ടി മാസാമാസം പുരുഷൻ ഒഴുക്കുന്ന രക്തത്തെ മഹത്വവൽക്കരിച്ച് ഇവിടെ ഖണ്ഡകാവ്യങ്ങൾ ഉണ്ടായേനെ. ആർത്തവത്തോടനുബന്ധിച്ച് സ്ത്രീയുടെ മേൽ കെട്ടിവെച്ച പല ദുരാചാരങ്ങളും പുരുഷനായിരുന്നെങ്കിൽ ഉണ്ടാകുമായിരുന്നില്ല.

21-ാം നൂറ്റാണ്ടിൽ ശാസ്ത്ര സാങ്കേതികരംഗത്തുണ്ടായിട്ടുള്ള കുതിച്ചുചാട്ടം മനുഷ്യനെ വിസ്മയിപ്പിക്കുന്നു. ബഹിരാകാശപേടകത്തിൽ സ്ത്രീകളടക്കം മാസങ്ങളോളം താമസിച്ച് ഗവേഷണം നടത്തിയും, മനുഷ്യവാസത്തിന് യോജിച്ച ഗ്രഹങ്ങളെ തേടിയും ഈ പ്രപഞ്ച രഹസ്യങ്ങളുടെ ചുരുളഴിക്കാൻ ശ്രമിക്കുകയാണ്. Cloning Dw, Gene editing ഉം, അത്യാധുനികമായ ചികിത്സാരീതിയും എല്ലാം മെഡിക്കൽരംഗത്ത് വിസ്മയം തീർക്കുന്നു. വാർത്താവിനിമയരംഗത്തുണ്ടായ വളർച്ചയും, അതിന്റെ അനന്ത സാധ്യതകളും നാം അനുഭവിച്ചറിയുന്നു. പുരുഷനോടൊപ്പം എല്ലാ മേഖലയിലും സ്ത്രീകൾ മുന്നേറുന്നു. വിസ്മയകരമായ ശാസ്ത്രനേട്ടങ്ങളിൽ ലോകം അന്തിച്ചുനിൽക്കുമ്പോഴാണ് ഒരു സംസ്ഥാനം മാത്രമല്ല, രാജ്യം മുഴുവനും സ്ത്രീയുടെ ആർത്തവത്തിന് ചുറ്റും വട്ടം കറങ്ങുന്നത്.

ഇത് മനസ്സിലാക്കിയിട്ടുള്ള ലജ്ജ കാരണമായിരിക്കണം ശബരിമല കേസിൽ കക്ഷിചേർത്തിട്ടുള്ള പലരും ആർത്തവം കാരണമല്ല സ്ത്രീകൾക്ക് പ്രവേശനം നിഷേധിക്കുന്നതെന്നും, മറിച്ച് ദുർഘടമായ കാനനപാത താണ്ടാൻ അവർക്ക് ബുദ്ധിമുട്ടുള്ളതുകൊണ്ടാണെന്നും affidavit കൊടുത്തത്. കല്ലും, മുള്ളും നിറഞ്ഞ വഴികളിലൂടെ നടക്കാൻ 10 വയസ്സിന് മുമ്പും, 50 വയസ്സിന് ശേഷവും ഉള്ള പ്രായമാണോ, അതോ 10-നും 50-നും ഇടയ്ക്കുള്ള പ്രായമാണോ നല്ലത് എന്ന് കോടതിക്ക്

ബോധ്യപ്പെട്ടുകാണും. അതുകൊണ്ടായിരിക്കണം ഇങ്ങനെ ഒരു വിധി.

മറ്റൊരു വാദം, അയ്യപ്പൻ നൈഷ്ഠിക ബ്രഹ്മചാരിയാണെന്നും യൗവനയുക്തകളായ സ്ത്രീകൾ പ്രവേശിച്ചാൽ അതിന് ഭംഗം വരുമെന്നുമാണ്. 2 മാസം പ്രായം മുതൽ 90 വയസ്സുവരെയുള്ളവർ ലൈംഗികാതിക്രമത്തിന് ഇരയാകുന്ന നമ്മുടെ സാഹചര്യത്തിൽ സ്ത്രീകളെ സംബന്ധിച്ച് ശൈശവമെന്നോ, വാർദ്ധക്യമെന്നോ ഭേദമില്ലാതെയായിപ്പോയ പുതിയ അവസ്ഥയിൽ 10 വയസ്സിനും 50 വയസ്സിനും ഇടയിലുള്ള പ്രായത്തിന് വലിയ പ്രസക്തിയൊന്നുമില്ല. കത്‌വയിലെ പെൺകുട്ടിക്ക് പത്ത് വയസ്സ് ആയിട്ടില്ലായിരുന്നു. ശൈശവ വിവാഹത്തിന് വിധേയമാകുന്ന, പ്രവാചകന്റെ ഭാര്യയായിരുന്ന ആയിഷ അടക്കമുള്ള കുട്ടികൾക്ക് പത്ത് വയസ്സ് ആകുന്നില്ല, പലപ്പോഴും. ഇത്തരം വിഷയങ്ങളിൽ സ്ത്രീയുടെ പ്രായം, അവളെ നോക്കുന്നവരുടെ കണ്ണിലാണ്, അല്ലാതെ ജനനത്തീയതിക്കനുസരിച്ചല്ല.

ശബരിമലയിൽ 1991 വരെ പല അവസരങ്ങളിലും എല്ലാ പ്രായത്തിലും ഉള്ള സ്ത്രീകൾ പ്രവേശിച്ചിരുന്നു എന്ന് സ്ത്രീ പ്രവേശനത്തെ എതിർക്കുന്നവർ തന്നെ സമ്മതിക്കുന്നുണ്ട്. അതെല്ലാം ബന്ധപ്പെട്ടവരുടെ അറിവോടെയുമായിരുന്നു. ആളും, അർത്ഥവും ഉള്ള സ്ത്രീകൾ പ്രവേശിച്ചാൽ ഉണ്ടാകുന്ന എന്ത് കുഴപ്പമാണ് സാധാരണക്കാരിയായ സ്ത്രീകൾ പ്രവേശിക്കുമ്പോൾ ഉണ്ടാകുന്നത്. മാത്രമല്ല, എതിർക്കുന്നവരുടെ വാദമനുസരിച്ചാണെങ്കിൽ നൈഷ്ഠിക ബ്രഹ്മചര്യത്തിലല്ലാത്ത മറ്റു ആരാധനാലയങ്ങളിലെ ദൈവങ്ങൾക്ക് ഭക്തരായ സ്ത്രീകളെ കാണുമ്പോൾ അരുതാത്തത് തോന്നിയേക്കാം എന്നും പക്ഷേ, അതിൽ കുഴപ്പമില്ല എന്നും ആണോ. അയ്യപ്പ ഭക്തന്മാർ അല്ലാത്തവർ പോലും ചിന്തിക്കാൻ തന്നെ മടിക്കുന്ന കാര്യങ്ങളാണ് വിശ്വാസികൾ പറയുന്നത്.

ദൈവത്തെപ്പോലും ആത്മീയമായ തലത്തിൽ നോക്കിക്കാണാനും, പ്രപഞ്ചശക്തിയായി വീക്ഷിക്കാനും, ധാർമ്മികതയിലും, നൈതികതയിലും ഊന്നിയ ഒരു ജീവിതദർശനം കൊണ്ടേ ആ ശക്തിയെ എത്തിപ്പിടിക്കാനാകൂ എന്ന് വിശ്വസിക്കാനും നമുക്ക് കഴിയുന്നില്ല. മറിച്ച് ദൈവവും നമ്മളെയൊക്കെ പോലെ ലോലമായ വികാരങ്ങളും, വിചാരങ്ങളും, ചാപല്യങ്ങളും, ബലഹീനതകളും, ദുഃഖവും, നിരാശയും എല്ലാം ഉള്ള ഒന്നായി നാം കാണുന്നു. 'Every country has the Government it deserves' എന്ന് Joseph Ole Maitsre എന്ന തത്ത്വചിന്തകൻ പറഞ്ഞതുപോലെ, ഇവിടെ 'ഓരോരുത്തർക്കും അവരവർ അർഹിക്കുന്ന ദൈവങ്ങളെ ലഭിക്കുന്നു.'

ഓരോ ആചാരങ്ങളെയും നാം ആദ്യം മുറുകെ പിടിക്കും. കാലത്തിനും മുമ്പേ ചിന്തിക്കാൻ കഴിയുന്ന വിവേകശാലികൾ അതിലെ തെറ്റും അനീതിയും കണ്ടെത്തും. അങ്ങനെയുള്ളവരുടെ കൂട്ടായ ശ്രമഫലമായി ആ ആചാരങ്ങളെ നമ്മൾ തൂത്തെറിയും. പിറ്റേദിവസം മുതൽ എല്ലാവരും ഒന്നിച്ച് പറയും 'അതൊരു അനാചാരമായിരുന്നു' എന്ന്. ശബരിമല സ്ത്രീപ്രവേശനവിഷയം മാത്രമല്ല, അതുപോലെയുള്ള എല്ലാ അനാചാരങ്ങളും സമൂഹത്തിൽ നിന്ന് ഇല്ലാതാക്കാൻ നമുക്ക് കഴിയുമ്പോഴേ ഒരു ആധുനിക ലോകത്തേക്ക് നമുക്ക് കാലെടുത്തുവെക്കാനാകൂ.

ആർത്തവം ഒരു നരവംശശാസ്ത്ര അന്വേഷണം

പി വി മിനി

ഏതൊരു ജനസമൂഹത്തിലും ഒരു വ്യക്തിയുടെ ജനനം മുതൽ മരണം വരെയുള്ള കാലഘട്ടത്തിൽ (Life Cycle) നിരവധി ആചാരങ്ങളുണ്ട് (ജനനം, പേരിടൽ, കാതുകുത്ത്, ആദ്യ ആർത്തവം, വിവാഹം, മരണം തുടങ്ങിയവ....). ജീവിതത്തിലെ ഒരു അവസ്ഥയിൽ നിന്ന് മറ്റൊരു അവസ്ഥയിലേക്ക് (ഉദാഹരണത്തിന് ബാല്യത്തിൽ നിന്ന് കൗമാരത്തിലേക്ക്) കടക്കുമ്പോൾ നടത്തുന്ന ആചാരങ്ങൾക്ക് പിറകിൽ നിരവധി അനുഷ്ഠാനങ്ങളുമുണ്ട്. മനുഷ്യാതീത ശക്തികളെ പ്രീതിപ്പെടുത്തുക എന്നതാണ് ഓരോ അനുഷ്ഠാനത്തിന്റെയും പിറകിലുള്ള വിശ്വാസം. ഒരു വ്യക്തിയുടെ ജീവിതാവസ്ഥകളെ/ജീവിത പ്രതിസന്ധികളെ (Life Crises) ഓരോ കാലഘട്ടത്തിലും നടത്തുന്ന ചടങ്ങുകളുടെ പിൻബലത്തോടെ വിശകലനം ചെയ്യുന്നതിനെ 'Rites of Passage' എന്ന പദമാണ് നരവംശശാസ്ത്രജ്ഞർ ഉപയോഗിച്ചിരിക്കുന്നത്. ആർനോൾഡ് വാൻ ജെനീപ് ആണ് ഈ പദം ആദ്യമായി പ്രയോഗിച്ചത്. സ്ത്രീകളുടെ പ്രഥമ ആർത്തവം റൈറ്റ്സ് ഓഫ് പാസേജിലെ പ്രധാനപ്പെട്ട ഒരു കാലഘട്ടമാണ്. ശൈശവത്തിൽ നിന്നും കൗമാരത്തിലേക്ക് കടക്കുന്ന അവസ്ഥ കൂടിയാണിത്. പെൺകുട്ടി പ്രായപൂർത്തിയായെന്ന് സമൂഹത്തെ ബോധ്യപ്പെടുത്തുന്ന ഒരു സന്ദർഭമായിട്ടും പ്രഥമാർത്തവത്തെ കാണാവുന്നതാണ്. പ്രഥമാർത്തവ ചടങ്ങ് തീണ്ടാരി കല്യാണം, തിരണ്ട് കല്യാണം, ഋതുമതി കല്യാണം തുടങ്ങി പ്രാദേശികമായി പല പേരുകളിലും അറിയപ്പെടുന്നുണ്ട്. പെൺകുട്ടിയുടെ ആദ്യകുളി (പ്രഥമാർത്തവ ചടങ്ങ്) നടത്തുകയെന്നത് അഭിമാനമായിട്ടാണ് കരുതുന്നത്. ആർത്തവമായ പെൺകുട്ടികളെ തീണ്ടാരിപ്പുര അല്ലെങ്കിൽ വീടിനുള്ളിൽ തന്നെ ഒരു പ്രത്യേക ഭാഗത്ത് (മറ്റാരുടെയും ശ്രദ്ധയിൽപ്പെടാതെ) ഇരുത്തുന്ന ഒരു പതിവുണ്ടായിരുന്നു.

ഈ സമയത്ത് ആവശ്യമായ ഭക്ഷണം തീണ്ടാരിയായ പെൺകുട്ടി ഉണ്ടാക്കുകയോ അല്ലെങ്കിൽ വീട്ടിലുണ്ടാക്കിയ ഭക്ഷണം പ്രത്യേക പാത്രത്തിൽ അവളുടെ മുറിയിൽ എത്തിക്കുകയോ ചെയ്തിരുന്നു. ആർത്തവം അവസാനിച്ചു കഴിഞ്ഞാൽ വീടിനടുത്തുള്ള തോടുകളിലോ, കുളത്തിലോ, പുഴയിലോ പോയി അതുവരെ ഉപയോഗിച്ച വസ്ത്രങ്ങളും പായയും കഴുകിയെടുത്തതിനു ശേഷമാണ് വീടുകളിൽ പ്രവേശിപ്പിച്ചിരുന്നത്.

ആർത്തവ വിലക്കുകളും ആചാരങ്ങളും

വിലക്ക് (Taboo) എന്ന വാക്കിൽ ഒന്നിലധികം അർത്ഥതലങ്ങൾ അടങ്ങിയിരിക്കുന്നതായി സ്റ്റൈയിനർ (1956) വിശകലനം ചെയ്തിട്ടുണ്ട്. 'Taboo' എന്ന പോളിനേഷ്യൻ വാക്കിന്റെ അർത്ഥവ്യാപ്തിയും ഭിന്നരൂപങ്ങളും അന്വേഷിച്ച സ്റ്റെയിനർ 'Ta' എന്ന പോളിനേഷ്യൻ മൂലപദത്തിന് 'അടയാളപ്പെടുത്തുക' എന്നും 'Pu' എന്നത് തീവ്രതകൂടിയ ക്രിയാവിശേഷണമാണെന്നും കണ്ടെത്തുകയുണ്ടായി. Taboo എന്നതിനെ തികച്ചും 'പൂർണമായും അടയാളപ്പെടുത്തുക' എന്ന് വ്യാഖ്യാനിക്കുകയും ചെയ്തു. 'Taboo' എന്ന വാക്കിന്റെ യുക്തിപരമായ വിപരീതപദം പരിശുദ്ധമായത് (Sacred) എന്നോ, മലിനമായത് (defiled) എന്നോ ആണ്. എന്നാൽ സാധാരണ അർത്ഥത്തിൽ ഉപയോഗിക്കുന്നത് അശുദ്ധമായ (profane) എന്ന പദപ്രയോഗമാണ് (Buckley & Gottlieb:1988).

ആർത്തവമെന്ന ജൈവപരമായ പ്രക്രിയയെ അസാധാരണമാം വിധം പ്രതീകാത്മക വിവരണത്തോടുകൂടിയാണ് ലോകത്തെമ്പാടും വിവിധ സംസ്കാരങ്ങൾ വിഷയമാക്കിയിരിക്കുന്നത്. ആർത്തവവുമായി ബന്ധപ്പെട്ട് പലതരത്തിലുള്ള വിശ്വാസങ്ങളും, വിലക്കുകളും ആചാരങ്ങളും വിവിധ ജനസമൂഹങ്ങൾക്കിടയിൽ നിലനിന്നിരുന്നു. ലോകവ്യാപകമായി എല്ലാ സംസ്കാരങ്ങളിലും കാണപ്പെടുന്ന ആർത്തവ വിലക്കുകൾ തമ്മിലുള്ള സാദൃശ്യങ്ങൾ അവയുടെ ആഗോളതലത്തിലുള്ള അന്വേഷണങ്ങൾക്ക് പ്രേരകമായിട്ടുണ്ട്. ആർത്തവത്തെ സാമൂഹികരൂപീകരണത്തിന്റെയും (Durkheim:1897) പിന്നീട് മതചിന്തകളുടെയും (Douglas:1966) ഭാഗമായി തിരിച്ചറിയപ്പെടുകയും ചെയ്തിട്ടുണ്ട്. ആർത്തവത്തിന്റെ പേരിൽ രജസ്വലകളായ സ്ത്രീകളുടെ മേൽ ചുമത്തപ്പെട്ടിട്ടുള്ള വിലക്കുകളെക്കുറിച്ചുള്ള സാംസ്കാരിക പഠനങ്ങൾ 'അശുദ്ധി'യെ കുറിച്ചുള്ള സങ്കൽപനങ്ങൾ വളർത്തിയെടുക്കുന്നതിന് സഹായകമായിട്ടുണ്ട്. നരവംശശാസ്ത്ര സിദ്ധാന്തങ്ങളുടെ അടിസ്ഥാനത്തിൽ ആർത്തവ വിലക്കുകളെക്കുറിച്ചുള്ള വസ്തുതകൾ കൂടുതൽ ലഭ്യമാക്കി അവയിലൂടെ ഇത്തരം അശുദ്ധി സിദ്ധാന്തങ്ങളെ കൂടുതൽ വിപുലീകരിക്കുകയുണ്ടായിട്ടുണ്ട്. അതുകൊണ്ടുതന്നെ ആർത്തവത്തെക്കുറിച്ചുള്ള നരവംശശാസ്ത്ര പഠനം കൂടുതൽ ശ്രദ്ധ നേടിയിട്ടുണ്ട്.

ആർത്തവ വിലക്കുകൾ പ്രാചീന യുക്തിഹീനതയുടെയും, ലോകമെമ്പാടുമുള്ള സമൂഹങ്ങളിലെ സ്ത്രീകൾക്കുമേൽ പുരുഷൻ നിലനിർത്തി

വന്നിരുന്ന ആധിപത്യത്തെയുമാണ് സൂചിപ്പിക്കുന്നത്. ആർത്തവകാലം അശുദ്ധി പാലിക്കുകയെന്ന ആചാരം മിക്ക സമൂഹങ്ങളിലും ഉണ്ടായിരുന്നു. 'പാപഫലമാണ് ആർത്തവം എന്നാണ് പുരാസങ്കൽപം. ആചാര്യ സ്ഥാനത്തിരുന്ന വിശ്വരൂപന്റെ ശിരസ്സ് മുറിച്ച് കളഞ്ഞ ബ്രഹ്മഹത്യ പാപം നാലായി വിഭജിച്ച് ഭൂമി, ജലം, വൃക്ഷങ്ങൾ, സ്ത്രീകൾ എന്നിവയിലേക്ക് ദേവേന്ദ്രൻ സമർപ്പിച്ചു. ഭൂമിയിൽ ഊഷരപ്രദേശമായും, വൃക്ഷങ്ങളിൽ ഒഴുകുന്ന പാലായും, വെള്ളത്തിൽ ഫേനമായും, സ്ത്രീകളിൽ മാസം തോറുമുള്ള രജസ്സിന്റെ രൂപമായും പാപം കാണപ്പെടുന്നു.' (എം വി വിഷ്ണുനമ്പൂതിരി:1989). രജസ്വലയായ ഒരു സ്ത്രീ മറ്റുള്ളവരെ അശുദ്ധമാക്കുന്നുവെന്ന വിശ്വാസമുള്ളതിനാൽ പല പ്രവൃത്തികളിൽ നിന്നും കുടുംബാംഗങ്ങളിൽ നിന്നും ഈ ദിവസങ്ങളിൽ മാറിനിൽക്കേണ്ടതായി വരുന്നുണ്ട്. ആർത്തവ സംബന്ധമായ വിലക്കുകൾ തമ്മിൽ ഓരോ സമൂഹത്തിലും വ്യത്യസ്തതയും സാദൃശ്യതയും ഉണ്ട്. ചില സമൂഹങ്ങളിൽ രജസ്വലയായ സ്ത്രീ മദ്യം മാറ്റുവാനോ, ചുട്ടെടുക്കുന്ന കലം പൊട്ടുമെന്നതിനാൽ കുശവക്കുടിയുടെ മുന്നിലൂടെയോ പോകുവാൻ പാടുള്ളതല്ല. ഭർത്താവിന്റെ പൗരുഷവും ആരോഗ്യവും നശിക്കുമെന്നതിനാൽ ഈ ദിവസങ്ങളിൽ ഭക്ഷണം പാചകം ചെയ്യുവാനോ, അയാളോടൊത്ത് ശയിക്കുവാനോ സാധിക്കുകയില്ല. ആദ്യ ആർത്തവ സമയത്ത് ഭക്ഷണം കൈക്കൊണ്ട് തൊടാതെ രണ്ട് കമ്പുകൾ ഉപയോഗിച്ച് കഴിക്കണമെന്ന രീതി ചില ജനവിഭാഗങ്ങൾക്കിടയിലുണ്ട്.

ആർത്തവവുമായി ബന്ധപ്പെട്ട് പലതരത്തിലുള്ള അനാചാരങ്ങൾ നിലനിർത്തുന്ന ഗ്രാമങ്ങൾ ഇന്നും ഇന്ത്യയിലുണ്ട്. കർണാടകയിലെ ചിത്രദുർഗ്ഗഹസൻ പ്രദേശങ്ങളിൽ ആർത്തവ കാലത്ത് സ്ത്രീകളെ പാർപ്പിക്കുന്ന കുടികൾ ഇപ്പോഴുമുണ്ട്. ഭക്ഷണത്തിന്റെ കാര്യത്തിലും ആർത്തവ വിലക്കുകളുണ്ട്. കർണാടക, ആന്ധ്രപ്രദേശ് എന്നിവിടങ്ങളിലെ ചില പ്രദേശങ്ങളിലെ ആർത്തവക്കാരികളായ സ്ത്രീകൾക്ക് നൽകിയിരുന്ന പ്രധാന ഭക്ഷണം റാഗിയും മുരിങ്ങയിലയുമായിരുന്നു. ആസാമിന്റെ ചില ഭാഗങ്ങളിൽ ആദ്യാർത്തവ സമയത്ത് പെൺകുട്ടികൾക്ക് ഭക്ഷണമായി കൊടുത്തിരുന്നത് പഴങ്ങളും വെള്ളവുമായിരുന്നു. കേരളീയ സമൂഹത്തിലും ആർത്തവ വിലക്കുകൾ വളരെ ശക്തമായി നിലനിന്നിരുന്ന ഒരു കാലഘട്ടമുണ്ടായിരുന്നു. ആർത്തവ സമയത്ത് വീട്ടിലെ മറ്റ് കുടുംബാംഗങ്ങൾ ഉപയോഗിക്കുന്ന പാത്രങ്ങളിലോ, ആഹാരത്തിലോ ആർത്തവക്കാരിയായ പെൺകുട്ടി തൊട്ടാൽ വിഷാംശം കലരുമെന്ന വിശ്വാസം ചില പ്രദേശത്ത് നിലനിന്നിരുന്നു. ഈ ദിവസങ്ങളിൽ മുറിക്ക് പുറത്തിറങ്ങുന്നതിന് പോലും വിലക്ക് കൽപിച്ചിരുന്നു. വീട്ടിലെ വാഴ, കറിവേപ്പില തുടങ്ങിയവ തീണ്ടാരി സ്ത്രീ തൊട്ടാൽ കരിഞ്ഞുണങ്ങി പോകുമെന്ന വിശ്വാസവും ഉണ്ടായിരുന്നു. സമൂഹം അശുദ്ധി കൽപിച്ചിരുന്ന ആർത്തവ ദിവസങ്ങളത്രയും വീട്ടിലെ പല പ്രവർത്തനങ്ങളിൽ നിന്നും അകന്നു കഴിയുകയും ആ ദിവസങ്ങൾ കഴിഞ്ഞാൽ വീട്ടിലേക്ക് മടങ്ങി വരികയും ചെയ്യാമെന്ന തരത്തി

ലുള്ള കർശനമായ ആചാരം നമ്മുടെ സ്ത്രീകൾ പാലിക്കേണ്ടതായി വന്നിട്ടുണ്ട്.

ആർത്തവ വിലക്കുകൾ ഒരേ സമയം സാർവലൗകികവും നിരവധി അർത്ഥവും മൂല്യവും ഉൾക്കൊള്ളുന്നവയുമാണ്. പൊതുവിൽ വിലക്കിന് ആധാരമാകുന്ന വസ്തു നന്മയുടേയോ, ദുർനിമിത്തത്തിന്റേയോ ഉറവിടമായിരിക്കാം. എന്നാൽ ആർത്തവ രക്തത്തിന്റെ കാര്യത്തിലുള്ള ആരോപണങ്ങൾ എല്ലായിടത്തും ദുർനിമിത്തമായിട്ടാണ് വ്യാഖ്യാനിക്കപ്പെടുന്നത്. നിശ്ചയമായും സംഭവിക്കുമെന്ന് ഉറപ്പുള്ള അപകടത്തിൽ നിന്നും പുരുഷന്മാരെ സംരക്ഷിക്കുന്ന ഒരു 'രീതി' എന്ന നിലക്കാണ് ആർത്തവ വിലക്കുകൾ നിലനിൽക്കുന്നത്. ഇതിന്റെ വ്യക്തമായ ഉറവിടം സ്ത്രീയാവുകയും ചെയ്യുന്നു. രജസ്വലയായ സ്ത്രീ ഏത് ആചാരത്തിന്റെ ശക്തിയെയും അവളുടെ സാമീപ്യത്താൽ നശിപ്പിക്കുന്നുവെന്നാണ് പരക്കെയുള്ള വിശ്വാസം. അതോടൊപ്പം തന്നെ രജസ്വലയായ സ്ത്രീകളെ തങ്ങളുടെ നിയന്ത്രണത്തിൽ നിർത്തുന്നതിനുള്ള ഒരു ഉപാധിയായി കൂടി മാറുന്നുണ്ട് ആർത്തവ വിലക്കുകൾ.

ചില സമൂഹങ്ങളിൽ ആർത്തവമെന്നത് അഴുക്ക്, വൃത്തിഹീനത, വൃത്തിയില്ലായ്മ എന്നിവയുമായി ചേർന്നു നിൽക്കുന്ന ഒരു പദപ്രയോഗമായിട്ടാണ് കാണുന്നത്. സ്ത്രീകൾക്ക് സന്താനോൽപാദനത്തിന് കഴിവ് നൽകുന്ന ഒരു ശക്തിവിശേഷമായി ആർത്തവത്തെ കാണുമ്പോഴും അത് അശുദ്ധമായ ഒരു വസ്തു (Potentially Polluting Substances) എന്ന അർത്ഥവും ഉൽപാദിപ്പിക്കുന്നുണ്ട്. മറ്റുള്ളവർക്ക് പ്രത്യേകിച്ച് പുരുഷന്മാർക്ക് ഉപദ്രവമുണ്ടാക്കുന്ന ഒരു വസ്തുവായി കാണുന്നു (Delaney:1988). പൊതുവെ ചില സമൂഹങ്ങളിൽ ആർത്തവമുള്ള സ്ത്രീയെ പുരുഷന്മാരുമായി ഇടപഴകുവാൻ അനുവദിച്ചിരുന്നില്ല. ഇത്തരം സ്ത്രീകളാൽ പുരുഷന്മാർക്ക് കളങ്കപ്പെടുകയോ, കൊല്ലപ്പെടുകയോ ചെയ്യുമെന്ന വിശ്വാസം പ്രബലമായിരുന്നു. ഇക്കാരണത്താൽ തന്നെയാണ് ആർത്തവത്തിനെതിരെ പല വിലക്കുകളും സമൂഹത്തിൽ നിലനിർത്തിയിരുന്നത്. പലപ്പോഴും ആർത്തവ സംബന്ധമായ വിലക്കുകൾ മറ്റുള്ളവരെ സംരക്ഷിക്കാൻ വേണ്ടിയാണ് സ്ത്രീകളിൽ ചുമത്തപ്പെടുന്നത്. 'ഇത്തരം വിലക്കുകൾ സ്ത്രീകളെ പീഡിപ്പിക്കുന്ന ഒന്നായിട്ടാണ് വ്യാഖ്യാനിക്കപ്പെടുന്നത്' (Buckley and Gottlieb:1988). അതുകൊണ്ടുതന്നെ ആർത്തവ വിലക്ക് സ്ത്രീകൾക്ക് നേരെയുള്ള സമൂഹത്തിന്റെ നിയന്ത്രണം അല്ലെങ്കിൽ അടിച്ചമർത്തലായി മാറുന്നു. ഈ വീക്ഷണം ഫലത്തിൽ രജസ്വലയായ സ്ത്രീ സ്വയം നിയന്ത്രിക്കപ്പെടുന്നുവെന്നതിനേക്കാൾ ആർത്തവചക്രം മറ്റുള്ളവരുടെ പെരുമാറ്റത്തെ കൂടി നിയന്ത്രിക്കുന്നുവെന്ന വസ്തുതയാണ് വെളിവാക്കുന്നത്.

ആർത്തവ വിലക്കിനെ സംബന്ധിച്ചുള്ള ജനകീയവും അക്കാദമികവുമായ രചനകളിൽ വിലക്കിന് തുല്യമായ അടിച്ചമർത്തലുകൾ സ്ത്രീസമൂഹങ്ങളെ അടിച്ചമർത്താൻ ഉപയോഗിക്കുന്നുണ്ട്. ഈ ധാരണ അപൂർവമായി മാത്രമെ പരിഗണിക്കുന്നുള്ളൂവെങ്കിലും ആർത്തവ അവസ്ഥയ്ക്ക്

വിധേയമാകുന്ന സ്ത്രീ സമൂഹത്തിൽ ഒറ്റപ്പെടുന്നു. തന്റെ ചുറ്റുപാടും തനിക്കെതിരെ ഒരു വൃത്തപരിധി സ്വയം സൃഷ്ടിക്കുന്നു. മാത്രവുമല്ല സാധാരണയായി ഈ അവസ്ഥ വളരെ താഴ്ന്ന സാമൂഹ്യാവസ്ഥയിലേക്ക് സ്ത്രീയെ കൊണ്ടുചെന്നെത്തിക്കുന്നു. ചുരുക്കിപ്പറഞ്ഞാൽ ഈയൊരു വീക്ഷണം ഇത്തരം വിലക്കുകളെ ഒരു സാമൂഹ്യനീതിശാസ്ത്രത്തിന്റെ തലത്തിൽ പരിഗണിക്കപ്പെടുന്നു. ഇത് പലപ്പോഴും മതപരമായ വ്യവസ്ഥയോട് കണ്ണിചേർന്ന് പ്രാപഞ്ചികമായ ഒരു സങ്കീർണതയിലേക്ക് എത്തിച്ചേക്കാം. പുരുഷനെ അപേക്ഷിച്ച് മധ്യവയസ്സിൽ ഉടനീളം സ്ത്രീയുടെ സാമൂഹിക സ്ഥിതി അടയാളപ്പെടുത്തുന്ന ഒരു രീതിയായിരുന്നു ആർത്തവ വിലക്കുകൾ എന്ന് F.W.Young (1965) അഭിപ്രായപ്പെടുന്നുണ്ട്. ആർത്തവ വിലക്കുകളും സ്ത്രീയുടെ താഴ്ന്ന പദവിയുമായി ഒരു ബന്ധം നിലനിൽക്കുന്നതായി യുങ്ങ് വിവരിക്കുന്നുണ്ട്. പ്രതീകാത്മക സ്വഭാവങ്ങളുടെ വിഭാഗം എന്ന നിലക്ക് പരിഗണിക്കുമ്പോൾ ആർത്തവ വിലക്കുകൾ പുരുഷന്മാർക്ക് സ്ത്രീകൾക്ക് നേരെയുള്ള ഭയത്തെ സൃഷ്ടിക്കുമ്പോൾ തന്നെ അവരുടെ ഇടയിൽ തന്നെ ഐക്യത്തിന്റേതായ ഒരു ദുർബലത നിർമ്മിച്ചെടുക്കുന്നുണ്ടെന്ന് കൂടി യുങ്ങ് അഭിപ്രായപ്പെടുന്നുണ്ട്. അതിനാൽ തന്നെ സമൂഹത്തിൽ പുരുഷാധിപത്യം അടിച്ചുറപ്പിക്കാനുള്ള ശ്രമത്തിന്റെ ഭാഗമായി പല നിയമങ്ങളും സ്ത്രീകളുടെ മേൽ ചുമത്തുന്നുണ്ട്.

ചില വിലക്കുകൾ രജസ്വലയായ സ്ത്രീകളുടെ പെരുമാറ്റ രീതിയെ നിയന്ത്രിക്കുന്നതോടൊപ്പം തന്നെ മറ്റുചില വിലക്കുകൾ ഈ സ്ത്രീകളുമായി ബന്ധം പുലർത്തുന്നവരുടെ പെരുമാറ്റ രീതിയെയും നിയന്ത്രിക്കുന്നു. ആർത്തവത്തിനുമേൽ സാംസ്കാരികമായി ചുമത്തപ്പെട്ടിട്ടുള്ള ഭീഷണികൾ അപഗ്രഥിച്ചുകൊണ്ട് വേർതിരിക്കേണ്ടതുണ്ട്. ഒരു വിലക്ക് ലംഘിക്കപ്പെട്ട് രജസ്വലയായ ഒരു സ്ത്രീ അവൾക്കു തന്നെയാണോ അതോ വേറെ ആരെയെങ്കിലുമാണോ അപായപ്പെടുത്തുന്നതെന്ന് ചോദിക്കേണ്ടിയിരിക്കുന്നു. ഇതിൽ ആദ്യത്തേതാണെങ്കിൽ മറ്റുള്ളവർക്ക് അപകടം വരുത്തുന്നതും രണ്ടാമത്തേതാണെങ്കിൽ സ്ത്രീയുടെ തന്നെ ദോഷകരമായ അവസ്ഥയേയുമാണ് സൂചിപ്പിക്കുന്നത്. ഇത്തരം വിലക്കുകളെ സംബന്ധിച്ച രണ്ടുതരത്തിലുള്ള ദോഷങ്ങളും തികച്ചും വ്യത്യസ്തമാണെന്നും അവയെ അത്തരത്തിൽ തന്നെ കൈകാര്യം ചെയ്യണമെന്നും ജെയിംസ് ഫ്രെയ്സർ വളരെ മുമ്പുതന്നെ അഭിപ്രായപ്പെട്ടിരുന്നു. William Stephens (1961) ആർത്തവ വിലക്കുകളെക്കുറിച്ച് തന്റെ കൃതിയിൽ പറയുന്നുണ്ട്. ആർത്തവരക്തം ആപത്താണെന്ന് സ്വയം ബോധ്യമുള്ളതിനാൽ സ്ത്രീകളെ വേർതിരിച്ച് കാണുവാൻ നിർബന്ധിക്കപ്പെടുക, ആർത്തവകാലത്തെ രതിയെ നിരോധിക്കുക, രജസ്വലയായ സ്ത്രീ പാചകം ചെയ്യുന്നത് പ്രത്യേകിച്ച് അവരുടെ ഭർത്താവിന് വേണ്ടി പാചകം ചെയ്യുന്നതിനെ നിരോധിക്കുക തുടങ്ങിയ പലതരം വിലക്കുകളെ കുറിച്ചാണ് സ്റ്റീഫൻസ് പറയുന്നത്. എന്നാൽ ഒരു സ്ത്രീയുടെ സാമ്പത്തിക സംഭാവനയും ആർത്തവ വിലക്കുകളുടെ സാന്നിധ്യവും തമ്മിലുള്ള പരസ്പരബന്ധം സ്റ്റീഫൻസൺ

കണ്ടെത്തുന്നില്ല. രജസ്വലാ ധർമ്മാചാരങ്ങളെക്കുറിച്ചും *ശങ്കരസ്മൃതിയിൽ* ഇങ്ങനെ പറയുന്നു; 'രജസ്വലകളായ സ്ത്രീകൾ പുര തൊടരുത്, പല്ല് തേയ്ക്കുകയോ എണ്ണ തേച്ച് കുളിക്കുകയോ ദൂരയാത്ര ചെയ്യുകയോ ഇണ പ്പുടവ ഉടുക്കുകയോ പാടില്ല. ഈ ദിവസങ്ങളിൽ പൂ ചൂടിയാൽ സന്താന ങ്ങൾ കഷണ്ടിക്കാരാകും. കണ്ണെഴുതിയാൽ ജാത്യാന്ധന്മാരാകും. ചന്ദന ക്കുറിയിട്ടാൽ പുരുഷന്മാർ ശിക്രരോഗമുള്ളവരാകും. നാലാം ദിവസം കുളി ക്കുന്നതിനുമുമ്പ് പല്ല് തേച്ചാൽ പുത്രന്മാർ കരുവാളിച്ച പല്ലുള്ളവരോ, ദന്തരോഗികളോ, കോന്ത്രപ്പല്ലുള്ളവരോ ആകും സന്ധ്യാസമയം പുറത്തി രുന്നാൽ കുട്ടികൾ അപസ്മാര രോഗികളും ഓട്ടുകിണ്ണത്തിലുണ്ടാൽ മക്കൾ തെണ്ടികളുമാകും'. സാംസ്കാരികമായി നോക്കുമ്പോൾ സ്ത്രീകൾ പല യിടത്തും ആർത്തവത്തിന്റെ പേരിൽ മാനസികമായി പീഡിപ്പിക്കപ്പെടു ന്നുണ്ട്.

ആർത്തവകാലത്തെ ഏകാന്തവാസം

നരവംശ ശാസ്ത്രത്തിന്റെ സങ്കൽപങ്ങളിൽ എല്ലായ്പ്പോഴും ഉൾപ്പെ ട്ടിട്ടുള്ള സ്ത്രീകളുടെ താഴ്ന്ന പദവിയെ ചൂണ്ടി കാണിക്കുന്നതുമായ ഒരു ആർത്തവ ആചരണമാണ് ആർത്തവകാല ഏകാന്തവാസം (Mentsrual seclusion). ആർത്തവകാലത്ത് ആർത്തവകാലത്ത് പ്രത്യേകപ്പുരകളിൽ മാറ്റിപാർപ്പിച്ചിരുന്ന രീതി ഒരിക്കൽ വ്യാപകമായിരുന്നു. പല സമൂഹങ്ങ ളിലും പുരുഷന്മാർക്ക് ഉപദ്രവമുണ്ടാക്കുന്ന വസ്തുവായി ആർത്തവത്തെ കാണുന്നതിനാൽ ഇതിനെതിരെ പലതരത്തിലുള്ള വിലക്കുകൾ നില നിൽക്കുന്നുണ്ട്. അതുകൊണ്ടുതന്നെ ഇത്തരം ആർത്തവ വിലക്കുകൾ സ്ത്രീകളെ മാനസികമായി പീഡിപ്പിക്കുന്ന ഒന്നായി വ്യാഖ്യാനിക്കപ്പെടു ന്നുണ്ട്. ആർത്തവകാലത്തെ ഏകാന്തവാസം ഇതിനൊരു ഉദാഹരണമാണ്. ആർത്തവക്കുടികളിലെ ഏകാന്തവാസവും ബന്ധപ്പെട്ട അനുഭവങ്ങളും ഓരോ സമൂഹത്തിലും വ്യത്യസ്തമാണ്. കേരളത്തിലെ മിക്ക ഗോത്രവർഗ ക്കാർക്കിടയിലും ആർത്തവക്കുടിലുകൾ നിലനിന്നിരുന്നു. വ്യത്യസ്ത ഗോത്ര വിഭാഗങ്ങൾക്കിടയിൽ പലപേരുകളിലാണ് ആർത്തവക്കുടിലുകൾ അറിയപ്പെട്ടിരുന്നത്. വന്നക്കൂര (മന്നാൻ), ഗുഢ (കാട്ടുനായ്ക്കൻ), വാലാ പുര (മുതുവാൻ), എത്താതെപ്പട്ടി (കാടർ), ജിക്കിള് മുറ്റി (മാവിലൻ) തുട ങ്ങിയവ ഇതിനുദാഹരണങ്ങളാണ്. ചില സമുദായങ്ങളിൽ ആർത്തവക്കു ടികളിലെ ഏകാന്തവാസം സ്ത്രീകൾക്ക് മാനസിക പീഡനം നൽകുന്നുണ്ട്. ആർത്തവക്കുടികളിൽ കഴിയുന്നതിന് സ്ത്രീകൾക്ക് താൽപര്യക്കുറവുണ്ടെ ങ്കിലും സമൂഹത്തിന്റെ നന്മയെ ഉദ്ദേശിച്ചുകൊണ്ട് മാത്രം ഈ ആചാരം കാത്തു സൂക്ഷിക്കുന്നു. ഇടുക്കി ജില്ലയിലെ മുതുവാൻ സമുദായങ്ങൾക്കി ടയിലെ വാലാപുര ഇപ്പോഴും സജീവമാണ്. ആർത്തവ കുടികളിൽ (വാ ലാപുരകൾ) കഴിയാനുള്ള വിമുഖത കാരണം ഇവർ മാലാഡി ഗുളിക കൾ കഴിക്കുന്നത് പതിവാക്കിയത് പല പഠനങ്ങളിലും റിപ്പോർട്ട് ചെയ്തി ട്ടുണ്ട്. 13 വയസ്സുള്ള പെൺകുട്ടികൾ 65 വയസ്സുള്ള സ്ത്രീകൾ വരെ ഈ

ഗുളിക കഴിക്കുന്നുണ്ട്. മുൻകാലങ്ങളിൽ അഞ്ച് മുതൽ പതിനഞ്ച് വരെ കുട്ടികൾ ജനിച്ചിരുന്ന വീടുകളിൽ ഇന്ന് ഒന്നോ രണ്ടോ കുട്ടികൾ മാത്ര മാണ് ജനിക്കുന്നത്. 'കേരളത്തിലെ ആദ്യത്തെ പട്ടികവർഗ പഞ്ചായത്തായ ഇടമലക്കുടി ഗ്രാമപഞ്ചായത്തിലെ 2012-13 വർഷത്തെ ജനനനിരക്ക് പരി ശോധിച്ചാൽ ജനനം വിരലിലെണ്ണാവുന്നതുമാത്രമാണ്. വിവാഹം കഴിഞ്ഞ് വർഷങ്ങൾ പിന്നിട്ടിട്ടും കുട്ടികളില്ലാത്ത ഇരുന്നൂറോളം ദമ്പതികളെ ഇടമ ലക്കുടിയിൽ തന്നെ കാണാൻ കഴിയുമെന്ന് പറയപ്പെടുന്നു. ഈ പ്രവ ണത തുടർന്നാൽ വരും കാലങ്ങളിൽ വംശനാശ ഭീഷണി നേരിടുന്ന ഗോത്രവർഗമായി മുതുവാൻ സമുദായം മാറുമോ എന്ന ആശങ്ക നില നിൽക്കുന്നുണ്ട്' (മുരളീധരൻ: 2014).

ആർത്തവപുരകളിലെ ഏകാന്തവാസം എല്ലായ്പ്പോഴും ഉപദ്രവകര മല്ല. ഡച്ച് ഗയാന, വെനിസുല, പടിഞ്ഞാറൻ കാനഡ എന്നീ രാജ്യങ്ങ ളിലെ ചില ജനവിഭാഗങ്ങൾക്കിടയിൽ ആർത്തവകാലത്തെ ഏകാന്തവാസം സ്ത്രീകൾക്ക് ലൈംഗിക സ്വാതന്ത്ര്യം നൽകുന്നുണ്ട്. നിയമവിരുദ്ധമായ പ്രണയബന്ധങ്ങൾക്കുള്ള അവസരമായിട്ടാണ് ഈ സമയത്തെ അവർ കണക്കാക്കുന്നത്. ചില സ്ത്രീകൾ ആർത്തവകാലത്തെ ഏകാന്തവാസ ത്തിനെ ആത്മീയവും സാമ്പത്തികവുമായ ഔന്നിത്യത്തിലേക്കുള്ള ഉപാ ധിയായിട്ടാണ് കാണുന്നതെന്ന് എ എൽ ക്രോബർ അഭിപ്രായപ്പെട്ടിട്ടു ണ്ട്. താഴ്ന്ന നിലവാരത്തിൽ നിന്നും ഉന്നതിയിലേക്ക് എത്തുന്നതിനുള്ള ഉപാധിയെന്നാണ് ഇത് അർത്ഥമാക്കുന്നത്.

അശുദ്ധിയുടെ വിശ്വാസങ്ങൾ സ്ത്രീകൾക്കിടയിൽ ഐക്യദാർഢ്യം രൂപപ്പെടുത്തുന്നതിന് സഹായകമാകുന്നുവെന്നാണ് റൊസാൾഡോ നിരീ ക്ഷിച്ചത്. ഇത്തരം ആർത്തവപ്പുരകൾ പ്രത്യേക സാംസ്കാരികവാസ സന്ദർഭങ്ങളിൽ അവർക്ക് അഭയസ്ഥാനമായി മാറുകയും ചെയ്യുന്നുണ്ട്. ചില ഗോത്രവിഭാഗങ്ങളിൽ സ്ത്രീകൾ ആർത്തവ ദിവസങ്ങൾ വളരെ സന്തോഷപ്രദമായിട്ടാണ് ചെലവഴിക്കുന്നത്. ദൈനംദിന പ്രവൃത്തികളിൽ നിന്നും ലഭിക്കുന്ന ഈ ഇടവേളയെ അവർ ആസ്വദിക്കുകയും ആ സമയം വളരെ ഫലപ്രദമാക്കുകയും ചെയ്യുന്നു. ഇവർക്കിടയിലെ ആർത്തവ പുര കൾ വളരെ വലിപ്പത്തിൽ നിർമ്മിച്ചവയും തുന്നൽ യന്ത്രങ്ങൾ സജ്ജീക രിച്ചവയുമാണ്. ഈ ആർത്തവപ്പുരകൾ ആ സമുദായത്തിലെ സ്ത്രീക ളുടെ സാംസ്കാരിക കേന്ദ്രങ്ങളായി (Cultural Cetnre) മാറുകയും ചെയ്യുന്നു.

ആർത്തവം-ചില മിത്തുകൾ

ആർത്തവത്തെക്കുറിച്ചുള്ള മിത്തുകൾ സംബന്ധിച്ച കാഴ്ചപ്പാട് വിവിധ സംസ്കാരങ്ങളിൽ വളരെ വ്യത്യസ്തമാണ്. ആർത്തവം അശുദ്ധ മാണെന്നുള്ളത് മതങ്ങൾ നിലവിൽ വന്നതിനുശേഷമുണ്ടായ കാഴ്ചപ്പാ ടാണ്. പല മതങ്ങളിലും ആർത്തവം അശുദ്ധമായ ഒന്നല്ല എന്ന പുരോഗ മന നിലപാട് കാണാം. വേദങ്ങളിൽ പോലും ആർത്തവ അവസ്ഥയിലുള്ള

സ്ത്രീയെ അശുദ്ധമായി പറയുന്നില്ല. *ഗുരുഗ്രന്ഥ സാഹിബിൽ* ആർത്തവത്തെ പ്രകൃതിദത്തമായ വരദാനമെന്നാണ് വിശേഷിപ്പിച്ചിട്ടുള്ളതെന്ന് ശബരിമല സ്ത്രീ പ്രവേശനവുമായി ബന്ധപ്പെട്ട സുപ്രീംകോടതിവിധി കർത്താക്കളിലൊരാളായ നരിമാൻ ചൂണ്ടിക്കാട്ടുന്നു. എല്ലാ സമൂഹങ്ങളിലും ആർത്തവം അശുദ്ധിയുള്ളതോ അപകടകരമായതോ അല്ല. ചില സാംസ്കാരിക കൂട്ടായ്മകളിൽ മാത്രമാണ് ആർത്തവ വിലക്കുകൾ പ്രശ്നങ്ങളായി മാറുന്നത്.

ആസ്ത്രേലിയയിലെ ഹ്മോംഗ് ഗോത്രവർഗക്കാർ ആർത്തവത്തെ സന്താനോൽപാദനവുമായി ബന്ധപ്പെട്ടാണ് കാണുന്നത്. അതുകൊണ്ടു തന്നെ ആർത്തവത്തെ ഇവർ അശുദ്ധിയോടെ കാണുന്നില്ല. ഇവർക്കിടയിൽ ആർത്തവം ഒഴിച്ചുകൂടാനാവാത്ത ഒന്നാണെന്നും, ഒരു സ്ത്രീ ആയിരിക്കണമെങ്കിൽ ആർത്തവം വേണമെന്നുമാണ് ഇവരുടെ വിശ്വാസം. ആർത്തവരക്തത്തെ ഗർഭസ്ഥ ശിശുവിന്റെ ഭക്ഷണമായും അതിന്റെ വളർച്ചയെ പോഷിപ്പിക്കുകയും ചെയ്യുന്ന ഒന്നാണെന്നാണ് ഇവരുടെ സങ്കൽപം. ആർത്തവരക്തം പുരുഷന്മാർക്ക് ദോഷകരമാണെന്ന് ഹ്മോംഗ് ഗോത്രവർഗക്കാർ കരുതുന്നില്ല. ഉർവ്വരതയുമായി ബന്ധപ്പെട്ടാണ് ഇവർക്കിടയിൽ ആർത്തവത്തെ സംബന്ധിച്ച വിലക്കുകൾ നിലനിൽക്കുന്നത്. ആർത്തവ സമയത്ത് തണുത്ത ഭക്ഷണസാധനങ്ങൾ (Cold Food) കഴിക്കുവാൻ പാടില്ലെന്നും, അങ്ങനെ കഴിച്ചാൽ രക്തം കട്ടപിടിച്ച് ആരോഗ്യത്തെ ദോഷകരമായി ബാധിക്കുമെന്നും ഇവർ വിശ്വസിക്കുന്നു. ആർത്തവസമയത്ത് നദിക്ക് കുറുകെ കടക്കുവാനോ, ആർത്തവ വസ്ത്രങ്ങൾ പുഴയിൽ കഴുകുവാനോ പാടില്ല. അങ്ങിനെ ചെയ്താൽ പ്രേതാത്മാക്കൾ ചോരയുടെ മണം കേട്ട് വന്നെത്തി സ്ത്രീകൾക്ക് വന്ധ്യതയും ഗർഭഛിദ്രതയും വരുത്തുമെന്ന് പറയപ്പെടുന്നു. ഇത്തരത്തിൽ ആർത്തവത്തെ ഉർവ്വരതയുടെ പ്രതീകമായും ജീവിതമായും കാണുമ്പോൾ അത് അശുദ്ധമായ ഒരു സംഭവമായി കാണേണ്ട ആവശ്യമില്ലെന്നാണ് ഗോട്ട്ലബ് (1988) പറയുന്നത്. കുട്ടികൾ ഉണ്ടാകുമ്പോഴാണ് ഹ്മോംഗ് ഗോത്രവർഗത്തിലെ സ്ത്രീകൾക്ക് കൂടുതൽ ആദരവ് ലഭിക്കുന്നത് (Liamputtong 2002, Liamputtong Rice 1995, 1998, 2000, Symonds 1991, 1996). ആർത്തവത്തിന്റെ സാംസ്കാരിക സന്ദർഭം (Cultural Context) അടിസ്ഥാനപ്പെടുത്തിക്കൂടിയും സ്ത്രീജീവിതം മനസ്സിലാക്കേണ്ടതുണ്ടെന്നും ഹ്മോംഗ് ഗോത്രവർഗക്കാരുടെ ആർത്തവസംബന്ധമായ വിശ്വാസത്തിൽനിന്നും വ്യക്തമാകുന്നുണ്ട്.

ആർത്തവാശുദ്ധിയുടെ ആഘോഷമായി കണക്കാക്കുന്ന ആചാര വിശ്വാസ പ്രമാണങ്ങൾ നിലനിൽക്കുമ്പോൾ തന്നെയാണ് അനാചാരത്തിന്റെ പേരിൽ കുഞ്ഞുങ്ങൾ മരണപ്പെടുന്നത്. ബ്രഹ്മപുത്രാ നദിയെ ചുവപ്പിക്കുന്ന കാമാഖ്യദേവിയും, ചെങ്ങന്നൂരിലെ തൃപ്പൂത്താറാട്ടും ആർത്തവവുമായി ബന്ധപ്പെട്ടാണ് നിലനിൽക്കുന്നത്. ആസാമിലെ ഗുവാഹത്തിയിലെ നിലാചൽ മലയിലെ കാമാഖ്യദേവി ക്ഷേത്രത്തിലെ ആരാധനാ ബിംബവും പ്രതിഷ്ഠയും മറ്റ് ക്ഷേത്രങ്ങളിൽ നിന്നും വ്യത്യസ്തത

പുലർത്തുന്നു. ശിവന്റെ ഭാര്യയായ സതീദേവിയുടെ യോനിയാണ് ഇവിടുത്തെ പ്രതിഷ്ഠ. ദക്ഷയാഗത്തിൽ ഭർത്താവായ ശിവനെ അപമാനിച്ച വ്യഥയാൽ സതീദേവി യാഗാഗ്നിയിൽ ചാടി ആത്മഹത്യ ചെയ്തു. ഇതറിഞ്ഞ് കോപിഷ്ഠനായ ശിവൻ സതിയുടെ ശവശരീരം തോളിലേറ്റി താണ്ഡവം നടത്തുന്ന സമയത്ത് ശിവകോപം നിയന്ത്രിക്കുന്നതിനായി മഹാവിഷ്ണു സുദർശനചക്രം ഉപയോഗിച്ച് സതീദേവിയുടെ ജഡം 108 കഷ്ണമാക്കുകയും അതിൽ സതീദേവിയുടെ ഗർഭപാത്രവും ജനനേന്ദ്രിയവും വീണ സ്ഥലമാണ് കാമാഖ്യാ ക്ഷേത്രമെന്നാണ് ഈ ക്ഷേത്രത്തെ കുറിച്ചുള്ള സങ്കൽപം. സതീദേവി രജസ്വലയാകുന്ന ആഷാഢ മാസത്തിൽ ബ്രഹ്മപുത്ര നദി ചുവപ്പ് നിറത്തിൽ കാണപ്പെടുകയും ആ ജലം ഭക്തർക്ക് പ്രസാദമായി നൽകുകയും ചെയ്യുന്നുണ്ട്.

ദക്ഷിണ കൈലാസമെന്നറിയപ്പെടുന്ന കേരളത്തിലെ ചെങ്ങന്നൂർ മഹാദേവ ക്ഷേത്രത്തിലെ തൃപ്പൂത്താറാട്ട് ചെങ്ങന്നൂർ ഭഗവതിയുടെ ആർത്തവവുമായി ബന്ധപ്പെട്ടാണ് ആഘോഷിക്കുന്നത്. ആർത്തവ സമയത്ത് അശുദ്ധിയെന്ന് മുദ്രകുത്തി ക്ഷേത്രപ്രവേശനത്തിൽ നിന്നും, മറ്റ് ദൈനംദിന പ്രവൃത്തികളിൽ നിന്നും ഒഴിവാക്കി നിർത്തുമ്പോൾ ആ പ്രദേശത്തെ ജനങ്ങൾ ഭഗവതി രജസ്വലയാകുന്നത് ആഘോഷിക്കുന്നു. ഉത്സവ സമയത്ത് ദേവിയുടെ രക്തക്കറകൾ പുരണ്ടുവെന്നു കരുതുന്ന വസ്ത്രങ്ങൾ ആദ്യകാലങ്ങളിൽ പ്രദർശനത്തിന് വെച്ചിരുന്നു. ഇപ്പോൾ ഈ വസ്ത്രങ്ങൾ വിലകൊടുത്തുവാങ്ങി വീടുകളിലെ പൂജാമുറികളിൽ സൂക്ഷിക്കുന്നതിനും, പൂജിക്കുന്നതിനും മത്സരമാണ്. ആർത്തവ വസ്ത്രങ്ങൾ വെളിയിൽ കാണിക്കാതെ ഉണക്കിയിരുന്ന കാലത്താണ് ഇത്തരം വസ്ത്രങ്ങളുടെ പ്രദർശനമെന്നത് ആർത്തവമെന്ന ജൈവ പ്രക്രിയയുടെ മൂല്യത്തെയാണ് ഉയർത്തി കാണിക്കുന്നത്. 'മധ്യപ്രദേശ്, ബീഹാർ, ഒറീസ, ആന്ധ്ര തുടങ്ങിയ സംസ്ഥാനങ്ങളിലെ സ്ത്രീകൾ മാഘപൂർണിമയിലും ചൈതന്യപ്രഭയിലും... പൂർണിമയിലും നിറപ്പകിട്ടോടെ അണിഞ്ഞൊരുങ്ങി ഭൂമിയുടെ തുടുത്ത് ചുവന്ന മുഖം നോക്കി അത്ഭുതം ജനിപ്പിക്കുമാറ് നൃത്തം ചവിട്ടാറുണ്ട്. സെമിറ്റുകളും, നീഗ്രോകളും, ചൈനക്കാരും ഇത്തരം ഉർവ്വരതാനുഷ്ഠാനങ്ങൾ തെരഞ്ഞെടുത്ത ഋതുമതികളെ പങ്കെടുപ്പിച്ചിരുന്നു' (സോമദത്തൻ:1986). പ്രാചീന ഗോത്രസമൂഹത്തിൽ ഋതുമതി ഉർവ്വരതയുടെ മൂർത്തരൂപമായിരുന്നു.

ലോകത്തിലെ ഭൂരിഭാഗവും ആചാരാനുഷ്ഠാനങ്ങളും പുരുഷമേധാവിത്തപരവും സ്ത്രീ വിരുദ്ധവുമാണ്. ചരിത്രപരമായി നോക്കിയാൽ സമൂഹത്തിൽ പുരുഷാധിപത്യം സ്ഥാപിക്കാനുള്ള ശ്രമത്തിന്റെ ഭാഗമായിട്ടാണ് പല വിലക്കുകളും സ്ത്രീകളുടെ മേൽ ചുമത്തിയിരുന്നത്. അതിലൊന്നാണ് ആർത്തവവിലക്കുകൾ. ഈ സമയത്ത് വേർതിരിക്കപ്പെട്ട സ്ഥലത്ത് ഏകാന്തമായി താമസിപ്പിക്കുകയെന്നത് സ്ത്രീകളെ സമൂഹത്തിൽ അടിച്ചമർത്തുന്നതിനായുള്ള പുരുഷന്റെ ആഗ്രഹത്തിൽ നിന്നും ഉയർന്നുവന്നതാണ്. സ്ത്രീപദവി പ്രാചീന സമൂഹത്തിൽ വളരെ ഉയർന്നതായിരുന്നു. അവരു

ടേതായി ഒട്ടേറെ അനുഷ്ഠാനങ്ങളുണ്ടായിരുന്ന മനുഷ്യർ മണ്ണിറക്കി വിള വെടുക്കാൻ തുടങ്ങിയതോടെ മണ്ണിന്റെ ഉർവ്വരതയെയും സ്ത്രീയെയും തമ്മിൽ ബന്ധപ്പെടുത്തി. ക്രമേണ പ്രത്യുത്പാദനശേഷിയുള്ള സ്ത്രീ കൂടുതൽ വിളവിനു കാരണമാകുമെന്ന കണ്ടെത്തൽ രൂപപ്പെട്ടതോടുകൂടി കാർഷിക മേഖലയിലാകെ സ്ത്രീ ബഹുമാന്യയും ശക്തിയുടെ ഭാവവുമായി മാറി. വിതയുടെയും കൊയ്ത്തിന്റെയും സമയത്തെന്നപോലെ അതിവർഷത്തിന്റെയും അനാവൃഷ്ടിയുടെയും കാലത്ത് സ്ത്രീകൾ പങ്കെടുക്കുന്ന അനുഷ്ഠാനങ്ങൾ ഒഴിച്ചുകൂടാൻ വയ്യാത്തതായി ഉർവ്വരതയുമായി ബന്ധപ്പെട്ട എല്ലാ അനുഷ്ഠാനങ്ങളിലും സ്ത്രീക്ക് പ്രഥമസ്ഥാനം ലഭിച്ചു. പ്രാചീന ഗോത്രവിഭാഗങ്ങളിൽ ഉർവ്വരതാ സങ്കൽപവുമായി ബന്ധപ്പെട്ട പാട്ടുകളിലും നൃത്തങ്ങളിലും മിക്കവാറും സ്ത്രീകളാണ് പങ്കെടുത്തിരുന്നത്. സ്ത്രീയും ആർത്തവകാലത്തെ രക്തപ്രവാഹവും, തുടർന്നുള്ള ഗർഭധാരണവും ഭൂമിയുടെ ഗർഭധാരണത്തെ (കൃഷിയെ) രക്തദാഹവുമായി ബന്ധപ്പെടുത്തിയതിന്റെ ഫലമാണ് പ്രാചീനകാലത്തെ കാർഷിക ബലികൾ. രക്തം ജീവന്റെ ഇരിപ്പിടമാണെന്ന പ്രാകൃത വിശ്വാസം കൃഷിഭൂമിയിൽ രക്താർപ്പണം ചെയ്താൽ കൂടുതൽ വിളവുണ്ടാകുമെന്ന വിശ്വാസത്തിലേക്ക് നയിച്ചു. പ്രാചീന കാർഷിക സമൂഹങ്ങളിൽ നരബലി പരക്കെ നിലനിന്നിരുന്നതായി നിരീക്ഷിക്കപ്പെട്ടിരുന്നു. സൃഷ്ടിയുടെ മുഴുവൻ മഹത്വവും സ്ത്രീക്ക് നൽകിയിരുന്നതിന് ഉദാഹരണങ്ങളാണ് അക്കാലത്തെ അമ്മദൈവങ്ങൾ. പ്രാക്തന കാലത്ത് ഗോത്ര യുദ്ധങ്ങളിൽ തടവുകാരായി പിടിച്ചുകൊണ്ടുവരുന്നവരെ അമ്മ ദൈവങ്ങൾക്ക് ബലി കൊടുത്തിരുന്നു.

പിതൃദായക്രമങ്ങളിൽ അധിഷ്ഠിതമായ പുരുഷ ദൈവാരാധനയും സംഘടിത മതങ്ങളും പ്രചരിക്കപ്പെട്ടതോടെ അമ്മ ദൈവാരാധനയും അതുമായി ബന്ധപ്പെട്ട വിശ്വാസങ്ങളും ദുർമന്ത്രവാദപരവും, പൈശാചികവൃത്തിയുമായി മാറി. മനുഷ്യന്റെ സാമൂഹ്യ പരിണാമ ചരിത്രത്തിൽ (പ്രാകൃതം, അപരിഷ്കൃതം, നാഗരികത) പ്രാകൃത കാലഘട്ടത്തിലും അപരിഷ്കൃത കാലഘട്ടത്തിലും വളരെയധികം ബഹുമാന്യമായ സ്ഥാനമാണ് സ്ത്രീകൾക്ക് ഉണ്ടായിരുന്നത്. സെനേക്കാ ഇറോക്വോയ് ഗോത്രവർഗക്കാർക്കിടയിൽ കഴിച്ചുകൂട്ടിയ ആർതർ റൈറ്റ് ആ സമൂഹത്തിലെ സ്ത്രീകളുടെ സ്ഥാനത്തെക്കുറിച്ച് ഇങ്ങനെ പറയുന്നു; 'സാധാരണയായി കുടുംബം ഭരിച്ചിരുന്നത് സ്ത്രീ ജനങ്ങളാണ്. മറ്റെല്ലായിടത്തുംപോലെ ഗോത്രങ്ങൾക്കിടയിലും സ്ത്രീകൾ വലിയ ശക്തിയായിരുന്നു. ആവശ്യമെന്നു വന്നാൽ പടനായകന്റെ തൊപ്പി തെറിപ്പിച്ച് അയാളെ വെറും പടയാളിയാക്കി താഴ്ത്താനും അവർ മടിച്ചിരുന്നില്ല' (ഏംഗൽസ്:1884). മാർക്സ് ചൂണ്ടികാണിക്കുന്നതുപോലെ ഐതിഹ്യങ്ങളിലെ സ്ത്രീ ദൈവങ്ങൾ പഴയ ഒരു കാലഘട്ടത്തെയാണ് കുറിക്കുന്നത്. കൂടുതൽ സ്വാതന്ത്ര്യവും മാന്യവുമായ ഒരു സ്ഥാനം പഴയകാലത്ത് സ്ത്രീകൾക്കുണ്ടായിരുന്നു. പക്ഷേ, വീരേതിഹാസ കാലമായപ്പോഴേക്കും പുരുഷന്റെ മേധാ

വിത്വവും അടിമപ്പെണ്ണുങ്ങളിൽ നിന്നുണ്ടായ മത്സരവും സ്ത്രീകളെ ചവിട്ടിത്താഴ്ത്തിക്കളഞ്ഞു. അത്തരം ഒരു അടിമപെണ്ണിനെച്ചൊല്ലി അക്കിലസും അഗമെംനനും തമ്മിൽ നടക്കുന്ന വഴക്കിനെ ചുറ്റിപ്പറ്റിയാണ് ഇലിയഡിലെ കഥ നീങ്ങുന്നത്. ഈ അടിമപ്പെണ്ണുങ്ങളിലുണ്ടാകുന്ന മക്കൾക്ക് അച്ഛന്റെ സ്വത്തിൽ ചെറിയൊരംശം കിട്ടിയിരുന്നു. യഥാർത്ഥ ഭാര്യ ഇതെല്ലാം സഹിച്ചുകൊള്ളണം. അതേസമയം ചാരിത്ര്യവും പാതിവ്രത്യവും കർശനമായി പാലിച്ചുകൊള്ളുകയും വേണം. പുരുഷനെ സംബന്ധിച്ചിടത്തോളം അവൾ അയാളുടെ നിയമാനുസൃത സന്തതികളുടെ അമ്മ മാത്രമായിരുന്നു. സാമൂഹ്യപരിണാമം മിത്രദായക്രമം, മാതൃദായക്രമം, പിതൃദായക്രമം എന്നിങ്ങനെ മൂന്ന് ഘട്ടങ്ങളിലൂടെയാണ് കടന്നുപോയതെന്ന് ജർമ്മൻ സാംസ്കാരിക പരിണാമവാദിയായ (Cultural diffusionist) ജെ ജെ ബച്ചോഫൻ അഭിപ്രായപ്പെടുന്നത്. മിശ്രദായക്രമം അങ്ങേയറ്റം അരാജകത്വം നിറഞ്ഞതിനാൽ ക്രമേണ സ്ത്രീ ആധിപത്യ സാമൂഹ്യ സംവിധാനമായ മാതൃദായക്രമമായി മാറിയതായും ബച്ചോഫൻ ചൂണ്ടികാണിക്കുന്നുണ്ട്. മാതൃദായക്രമത്തിൽ പുരുഷൻ നൽകിയ സംരക്ഷണാധിപത്യം പിതൃമേധാവിത്ത സാമൂഹ്യക്രമത്തിന്റെ വളർച്ചയ്ക്ക് വഴിയൊരുക്കി.

സമൂഹത്തിൽ സ്വത്തിന്റെ വർദ്ധനവോടെയാണ് കുടുംബത്തിൽ പുരുഷന്റെ സ്ഥാനം കൂടുതൽ ശക്തമായത്. പിതൃത്വത്തിന്റെ പേരിൽ സ്ത്രീയെ പുരുഷന്റെ പൂർണമായ അധികാരത്തിനുവിധേയമാക്കി. പാതിവ്രത്യത്തിന്റെ പേരിൽ അവളെ കൊല്ലാൻ പോലും അയാൾക്ക് അവകാശമുണ്ടെന്ന സ്ഥിതിവിശേഷവും സംജാതമായിരുന്നു. മാതൃദായക്രമം ഇല്ലാതായതാണ് സ്ത്രീ സമൂഹത്തിന് ചരിത്രത്തിൽ സംഭവിച്ച വലിയൊരു പരാജയം. പുരുഷന്മാർ വീട്ടു ഭരണം കയ്യടക്കി. പുരുഷന്റെ ലൈംഗിക താൽപര്യങ്ങൾക്ക് ഇരയായി സന്താനോൽപാദനത്തിന് മാത്രമുള്ള ഒരു വസ്തുവായി സ്ത്രീ തരംതാഴ്ത്തപ്പെട്ടു. പുരുഷാധിപത്യത്തിന്റെയും അധികാരത്തിന്റെയും നിയന്ത്രണങ്ങളിൽപ്പെട്ട് ജീവിതം നയിച്ചവരെയും അതിനെതിരെ പ്രതികരിച്ചിരുന്ന സ്ത്രീ ജീവിതങ്ങളെയും നമ്മുടെ തെയ്യപുരാവൃത്തങ്ങളിലും, വടക്കൻപാട്ട് കഥകളിലും കാണാം. കടാങ്കോട്ട് മാക്കം, മുച്ചിലോട്ട് ഭഗവതി, കപ്പാളത്തി, പൂമാതയ് പൊന്നമ്മ തുടങ്ങിയ സ്ത്രീദേവതകളുടെ പുരാവൃത്തം ഇതിനുദാഹരണങ്ങളാണ്. ഇതിൽ കടാങ്കോട്ട് മാക്കത്തിന്റെ പുരാവൃത്തം ആർത്തവവിലക്കുമായി ബന്ധപ്പെട്ടിരിക്കുന്നു. ഏത് സാഹചര്യത്തിലും പ്രതിരോധിക്കുന്ന സ്ത്രീകൾ അന്നത്തെ സമൂഹത്തിൽ ഉണ്ടായിരുന്നു. സാമൂഹികവും സാമ്പത്തികവുമായ അധികാരം ഉപയോഗിച്ച് തറവാട്ട് കാരണവന്മാരായ പുരുഷന്മാർ, നാടുവാഴികൾ തുടങ്ങിയവർ സ്ത്രീകളെ തങ്ങളുടെ ചൊൽപ്പടിക്ക് നിർത്തിയിരുന്നതായി കാണാം.

മതത്തിന്റെ പേരിൽ നമ്മുടെ നാട്ടിൽ എണ്ണിയാലൊടുങ്ങാത്ത ആചാരങ്ങളുണ്ടായിരുന്നു. ആചാരങ്ങൾ വ്യക്തിയെ സമൂഹവമായി ബന്ധിപ്പിക്കുന്നതിനാൽ സാമൂഹ്യഘടന മാറുമ്പോൾ ആചാരവും മാറുന്നുണ്ട്. സമൂ

ഹത്തിലെ മാറ്റങ്ങൾക്കനുസരിച്ച് ആചാരങ്ങൾ പുതുക്കി പണിയുന്നുണ്ട്. പരമ്പരാഗതമായി നാം കരുതുന്ന ഓരോ ആചാരങ്ങളും മാറിവന്നതാണ്. ആചാരങ്ങൾക്ക് മാറ്റം സംഭവിക്കുമ്പോഴും പഴയത് തുടരുകയാണെന്ന ധാരണ മാത്രമാണ് നിലനിൽക്കുന്നത്. മാറാത്ത ആചാരങ്ങൾ ഒന്നും തന്നെയില്ല. പണ്ട് നരബലിയോടുകൂടി യജ്ഞങ്ങൾ ഉണ്ടായിരുന്നു. ചോരയ്ക്ക് പകരമായി ചുണ്ണാമ്പും മഞ്ഞളും കലർത്തിയുണ്ടാക്കുന്ന ഗുരുതികൊണ്ട് ദേവപ്രീതി നേടാമെന്ന് നിശ്ചയിച്ചു. പശുമേധത്തിന് പകരം പിഷ്പമേധം (ധാന്യമാവ് കുഴച്ച് ഉണ്ടാക്കുന്ന പശുരൂപം ആഹുതി ചെയ്യൽ) ആചാരത്തിന്റെ ഭാഗമായി. മനുഷ്യരുടെ തലവെട്ടി കുലദൈവങ്ങളെ പ്രീതിപ്പെടുത്തിയതിനു പകരമായി നാളികേരം ഉടച്ച് തുടങ്ങി. ക്ഷേത്രാചാരങ്ങൾ സാമൂഹ്യാചാരങ്ങളുടെ ഭാഗമായതുകൊണ്ടാണ് സാമൂഹിക പരിവർത്തനത്തിന് അനുസരിച്ച് മാറികൊണ്ടിരുന്നത്. ആചാരങ്ങൾ മാറുന്നില്ലെന്ന് വാദിക്കുന്നവരുടെ മുന്നിൽവെച്ചുതന്നെയാണ് ശബരിമലയിലെ പല ആചാരങ്ങളും മാറിയത്. 'പാശ്ചാത്യരുമായുള്ള സഹവാസത്താൽ തദ്ദേശീയരായ ജനങ്ങൾ ആദ്യമായി ഉപേക്ഷിച്ച രീതികളിൽ ഒന്നായിരുന്നു ആർത്തവക്കുടിലുകൾ' (Balzer: 1985).

ചരിത്രപരമായ നോക്കിയാൽ സ്ത്രീകൾ സമൂഹത്തിൽ അനുഭവിച്ചുകൊണ്ടിരുന്ന കൊടിയ യാതനകൾക്കെതിരെ, കാലങ്ങളോളം സമരം നയിച്ച് നേടിയെടുത്ത അവകാശങ്ങളെ പതുക്കെ അടിയറവെച്ച് അതിലൂടെ തനിക്ക് കിട്ടിയ സ്വാതന്ത്ര്യം വരുംതലമുറകൾക്ക് അപ്രാപ്യമാക്കുകയാണെന്ന് നാമജപവുമായി നടക്കുന്ന ഇന്നത്തെ സ്ത്രീകൾ അറിയുന്നില്ല. മുൻകാല ആചാരാനുഷ്ഠാനങ്ങൾ സ്ത്രീകളെ വീണ്ടും അരികുകളിലേക്ക് പുനർനിർമ്മിക്കുകയാണ് ചെയ്യുന്നത്. മറഞ്ഞുപോയ ആചാരങ്ങളെ തിരികെ കൊണ്ടുവരുവാനാണ് ചില കൂട്ടായ്മകൾ ശ്രമിക്കുന്നത്.ന സ്ത്രീ സ്വാതന്ത്ര്യമർഹതി എന്ന *മനുസ്മൃതി* സങ്കൽപത്തെ ഊട്ടിയുറപ്പിക്കുന്ന തരത്തിലുള്ള പ്രവർത്തനങ്ങളാണ് കഴിഞ്ഞ കുറേ കാലങ്ങളായി ഇന്ത്യയിലുടനീളം കാണുന്നത്. ഇന്ത്യൻ ഭരണഘടനയ്ക്ക് പകരമായ *മനുസ്മൃതി*യെ മാറ്റുന്നതിനുള്ള ബോധപൂർവമായ ശ്രമങ്ങൾ നടത്തി സ്ത്രീകളുടെ സ്വാതന്ത്ര്യത്തെ ഇല്ലായ്മ ചെയ്യുന്നതിനുള്ള പ്രവർത്തനങ്ങൾ നടത്തുന്നു.

ആചാരവും അനുഷ്ഠാനവും തമ്മിൽ സമാനതകളുണ്ടെങ്കിലും സമൂഹത്തിൽ വ്യത്യസ്തധർമ്മങ്ങളാണ് അവ നിർവ്വഹിക്കുന്നത്. പ്രപഞ്ചശക്തികളെ പ്രീതിപ്പെടുത്തി തങ്ങളുടെ നിയന്ത്രണത്തിൽ നിർത്തുന്നതിന്റെ ഭാഗമായിട്ടാണ് അനുഷ്ഠാനങ്ങൾ വികസിച്ചുവന്നത്. ഇതിന് വിശ്വാസത്തിന്റെ പിൻബലവുമുണ്ട്. മതത്തിന്റെ കാലത്ത് പ്രകൃതിശക്തികളെ കൈപിടിയിലൊതുക്കുവാൻ ദൈവത്തെ സന്തോഷിപ്പിച്ചാൽ മതിയെന്ന വിശ്വാസത്തിന് മുൻതൂക്കം ലഭിച്ചതോടെ മാന്ത്രികാനുഷ്ഠാനങ്ങൾ മതാത്മകമായ അനുഷ്ഠാനങ്ങളിലേക്ക് പരിവർത്തനം ചെയ്യപ്പെട്ടു. ആചാരം സാമൂഹികതയുമായി ബന്ധപ്പെട്ടതാണെങ്കിൽ അനുഷ്ഠാനങ്ങൾ മതാത്മ

കതയിലാണ് നിലനിൽക്കുന്നത്. മനുഷ്യന്റെ ശാസ്ത്രബോധം വികസിക്കുന്നതനുസരിച്ച് അനുഷ്ഠാനങ്ങൾക്ക് മാറ്റം സംഭവിച്ച് ചിലത് കാലഹരണപ്പെട്ടുപോയിട്ടുണ്ട്. ആചാരങ്ങൾ വ്യക്തിയെ സമൂഹവുമായി ബന്ധിപ്പിക്കുന്നതിനാൽ മാറുന്ന സമൂഹത്തിനനുസരിച്ച് ആചാരങ്ങൾക്കും മാറ്റം സംഭവിക്കുന്നുണ്ട്. മാറ് മറയ്ക്കൽ, സതി, മുലക്കരം തുടങ്ങിയവ ആചാരങ്ങളായതിനാലാണ് ശക്തമായ പോരാട്ടങ്ങളിലൂടെ അവയെ മറികടക്കാനായത്.

ആധുനിക ജനാധിപത്യ സമൂഹം ആചാരത്തെയും അനുഷ്ഠാനത്തെയും ഇടകലർത്തി, മതാധിഷ്ഠിതമായി മതത്തിന്റെ പേരിൽ സമൂഹത്തെ ഭിന്നിപ്പിച്ച് ഉപയോഗിക്കാമന്നുള്ള കണ്ടെത്തലിന്റെ ഭാഗമായി മൺമറഞ്ഞ പല ആചാരാനുഷ്ഠാനങ്ങളും പതിയെ സമൂഹത്തിലേക്ക് തിരികെ കൊണ്ടുവരാൻ ശ്രമം നടത്തുന്നുണ്ട്. അനുഷ്ഠാനത്തിലെ രാഷ്ട്രീയവും രാഷ്ട്രീയത്തിലെ അനുഷ്ഠാനവും പരസ്പര പൂരകങ്ങളാണെന്ന് ഫൂക്കോ (1960) നിരീക്ഷിക്കുന്നുണ്ട്. എല്ലാ ശക്തികേന്ദ്രങ്ങളിലേക്കും, ജീവിതത്തിന്റെ വിവിധ മേഖലകളിലെ എല്ലാ അധികാരകേന്ദ്രങ്ങളിലേക്കും പോകുന്ന ഒരു ഉപാധിയായിരുന്നു അനുഷ്ഠാനമെന്നും ഫൂക്കോ അഭിപ്രായപ്പെടുന്നു. അനുഷ്ഠാനങ്ങൾ എല്ലാ ആചാരങ്ങളിലും പ്രത്യേക പങ്ക് വഹിക്കുന്നുണ്ടെന്നാണ് ഫൂക്കോയുടെ ഈ നിരീക്ഷണത്തെ പിന്തുടർന്ന് കെല്ലിയും കപ്ലാനും (1990) ചൂണ്ടികാണിച്ചത്.

ആർത്തവത്തെ അശുദ്ധമാക്കുന്നത്

ബീജ സങ്കലനത്തിനും ഗർഭധാരണത്തിനുമായി സ്ത്രീ ശരീരം എല്ലാ മാസവും തയ്യാറെടുക്കുന്നുണ്ട്. ഗർഭധാരണം ഇല്ലാതാകുമ്പോൾ ഈ തയ്യാറെടുപ്പുകൾ ശരീരം ഉപേക്ഷിച്ച് പുറന്തള്ളുന്നു. ഈ അവസ്ഥയാണ് സ്ത്രീകളിലെ 'മാസമുറ' എന്നു വിശേഷിപ്പിക്കുന്ന ആർത്തവം. സ്ത്രീയുടെ പ്രത്യുത്പാദനശേഷി വെളിപ്പെടുത്തുന്ന ഒരു സ്വാഭാവിക പ്രതിഭാസം മാത്രമായ ആർത്തവത്തെ പല സമൂഹങ്ങളും പുരുഷാധിപത്യം നിലനിർത്തുന്നതിനുള്ള ഭാഗമായി അശുദ്ധമായി കണ്ടിരുന്നു. ആർത്തവകാലം നീട്ടിവെക്കുവാൻ മണ്ഡലകാലത്ത് സ്ത്രീകൾ കഴിക്കുന്ന ഗുളികകൾ (Tablets) വീട്ടിലെ പുരുഷന്മാരുടെ വ്രതാനുഷ്ഠാനം സംരക്ഷിക്കുവാനാണ്. പലപ്പോഴും 'ചൊവ്വാദോഷം' എന്ന സങ്കൽപം സ്ത്രീകളെ മാത്രമാണ് കൂടുതലായി ബാധിക്കുന്നത്. ശരീരത്തിലെ മറ്റു വിസർജ്യവസ്തുക്കൾക്കില്ലാത്ത (മലം, മൂത്രം, വിയർപ്പ്, ശുക്ലം) ഒരു പ്രത്യേകതയും അശുദ്ധിയും ആർത്തവത്തിന് ഇല്ല.

ശുദ്ധി-അശുദ്ധി സങ്കൽപങ്ങളെക്കുറിച്ചുള്ള കാഴ്ചപ്പാടുകൾ സവർണാധിപത്യത്തിൽ നിന്നും രൂപപ്പെട്ടു വന്നവയാണ്. മതപരമായ വിശ്വാസങ്ങളിൽ നിന്നും ശാരീരിക പ്രവർത്തനങ്ങളെക്കുറിച്ചുള്ള അറിവില്ലായ്മയിൽനിന്നും ഉരുത്തിരിഞ്ഞുവന്ന ആർത്തവാചാരത്താൽ നിരവധിപേർ രക്തസാക്ഷികളായിട്ടുണ്ട്. ഇപ്പോഴും നമ്മുടെ സമൂഹത്തിൽ ആർത്തവാ

ചാരങ്ങളുമായി ബന്ധപ്പെട്ട് ഏകാന്തവാസം കർശനമായി തുടരുന്നുവെന്നതിന് ഉദാഹരണമാണ് തമിഴ്നാട്ടിലെ പട്ടുകോട്ട ഗ്രാമത്തിൽ ഗജചുഴലിക്കാറ്റിൽ ഷെഡ്ഡിലേക്ക് വീണ തെങ്ങിനടിയിൽപ്പെട്ട് മരണപ്പെട്ട ഏഴാം ക്ലാസ് വിദ്യാർത്ഥിനിയായ വിജയ. ഗജ ചുഴലിക്കാറ്റ് വരുന്നതിന് മൂന്ന് ദിവസം മുമ്പേ ആദ്യ ആർത്തവത്തിന്റെ ഭാഗമായി വിജയയെ വീട്ടിൽ നിന്ന് ആർത്തവ അശുദ്ധിയുടെ പേരിൽ തൊട്ടടുത്ത ഷെഡ്ഡിലേക്ക് മാറ്റി പാർപ്പിച്ചിരുന്നു. സുരക്ഷിത സ്ഥാനത്തേക്ക് മാറണമെന്ന് അധികൃതർ മുന്നറിയിപ്പ് നൽകിയിട്ടും, ആചാരം ലംഘിക്കാനാവില്ലെന്ന കുടുംബത്തിന്റെ നിലപാടാണ് വിജയയുടെ മരണത്തിന് കാരണമായത്. ആചാരാനുഷ്ഠാനങ്ങളിൽ ശാസ്ത്രീയതയില്ല എന്ന് തെളിയിക്കുന്നതാണ് ആധാർ കാർഡിലെ തിരിച്ചറിയൽ നോക്കി ശബരിമലയിലെ സ്ത്രീ പ്രവേശം അനുവദിക്കുന്നത്. ആർത്തവം 10 വയസ്സിനു മുമ്പോ, 50 വയസ്സിനു ശേഷമോ ഉണ്ടാകാം എന്ന വസ്തുതയെക്കുറിച്ച് ഇവർ ബോധവാന്മാരല്ല. സാനിറ്ററി നാപ്കിനുകൾക്ക് മിക്കരാജ്യങ്ങളിലും നികുതിയില്ല. ഇന്ത്യയിൽ നിരവധി സമരങ്ങൾക്കൊടുവിൽ നാപ്കിന് ജി എസ് ടി ഒഴിവാക്കിയെങ്കിലും വില കുറഞ്ഞിട്ടില്ല.

സാമൂഹിക പരിഷ്ക്കാരങ്ങളുടെ എല്ലാ ഘട്ടങ്ങളിലും നിരവധി എതിർപ്പുകൾ ഉണ്ടായിട്ടുണ്ട്. എതിർപ്പുകളെ ചെറുത്തുനിൽക്കുവാൻ സാധിച്ചതിനാലാണ് നാടിന് സാമൂഹ്യ പുരോഗതി കൈവന്നത്. ശൈശവ വിവാഹത്തെ എതിർത്തപ്പോഴും, സതി നിഷേധിച്ചപ്പോഴും, ക്ഷേത്രപ്രവേശന വിളംബരം ഉണ്ടായപ്പോഴും, സ്ത്രീകൾ മാറുമറയ്ക്കുവാൻ തുടങ്ങിയപ്പോഴും വലിയ പ്രതിഷേധങ്ങൾ തന്നെയാണ് ഇന്നത്തെ പ്രക്ഷോഭക്കാരുടെ മുൻതലമുറകൾ ഉയർത്തിക്കൊണ്ടുവന്നത്. അസത്യങ്ങളും അനാചാരങ്ങളും അന്ധവിശ്വാസങ്ങളും സ്ത്രീകൾക്കിടയിൽ പ്രചരിപ്പിച്ച് അവരെ സ്വന്തം അവകാശങ്ങളിൽ നിന്ന് പിന്തിരിപ്പിക്കുകയാണ് ഇക്കൂട്ടർ ചെയ്യുന്നത്. 'സ്ത്രീകളുടെ ലൈംഗിക പ്രവർത്തനങ്ങളുടെയും, ജീവിതത്തിന്റെയും കടിഞ്ഞാൺ പുരുഷന്റെ കയ്യിലാണെന്നും ഈ കടിഞ്ഞാൺ ഇല്ലാതായാൽ കുടുംബം തകരുമെന്നും ലൈംഗിക അരാജകത്വത്തിലേക്ക് നീങ്ങുമെന്നുമുള്ള ആശയങ്ങൾ ഇതിന്റെ ഭാഗമാണ്. സ്ത്രീലമ്പടന്മാരായ പുരുഷന്മാർ കുടുംബത്തെ തകർക്കില്ല. സ്ത്രീകളാണ് അത് ചെയ്യുന്നത്. പുരുഷന്മാർ സ്ത്രീകളിലേക്കാകർഷിക്കപ്പെടുന്നതിന്റെ ഉത്തരവാദിത്വവും സ്ത്രീകൾക്ക് തന്നെയാണെന്ന വാദവും നിരവധി പ്രാവശ്യം നാം കേട്ടുകഴിഞ്ഞതാണ്. അതുകൊണ്ട് സ്ത്രീ ലൈംഗികതയ്ക്ക് കടിഞ്ഞാണിടണം; പുരുഷന് അതാവശ്യമില്ല. പുരുഷന്മാർ വർഷം മുഴുവൻ എങ്ങനെ ജീവിച്ചാലും 41 ദിവസത്തെ വ്രതം കൊണ്ട് അവർക്ക് സന്നിധാനത്തിന്റെ 'ഭാവം' നിലനിർത്താം. ആർത്തവമുള്ള സ്ത്രീകൾക്ക് ഒരിക്കലും അത് സാധിക്കുകയില്ല. ഇത്തരം സൂത്രവാക്യങ്ങളോരോന്നും ഫ്യൂഡൽ ആണധികാരത്തിന്റെ സൂത്രവാക്യങ്ങളാണെന്ന് കാണാൻ പ്രയാസമില്ല' (ഡോ. കെ എൻ ഗണേശ്:2018).

ആർത്തവം എന്ന പ്രകൃതി നിയമത്തെ അശുദ്ധിയായി പരിവർത്തനം ചെയ്യുന്ന വ്യവസ്ഥിതിയാണ് മാറേണ്ടത്. 'ഇരുപതാം നൂറ്റാണ്ടിൽ ശബരി മല ഒരു പ്രാദേശിക ക്ഷേത്രമായിരുന്ന സമയത്ത് സ്ത്രീ പുരുഷ ഭേദ മെന്യേ എല്ലാവരും പോയിരുന്നു. ശബരിമല അറിയപ്പെടാൻ തുടങ്ങിയ തിനുശേഷമാണ് ആചാരങ്ങളും മറ്റും അവിടെ ഉണ്ടാക്കിയത്' (എം ജി എസ് നാരായണൻ 2018). 41 ദിവസത്തെ കഠിനവ്രതത്തെ കാലോചിത മായി പരിവർത്തനം ചെയ്യാമെങ്കിൽ ആർത്തവാചാരത്തിന്റെ പേരിൽ മാത്രം സ്ത്രീകൾക്ക് വേർതിരിവ് ഉയർത്തുന്നതിനെയാണ് കോടതി എതിർത്തത്. കോടതി വിധിയെ സാധൂകരിക്കുന്നതാണ് ഡോ. ബി ആർ അംബേദ്ക റുടെ വരികൾ; 'രാജ്യത്തെ മതവിശ്വാസികളുടെയും നിർദ്ദേശങ്ങളുടെയും വ്യാപ്തി വളരെ വലുതായതിനാൽ അവയെല്ലാം അതേപടി നിലനിർത്തി യാൽ സാമൂഹ്യവിഷയങ്ങളിൽ മുന്നോട്ട് പോകാതെ രാജ്യം സ്തംഭിച്ചു നിൽക്കേണ്ടിവരും. അതുകൊണ്ട് ഏത് മതവും സ്വീകരിക്കുവാനും വിശ്വസിക്കുവാനും അനുവാദം നൽകുമ്പോൾ തന്നെ സാമൂഹ്യനീതി ഉറപ്പാ ക്കാൻ നിയമത്തിന് വിശ്വാസത്തിന്റെ പേരിലുള്ള അനീതികളിൽ ഇടപെ ടാനുള്ള സ്വാതന്ത്ര്യം നൽകിയത്.' ഒരു ഭാഗത്ത് സ്ത്രീകളെ ദേവതക ളായി ആരാധിക്കുന്നവർ മറുഭാഗത്ത് അവർക്ക് വിശ്വാസത്തിന്റെ പേരിൽ നിയന്ത്രണങ്ങൾ ഏർപ്പെടുത്തുന്നു. സ്ത്രീകളിൽ നിന്നും കൂടുതൽ പരി ശുദ്ധിയും പാതിവ്രത്യവും ആവശ്യപ്പെടുന്ന പുരുഷ മനോഭാവം മാറേ ണ്ടതുണ്ട്. ആർത്തവത്തിന് അയിത്തം കൽപിക്കുന്നതിലൂടെ ഭരണഘടന ഉറപ്പ് നൽകുന്ന ലിംഗസമത്വം സ്ത്രീകൾക്ക് നിഷേധിക്കപ്പെടുന്നു. ഒരു ശാരീരിക പ്രതിഭാസത്തെ അശുദ്ധി കൽപിച്ച് പൊതുസമൂഹത്തിൽ നിന്ന് മാറ്റി നിർത്തുമ്പോൾ അവരുടെ മനുഷ്യാവകാശങ്ങൾ നിഷേധിക്കപ്പെടു കയാണ് ചെയ്യുന്നത്. ഭരണഘടനയുടെ ആർട്ടിക്കിൾ 17 ആണ് ഇവിടെ ലംഘിക്കപ്പെടുന്നത്.

References:

1. *A critical Appraisal Theories of Menstrual Symbolism*, Thomas Buckley & Alma Gottlieb (internet reference)
2. *Being a woman: The social contsruction of mentsruation Among Hmong Woman in Australia*, Pranee Liamputtong, 2010.
3. *Indian Society*, S C Dube, 1990.
4. The puberty ritual among the Vedas (internet reference.
5. *കുടുംബം, സ്വകാര്യസ്വത്ത്, ഭരണകൂടം എന്നിവയുടെ ഉത്ഭവം* (സംഗ്രഹം): എംഗൽസ്, പരിഭാഷ പി എൻ ദാമോദരൻപിള്ള: 1989, ചിന്ത പബ്ലിഷേഴ്സ്.
6. *നരവംശശാസ്ത്രം*, ടി വൈ വിനോദ്കൃഷ്ണൻ & എം ഹമീദ്, 2000, കേരളഭാഷാ ഇൻസ്റ്റിറ്റ്യൂട്ട്, തിരുവനന്തപുരം.
7. *ഇടമലക്കുടി: ഊരും പൊരുളും*, പി കെ മുരളീധരൻ, 2014, സാഹി

ത്യപ്രവർത്തക സഹകരണസംഘം, കോട്ടയം.

8. *ഫോക്‌ലോറിലെ സ്ത്രീസ്വത്വ നിർമ്മിതി*, പി വസന്തകുമാരി, 2000, ഫോക്‌ലോർ ഫെല്ലോസ് ഓഫ് മലബാർ ട്രസ്റ്റ്, പയ്യന്നൂർ.
9. *ഫോക്‌ലോർ: ജനുസ്സ്, സിദ്ധാന്തം, രാഷ്ട്രീയം,* കെ എം അനിൽ, പാപ്പിയോൺ പബ്ലിഷേഴ്സ്, കോഴിക്കോട്, 2014.
10. *വർണവും ജാതിയും*, സോമദത്തൻ, 1986, പുസ്തക പ്രസാധക സംഘം, പന്തളം.
11. കോടതിവിധികളും സ്ത്രീ സ്വാതന്ത്ര്യത്തിനു നേരെയുള്ള ആക്രമണവും, ഡോ. കെ എൻ ഗണേശ്, 2018 ഒക്ടോബർ 12, ചിന്ത വാരിക.
12. ആർത്തവാചാരത്തിന്റെ രക്തസാക്ഷികൾ, രശ്മി വി എസ്, 2018 നവംബർ 25, കലാകൗമുദി.
13. പാഠം ഒന്ന് ആർത്തവത്തിന്റെ ശാസ്ത്രം, സംസ്ഥാന പരിശീലനം, ശാസ്ത്ര സാഹിത്യ പരിഷത്ത്, തൃശൂർ (Information from WhatsApp).

ലിംഗഭേദവും പൗരത്വവും

സോണിയ ഇ പ

പടയൊരുങ്ങുകയായി പടയൊരുങ്ങുകയായി
അടുക്കളയ്ക്കകത്താണീപ്പടയൊരുക്കം
സപത്നികളസംതൃപ്തഹൃദയകൾ ഞങ്ങളെന്നും
സമരമന്യോന്യം ചെയ്തു നശിക്കുകില്ല

തൊഴിൽകേന്ദ്രത്തിലേക്ക് എന്ന നാടകത്തിലെ കഥാപാത്രം ദേവകി അണിയറയിൽ ഈ പാട്ട് പാടുന്നു. മുറിയിലിരുന്ന് പാട്ട് കേൾക്കുന്ന ഭർത്താവായ വക്കീൽ അസ്വസ്ഥനായിക്കൊണ്ട് ഇങ്ങനെ പറയുന്നു (പു. 37).

"വഷളായിട്ടുള്ള പാട്ട് ഇത്രൊക്കെ ചെല്ലാണ്ടിരിക്കരുതേ എന്നാല് ബാക്കിള്ളോരെം കൂടി ഒരു ജോലിടുക്കാൻ സമ്മതിക്കില്യാന്നാ" ഭാര്യയുടെ ഉറക്കെയുള്ള പാട്ട്, അതും അസംതൃപ്തരായ അടുക്കളക്കാരികളെക്കുറിച്ചുള്ള പാട്ട് - ഭർത്താവായ വക്കീലിന് തീരെ സഹിക്കുന്നില്ല. ഈ വക്കീലാകട്ടെ രാഷ്ട്രീയ സ്വയം സേവകനാണ്. ഭാര്യയുടെ പണി അടുക്കളയിലാണെന്ന് ഓർമ്മിപ്പിച്ചുകൊണ്ടിരിക്കുന്ന 'സ്വയം സേവകൻ'. ജാതിയും ലിംഗഭേദവും വിധിക്കുന്ന ധർമ്മം മാറുന്നതല്ലെന്ന് ഭാര്യയെ പറഞ്ഞുപഠിപ്പിക്കുന്നവനാണ് വക്കീൽ. "കരുവാന്മാര് ഇരുമ്പുപണിക്കൊന്നും തയ്യാറില്യാ - കേമാവില്യേ? വെളുത്തേടന്മാര് അലക്കാൻ ഭാവല്യാ എന്താ കഥ? എത്ര ബുദ്ധിമുട്ടുണ്ടാവും? ഒന്വറിയാണ്ടല്ല, പണ്ടുള്ളോര് ഓരോരുത്തർക്ക് ഓരോ ജോലീന്ന് വെച്ചിട്ടുള്ളത്" (പു. 40) കരുവാനും വെളുത്തേടനും ഇരുമ്പുപണിയും അലക്കുമല്ലാതെ ഏത് പണിക്കും യോഗ്യതയുണ്ടെന്ന അവസ്ഥയുണ്ടാകുന്നത് അവരുടെ പൗരത്വപദവി അംഗീകരിച്ചതോടെയാണ്. ഭാര്യക്ക്/സ്ത്രീക്ക് അടുക്കളപ്പണിയല്ല വിധിച്ചിട്ടുള്ളതെന്നും ഏത് പണിക്കും പോകാമെന്ന് വന്നത് പൗരത്വപദവി അംഗീകരിച്ചതോടെയാണ്. ഭരണഘടന അനുശാസിക്കുന്ന പൗര

സ്വാതന്ത്ര്യത്തിന്റെ അടിത്തറയിൽ ശബരിമലയിൽ സ്ത്രീകൾക്ക് പ്രവേശിക്കാം എന്ന് സുപ്രിംകോടതി പറഞ്ഞപ്പോൾ ആർത്തവമുള്ള സ്ത്രീശരീരം അശുദ്ധമാണെന്ന് പറഞ്ഞത് ഈ വക്കീലിന്റെ പിന്മുറക്കാരാണ്.

നമ്പൂതിരി നവോത്ഥാനത്തിന്റെ തീക്ഷ്ണമായ നാളുകളിലാണ് സ്ത്രീകളുടെ കൂട്ടായ്മയിൽ *തൊഴിൽ കേന്ദ്രത്തിലേക്ക്* എന്ന നാടകം പിറക്കുന്നത്. പാരമ്പര്യത്തിന്റെ മറക്കുടയ്ക്കുകീഴിൽ ഇരുന്ന് കൊളോണിയലിസത്തിന്റെ ഔദാര്യത്തിൽ പരിഷ്ക്കരിക്കാം എന്ന് വിചാരിക്കുന്ന ഒരു സവർണവിഭാഗം അന്ന് ശക്തമായിരുന്നു എന്ന സൂചനയാണ് ഈ നാടകത്തിലെ നമ്പൂതിരിയെപ്പോലുള്ള (വക്കീൽ) കഥാപാത്രങ്ങൾ നൽകുന്നത്. "നമ്പൂര്യേപ്പോലെ പരിഷ്ക്കാരത്തിന്റെ പൊതപ്പിട്ട ചില പിന്തിരിപ്പന്മാരുണ്ട്" (പു. 45). വക്കീലിന്റെ ഭാര്യ ദേവകിയുടെ സുഹൃത്തും അന്തർജ്ജന സമാജത്തിന്റെ പ്രവർത്തകയുമായ പാർവ്വതി അദ്ദേഹത്തോട് പറയുന്നതാണിത്. വക്കീലിനെ കൃത്യമായിത്തന്നെ നാടകത്തിൽ പരിചയപ്പെടുന്നുണ്ട്. വാളും പരിചയുമൊക്കെയായി പ്രത്യക്ഷപ്പെട്ടപ്പോൾ ദേവകി അത്ഭുതത്തോടെ ഇതെന്താണെന്ന് ചോദിക്കുന്നുണ്ട്. "ഇതാണ് ആർ. എസ് എസ് അതിന്റെ വളണ്ടിയർ പരിശീലനാ. കേട്ടിട്ടില്ലേ, രാഷ്ട്രീയ സ്വയം സേവക് സംഘംന്ന്" (പു. 35). നവോത്ഥാന മുന്നേറ്റത്തിന് താഴിട്ടുകൊണ്ട് അതിനെ സവർണ്ണ ആണധികാരത്തിലേക്ക് വഴിതിരിച്ചുവിടാനാണ് വക്കീലിന്റെ ശ്രമം.

വെള്ളിനേഴിയിൽ പോയി *അടുക്കളയിൽനിന്ന് അരങ്ങത്തേക്ക്* എന്ന നാടകം കാണണമെന്ന് ദേവകി പറയുമ്പോൾ തൃശൂരിൽ പോയി ഹൈന്ദവ മഹാസമ്മേളനത്തിൽ കളിക്കുന്ന 'വെക്കം' വാസുദേവൻ നായരുടെ ഹിന്ദു ധർമ്മം എന്ന നാടകം കാണാമെന്നാണ് വക്കീൽ പറയുന്നത്. ശബരിമല സ്ത്രീപ്രവേശവുമായി ബന്ധപ്പെട്ട കോടതി വിധിക്കെതിരെ പൗരത്വപദവിയിലെ തുല്യനീതി എന്ന ആശയം തന്നെ തള്ളിക്കളയുന്നവർ പഴയ വക്കീലിന്റെ പിന്മുറക്കാരാണ്. വെള്ളിനേഴിയിൽ പോയി നാടകം കണ്ട അന്തർജ്ജനങ്ങളാണ് തൊഴിൽ കേന്ദ്രത്തിലെത്തിയതും അവിടെനിന്ന് പൊതുരാഷ്ട്രീയ മുന്നേറ്റങ്ങളിലേക്കെത്തിയതും. ജാതിശരീരങ്ങളെ പൗരത്വപദവിയിലേക്കെത്തിച്ച സാമൂഹ്യനവോത്ഥാനത്തിലെ ഒരേട് മാത്രമാണിവിടെ സൂചിപ്പിച്ചത്. സവർണ്ണ ആണധികാരം ഹൈന്ദവ മഹാസമ്മേളനത്തെക്കുറിച്ച് അന്ന് തന്നെ സൂചിപ്പിക്കുന്നു. ഇന്നും അവർ തന്നെയാണ് ശരീരത്തിന്റെ ശുദ്ധിയും/അശുദ്ധിയും നിർണ്ണയിക്കുന്നത്. തന്ത്രികുടുംബവും രാജകുടുംബവുമൊക്കെ ബഹുമാന്യതയോടെ പരിചരിക്കപ്പെടുന്നത് ഈ സവർണ്ണ ബ്രാഹ്മണ ആണധികാരത്തിൽത്തന്നെയാണ്.

ആണധികാര ബ്രാഹ്മണ്യത്തോട് ബന്ധപ്പെടുത്തിയാണ് ജാതിവ്യവസ്ഥയിലെ ശുദ്ധി/അശുദ്ധികൾ നിലനിൽക്കുന്നതെന്ന് ഉമാചക്രവർത്തി പറയുന്നുണ്ട്. ഇന്നും ബ്രാഹ്മണശരീരം (ആൺ) അയിത്തം ദീക്ഷിച്ചുകൊണ്ടുതന്നെയാണ് പൗരോഹിത്യത്തിൽ പരിചരിക്കപ്പെടുന്നത്. "ബ്രാഹ്മണന്റെ ദേഹവിശുദ്ധി സംരക്ഷിക്കുകയെന്നതാണ് താത്ത്വികതലത്തിൽ

ജാതിയുടെ സത്ത. അശുദ്ധിയുളവാക്കുന്ന വസ്തുക്കളുമായി സമ്പർക്കത്തിലേർപ്പെടേണ്ടിവരുന്ന തൊഴിലുകളിൽനിന്നും ബ്രാഹ്മണരെ വിലക്കുന്നതാണ് ആ വിശുദ്ധി. വ്യുൽക്രമത്തിൽ 'അശുദ്ധ" ജാതികൾ ബ്രാഹ്മണനുവേണ്ടി അത്തരം പ്രവർത്തനങ്ങളിൽ ഏർപ്പെടണമെന്നാണ് അതനുശാസിക്കുന്നത്. ഉയർന്ന ജാതിക്കാരെ അവരുടെ വിശുദ്ധിയിൽ നിലനിർത്തുന്നതിനായി എല്ലാകാലത്തും കീഴ്പ്പെടുത്തിവെക്കാവുന്ന തൊഴിലെടുക്കുന്ന ശരീരങ്ങൾ പ്രത്യുല്പാദിപ്പിക്കുക എന്ന ആവശ്യമാണ് ജാതിവ്യവസ്ഥയെ നിലനിർത്തുന്നത്. തൊഴിലെടുക്കുന്ന കീഴ്ജാതിക്കാരെയും അവരുടെ കീഴ്മയെയും ലക്ഷ്യമിട്ടുകൊണ്ടുള്ളതാണ് ധാർമ്മികമായ എല്ലാ വിലക്കുകളും. അതിലൂടെ തൊഴിലെടുക്കുന്ന ജീവിയുടെ പ്രത്യുല്പാദനവും അതിലൂടെ അയാളുടെ കീഴായ്മയുടെ പുനരുത്പാദനവുമാണ് ധർമ്മം ലക്ഷ്യമിടുന്നത്" (പു. 26). സാമൂഹ്യനവോത്ഥാന പ്രവർത്തനങ്ങൾ ലിംഗപരവും ജാതീയവുമായി അനുഭവിച്ച കീഴായ്മകളെ ഇല്ലാതാക്കി പൗരത്വപദവി നേടിയെടുക്കാനുള്ള ശ്രമമാണ് നടത്തിയത്. ഈ പൗരത്വപദവിയിലാണ് സാമ്രാജ്യവിരുദ്ധ ദേശീയത ഇന്ത്യൻ മണ്ണിൽ വേരുപിടിക്കുന്നത്.

നമ്പൂതിരിയെ ഇംഗ്ലീഷ് പഠിപ്പിച്ച് വക്കീലും മറ്റുമാകുന്നതിൽ പ്രയാസമില്ലാത്ത കൊളോണിയൽ നടത്തിപ്പുകാരാണ് സംഘപരിവാരത്തിന്റെ പൂർവ്വ 'പിതാക്കൾ.' 1944 ലെ നമ്പൂതിരിയോഗക്ഷേമസഭയുടെ 34-ാം വാർഷിക യോഗത്തിൽ ഇ എം എസ് നിർവഹിച്ച് നമ്പൂതിരിയെ മനുഷ്യനാക്കാൻ എന്ന ചരിത്രപ്രസിദ്ധമായ പ്രവർത്തനത്തിന്റെ വഴിയേ പോയാൽ മേലാള-കീഴാള ബന്ധങ്ങളിലൂടെ നിലനിൽക്കുന്ന ബ്രാഹ്മണാധിപത്യത്തിന്റെ ഘടനയിൽ ഇളക്കം തട്ടും എന്നു മനസ്സിലാക്കിയവരാണ് ഹിന്ദുമഹാസമ്മേളനത്തിന് പോകുന്നത്. ആണധികാര ബ്രാഹ്മണ്യത്തിന്റെ അടിത്തറയിളക്കുന്ന പണിയാണ് തൊഴിൽ കേന്ദ്രത്തിലേക്കെത്തുന്ന സ്ത്രീകൾ നടത്തുന്നതെന്ന് വക്കീലും ആർ എസ് എസും മനസ്സിലാക്കിയിരുന്നു. വക്കീലിന്റെ പിൻഗാമികൾ ഇന്നും പൗരരെ അഭിസംബോധന ചെയ്യുന്ന ഭരണഘടന അംഗീകരിക്കുന്നവരല്ല. രാജാവും പ്രജകളും തന്ത്രിയും ആചാരങ്ങളുമൊക്കെയുള്ള സുവർണ്ണഭൂതകാല ദേശീയതയിലാണ് അവരുടെ നിൽപ്പ്.

ബ്രിട്ടീഷുകാർക്കെതിരെ നടന്ന സമരങ്ങളിലൂടെ സൃഷ്ടിക്കപ്പെട്ട ദേശീയതയ്ക്ക് ആധുനികമായ ഉള്ളടക്കമുണ്ടായിരുന്നു. അതുവരെ ദേശം രാജാവിനോട് ചേർന്നുനിന്നതായിരുന്നു. പ്രജകൾക്കാവട്ടെ ദേശവുമായി ബന്ധമില്ല. രാജാവിന്റെ രാജ്യം കീഴടക്കപ്പെടുകയോ വിസ്തൃതമാക്കപ്പെടുകയോ ചെയ്യുമ്പോൾ രാജ്യത്തിന്റെ അതിർത്തികളും മാറുന്നു. ഇംഗ്ലീഷ് വിദ്യാഭ്യാസം, അച്ചടി, ശാസ്ത്രം സാങ്കേതികസൗകര്യങ്ങൾ തുടങ്ങി കൊളോണിയൽ ഭരണത്തിൽ പുതുതായി വന്നതെല്ലാം 'പ്രജകളിൽ' വലിയതോതിലുള്ള സാമൂഹ്യസംഘർഷങ്ങൾ സൃഷ്ടിച്ചിരുന്നു. ജാതി നിശ്ചയിച്ച അധികാരത്തെ ചോദ്യം ചെയ്യുന്ന സമരമുന്നേറ്റങ്ങളിലാണ് സാമൂഹ്യമാറ്റം യാഥാർത്ഥ്യമാകുന്നത്. കൊളോണിയൽ ആധുനികതയുടെ

വൈജ്ഞാനികതകളും നൈപുണ്യങ്ങളും ഭാരതീയ സുവർണ്ണദേശീയത നിർമ്മിക്കാൻ പ്രയോജനപ്പെടുത്തുന്നവരാണ് വക്കീലിന്റെ പിന്മുറക്കാർ. 'വിചാരധാര'യിൽ ദേശീയതയുടെ അടിത്തറ എന്ന ഭാഗത്ത് ഗോൾവാൾക്കർ ബ്രിട്ടീഷ് വിരോധത്തിൽനിന്നല്ല ദേശീയതരൂപം കൊള്ളേണ്ടതെന്ന് പറയുന്നുണ്ട്. ഹെഡ്ഗെവാർ കോൺഗ്രസ്സടക്കമുള്ള ദേശീയമുന്നേറ്റങ്ങളിൽനിന്ന് വിട്ടുപോന്നതിനെക്കുറിച്ച് സൂചിപ്പിക്കുമ്പോഴാണ് ഇക്കാര്യം പറയുന്നത്. അന്നത്തെ ദേശീയതയുടെ വക്താക്കൾക്ക് ബ്രിട്ടീഷുകാരോടുള്ള എതിർപ്പും ദേശീയതയും പര്യായപദങ്ങളാണെന്നാണ് ഗോവാൾക്കർ സൂചിപ്പിക്കുന്നത്. "ഉപരിപ്ലവമായ ചിന്താഗതിയിൽ സ്ഥാപകന് അതൃപ്തി തോന്നി" (പു. 154) എന്നാണ് ഹെഡ്ഗെവാറിന്റെ വിട്ടുപോകലിനെപ്പറ്റി ഗോൾവാൾക്കർ പറയുന്നത്. വിദേശികൾ, അന്യമതസ്ഥർ, എന്നിവരടങ്ങുന്നവയെല്ലാം ശത്രുക്കളായി മാറ്റിനിർത്തിയാണ് അദ്ദേഹം സ്വദേശികളെ സൃഷ്ടിക്കുന്നത്. അങ്ങനെയാണ് അദ്ദേഹം ദേശീയത സൃഷ്ടിക്കുന്നത്. "അങ്ങനെ ഈ മഹത്തായ ഹിന്ദുജനതയുടെ ജീവിതത്തിൽ ഒരു പൂർണ്ണവികസിതരാഷ്ട്രത്തിനാവശ്യമായതെല്ലാം ഉള്ളതായി കാണാം. അതുകൊണ്ട് നമ്മുടെ നാടായ ഈ ഭാരതത്തിൽ ദേശീയജീവിതം ഹിന്ദുജനതയുടേതാണെന്ന് നാം പറയുന്നു. ചുരുക്കിപ്പറഞ്ഞാൽ ഇത് ഹിന്ദുരാഷ്ട്രമാണ്." ഇങ്ങനെ അനാദിയായ ഒരു ഭാരതവും അതിന് സവിശേഷമായ ഒരു സംസ്കാരവുമുണ്ടെന്നാണ് ഗോൾവാൾക്കർ സൂചിപ്പിക്കുന്നത്. ആണധികാര ബ്രാഹ്മണ്യത്തിന്റെ അടിത്തറയിലാണ് അദ്ദേഹം ദേശീയത സൃഷ്ടിക്കുന്നത്. കാരണം അപരങ്ങളെ പുറത്താക്കിക്കൊണ്ടുള്ള ശുദ്ധി/അശുദ്ധി സങ്കല്പമാണ് ഗോൾവാൾക്കർ മുന്നോട്ട് വെക്കുന്നത്.

ദേശീയപ്രസ്ഥാനങ്ങൾക്കാകട്ടെ ജനങ്ങളെ പൗരത്വപദവിയിലെത്തിച്ചുകൊണ്ടു മാത്രമേ സമരങ്ങളുമായി മുന്നോട്ട് പോകാൻ കഴിയുമായിരുന്നുള്ളൂ. 1924 ലെ വൈക്കം സത്യഗ്രഹമടക്കമുള്ള അയിത്തോച്ചാടന പ്രവർത്തനങ്ങളിൽ ഇന്ത്യൻ നാഷണൽ കോൺഗ്രസ്സ് നേരിട്ട് തന്നെ ഇടപെടുന്നത് ഈയൊരു പശ്ചാത്തലത്തിലാണ്. 1924 ൽ കാക്കിനദയിൽ ചേർന്ന കോൺഗ്രസ്സ് സമ്മേളനത്തിൽ ടി കെ മാധവൻ, കെ പി കേശവമേനോൻ എന്നിവർ ചേർന്നവതരിപ്പിച്ച പ്രമേയം അയിത്തോച്ചാടനത്തെയും ക്ഷേത്രപ്രവേശനത്തെയും അനുകൂലിച്ചുകൊണ്ടുള്ളതായിരുന്നു. സത്യാഗ്രഹസമരങ്ങളിൽ ഗാന്ധിജി സജീവമായി ഇടപെട്ടിരുന്നു. കെ കേളപ്പൻ കൺവീനറായ അയിത്തോച്ചാടനകമ്മിറ്റിക്ക് കോൺഗ്രസ്സ് രൂപംകൊടുക്കുന്നതും ഇതിനെത്തുടർന്നാണ്. ടി കെ മാധവൻ, കുറൂർ നീലകണ്ഠൻ നമ്പൂതിരിപ്പാട്, ടി ആർ കൃഷ്ണസ്വാമി അയ്യർ, കണ്ണന്തോടത്ത് വേലായുധമേനോൻ എന്നിവർ ഈ കമ്മിറ്റിയിൽ അംഗങ്ങളായിരുന്നു. എൻ എസ് എസും എസ് എൻ ഡി പിയും സത്യാഗ്രഹത്തിന്റെ വിജയത്തിനായി വളണ്ടിയർമാരെ നിയോഗിച്ചിരുന്നു. ശ്രീനാരായണഗുരു വൈക്കം സത്യഗ്രഹ പന്തലിലെത്തി സത്യാഗ്രഹികളെ സന്ദർശിച്ചിരുന്നു. നവോത്ഥാന മുന്നേറ്റങ്ങൾ ഒരുക്കിയ പശ്ചാത്തലത്തിൽ ഇടപെടുക എന്ന

ചരിത്രദൗത്യമാണ് ഇവിടെ ദേശീയ മുന്നേറ്റങ്ങൾ നടത്തിയത്. കേരളത്തിൽ നിലനിന്ന സവിശേഷ സാഹചര്യത്തിൽ ഓരോ ജാതിക്കാർക്കും പരസ്പര അകലം പാലിച്ചുകൊണ്ട് ജീവിക്കേണ്ട സ്ഥിതിവിശേഷമാണ് അന്നുണ്ടായിരുന്നത്. കീഴാളശരീരങ്ങൾ മേലാളരുമായി സൂക്ഷിക്കേണ്ട അകലം 1911 ലെ ജനസംഖ്യാറിപ്പോർട്ടിൽ ഇപ്രകാരം രേഖപ്പെടുത്തിയിരിക്കുന്നു.

ഈഴവർ, കമ്മാളർ, പാണർ, കമിയാർ- 24 അടി

അരയർ, മുക്കുവർ, വാലർ, വേലർ - 32 അടി

കണക്കൻ- 48 അടി, പുലയൻ, ഉള്ളാടൻ - 64 അടി, നായാടി, പറയൻ, വേട്ടുവൻ-72 അടി.

കേരളത്തിലെ ബ്രാഹ്മണർ ശങ്കരസ്മൃതിയെ അടിസ്ഥാനമാക്കിയാണ് ഇത്തരം കാര്യങ്ങളെല്ലാം ആചരിച്ചിരുന്നത്. ഇത്തരത്തിലുള്ള ഒരു കേരളത്തിൽ ബ്രിട്ടീഷ് വിരുദ്ധസമരങ്ങൾ നടത്തണമെങ്കിൽ അയിത്തോച്ചാടന പ്രവർത്തനങ്ങൾ അനിവാര്യമാണെന്നാണ് ഇന്ത്യൻ നാഷണൽ കോൺഗ്രസ് ഈ ഘട്ടത്തിൽ തിരിച്ചറിയുന്നത്.

വസ്ത്രം, ആഭരണം തുടങ്ങി ശരീരത്തിലെ ഓരോ അടയാളങ്ങളിലും ജാതീയമായ ചിഹ്നങ്ങൾ പേറിക്കൊണ്ടുതന്നെ ലിംഗഭേദം അനുശാസിക്കുന്ന ഇടങ്ങളിൽ കഴിയുന്നവരാണ് സ്ത്രീകൾ. സാമൂഹ്യനവോത്ഥാനപ്രസ്ഥാനങ്ങളെല്ലാം പലതരത്തിൽ സ്ത്രീകളുടെ സവിശേഷമായ ജീവിതത്തെ പ്രശ്നവൽക്കരിച്ചിരുന്നു. ആചാരബദ്ധവും അനുഷ്ഠാനാത്മകവുമായ ജീവിതത്തിലൂടെ തങ്ങളുടെ ലിംഗഭേദപദവി സ്വാഭാവികമെന്നോണം കൊണ്ടുനടന്നിരുന്നവരെയാണ് നവോത്ഥാനം കുലുക്കിയുണർത്തിയത്. ജാതി ശരീരങ്ങളായി നിൽക്കുന്ന സ്ത്രീ കഥാപാത്രങ്ങളാണ് മലയാളത്തിലുണ്ടായ ആദ്യകാല നോവലുകളിലുള്ളത്. എന്നാൽ ആ ശരീരങ്ങളെല്ലാം പലതരത്തിലുള്ള പരിവർത്തനങ്ങളിലൂടെ കടന്നുപോയിക്കൊണ്ടാണ് ജാതി ശരീരത്തിൽ മാറ്റം സൃഷ്ടിക്കുന്നത്. പോത്തേരി കുഞ്ഞമ്പുവിന്റെ *സരസ്വതിവിജയം* എന്ന നോവലിലെ കഥാപാത്രം സുഭദ്ര എന്ന അന്തർജ്ജനം മിഷനറിമാരുടെ വിദ്യാലയത്തിൽ പഠിച്ചാണ് അദ്ധ്യാപികയാകുന്നത്. ഒരു സുപ്രഭാതത്തിൽ ജാത്യാചാരം പ്രകാരം അവൾ സാധനമാവുകയും സമുദായത്തിൽനിന്ന് പുറത്താവുകയും ചെയ്യുന്നു. "സുഭദ്ര ശ്രുതിപ്പെട്ട കുബേരൻ നമ്പൂതിരിയുടെ മകളാകകൊണ്ട് അനേകം ആളുകൾ ആ സ്ഥലത്ത് എത്തിക്കൂടീട്ടുണ്ട്. സുഭദ്ര നല്ലസ്ഥിതിയിൽ വളർന്നതുകൊണ്ടും ജാത്യാചാരപ്രകാരം ഇതുവരെ പരസ്യമായ സ്ഥലത്തുകൂടെ സംസാരിക്കാത്തതുകൊണ്ടും അവിടെ കൂടിയ ഏതൊരാളെയും പരിചയമില്ലാത്ത സ്ഥിതിയിലായിരുന്നു. മുഖം താഴ്ത്തി കരഞ്ഞും കണ്ണുനീർ വീഴ്ത്തിയു ഒരു കുട്ടിയെ ഉക്കലിൽ തട്ടിയും മറ്റൊരു കുട്ടിയുടെ കൈ പിടിച്ചും മൂത്തകുട്ടിയെ മുമ്പിൽ നടത്തിയും ഒരാളുടെ മുഖത്തും നോക്കാതെയും ചിറപ്പടമേലെക്കൂടി സുഭദ്ര പതുക്കെ പതുക്കെ നടക്കയായി" (പു. 85). നമ്പൂതിരി സമുദായത്തിൽ നിന്ന് പടിയടച്ച് പിണ്ഡം വെച്ചവളാണ് 'സാധനം'. വഴിയിൽ ഉപേക്ഷിച്ച അവൾ പാതിരിമാരുടെ

സഹായത്തോടെയാണ് പിന്നീട് ജീവിച്ചത്. ഈ നോവലിന്റെ അവസാനത്തിൽ മരത്തൻ എന്ന പുലയനാണ് സുഭദ്രയുടെ മകളെ വിവാഹം കഴിക്കുന്നത്. മരത്തൻ പഠിച്ച് ജഡ്ജിയാവുകയും യേശുദാസൻ എന്ന പേര് സ്വീകരിക്കുകയും ചെയ്തിരുന്നു. ബ്രാഹ്മണ്യത്തിന്റെ ശിക്ഷയിൽ നാടുവിട്ട് പോയവനാണ് മരത്തൻ. അവനെയും പാതിരിമാരാണ് പഠിപ്പിക്കുന്നത്. ബ്രാഹ്മണ്യം ഉപേക്ഷിച്ച ബ്രാഹ്മണരാണ് സരസ്വതീവിജയത്തിലെ കഥാപാത്രങ്ങൾ. അവരുടെ ജീവിതത്തിലുണ്ടായ പ്രധാന പരിവർത്തനമാണിത്. ആചാരങ്ങൾ ഉപേക്ഷിച്ചുകൊണ്ടാണ് ജാതിശരീരങ്ങളിൽ പരിണാമമുണ്ടാകുന്നത്. വഴിയരികിൽക്കിടന്ന 'സാധന'മായ സ്ത്രീ ബ്രാഹ്മണ്യത്തിൽതന്നെ കിടന്നിരുന്നെങ്കിൽ അവരുടെ ജീവിതത്തിൽ യാതൊരു പരിണാമങ്ങളും ഉണ്ടാകുമായിരുന്നില്ല. 'അദ്ധ്യാപിക'യായിത്തീർന്ന സുഭദ്രയെപ്പോലുള്ളവരാണ് ദേശീയ പ്രസ്ഥാനങ്ങൾക്ക് കരുത്തായി പിന്നീട് മാറുന്നത്.

രാഷ്ട്രീയത്തെ പുനർനിർവ്വചിക്കുന്നത് സ്ത്രീ മുന്നേറ്റചരിത്രത്തിലെ ഏറ്റവും സുപ്രധാനമായ ഒരു ഘട്ടമാണ് പാശ്ചാത്യദാർശനികരായ പ്ലാറ്റോ, അരിസ്റ്റോട്ടിൽ, ലോക്ക്, ഹോബ്സ്, റൂസ്സോ തുടങ്ങിയവരെല്ലാം പ്രകൃതിപരമായി സ്ത്രീ പുരുഷവ്യത്യാസത്തെ അംഗീകരിക്കുന്നു. പുരുഷന്മാർ പ്രകൃതിപരമായിത്തന്നെ യുക്തിചിന്തയുള്ളവരായതുകൊണ്ട് രാഷ്ട്രീയത്തിനും പൊതുജീവിതത്തിനും പാകപ്പെട്ടവരാണെന്നാണ് അവരുടെ പക്ഷം. അയുക്തിമായത് എന്ന വിഭാഗത്തിൽപ്പെടുന്ന സ്ത്രീകൾ വീടിന്റെ വൈകാരിക ലോകത്തിന് പറ്റിയതാണെന്നവർ പറയുന്നുണ്ട്. ഇത്തരത്തിൽ നിർവ്വചിക്കപ്പെട്ട 'രാഷ്ട്രീയ'ത്തിലേക്കാണ്. സ്ത്രീകളെകൂടി ഉൾക്കൊള്ളിക്കണമെന്ന് മേരിവുൾസ്റ്റൺക്രാഫ്റ്റും ജോൺ സ്റ്റുവർട്ട്മില്ലും ആവശ്യപ്പെടുന്നത്. സ്ത്രീകൾക്ക് പൗരാവകാശം നൽകിയാൽ അവരുടെ സ്ത്രീത്വം നശിച്ചുപോകുമെന്ന് വിശ്വസിച്ച ക്രൈസ്തവ യാഥാസ്ഥിതികതയ്ക്ക് നേരെയാണ് അവർക്ക് വോട്ടവകാശം നൽകണമെന്ന ആവശ്യവുമായി ജോൺ സ്റ്റുവർട്ട്മിൽ 1866 ൽ രംഗത്ത് വരുന്നത്. ബ്രിട്ടീഷ് പാർലമെന്റിൽ സ്ത്രീ പുരുഷസമത്വത്തിനായി അദ്ദേഹം നടത്തിയ ഇടപെടലുകൾ 'പൗരത്വപദവി' എന്ന ആധുനിക ജനാധിപത്യ കാഴ്ചപ്പാടിന്റെ അടിസ്ഥാനത്തിലുള്ളതായിരുന്നു. 1792 ൽ പ്രസിദ്ധീകരിച്ച മേരി വുൾസ്റ്റൺ ക്രാഫ്കിന്റെ All Indication of Rights of Women എന്ന പുസ്തകവും ആധുനികമായ പൗരത്വപദവിയെ ഉൾക്കൊണ്ടുള്ളതായിരുന്നു. ഇന്ത്യയിലാകട്ടെ സാമ്രാജ്യത്വവിരുദ്ധസമരങ്ങളാണ് പൗരത്വത്തെക്കുറിച്ചുള്ള സങ്കല്പങ്ങൾ അവതരിപ്പിക്കുന്നത്. ജാതിലിംഗഭേദ വിചാരങ്ങളെ പ്രശ്നവത്കരിച്ചുകൊണ്ടുമാത്രമേ ദേശീയമുന്നേറ്റങ്ങൾക്ക് ഒരു പൊതു പ്ലാറ്റ്ഫോം സൃഷ്ടിക്കാൻ കഴിയുകയുള്ളൂ എന്ന തിരിച്ചറിവ് ഇന്ത്യൻ നാഷണൽ കോൺഗ്രസ്സിനുണ്ടാകുന്നത് ആയിരത്തിതൊള്ളായിരത്തി ഇരുപതുകളോടെയാണ്. 1923 ൽ പാലക്കാട് നടന്ന കോൺഗ്രസ്സ് സമ്മേളനത്തിൽ അദ്ധ്യക്ഷ്യം വഹിച്ചത് സരോജിനി നായിഡുവാണ്. സ്ത്രീ മുന്നേറ്റത്തിൽ മുൻപന്തിയിലുള്ള കേരളീയർ അറിഞ്ഞുകൊണ്ടു

തന്നെയാണ് തനിക്ക് ഈ ആദ്ധ്യക്ഷപദവി നൽകിയതെന്ന് അവർ പറയുന്നുണ്ട്. 1917 ൽ തന്നെ സരോജിനി നായിഡുവിന്റെ നേതൃത്വത്തിൽ Women's Indian Association മോൺടേഗു ചെംസ്ഫോർഡ് കമ്മിറ്റിയെ കാണുകയും അതിൽ സ്ത്രീ പ്രാതിനിധ്യം ആവശ്യമാണെന്ന് അറിയിക്കുകയും ചെയ്തിരുന്നു. ഇന്ത്യൻ സ്ത്രീകളുടെ അടിച്ചമർത്തലിനെ മുഖ്യധാരയിൽ എത്തിക്കുന്നതിന് ശ്രമിച്ച പ്രധാനപ്പെട്ടൊരു സംഘമായിരുന്നു ഇത്. ഇന്ത്യൻ ദേശീയ പ്രസ്ഥാനത്തിലേക്ക് സ്ത്രീകളെ കൊണ്ടുവരുന്നതിന് ആനിബസന്റ് നടത്തിയ പ്രവർത്തനങ്ങൾ ഏറെ ശ്രദ്ധേയമായിട്ടുള്ളതാണ്. 1917 ൽ ഇന്ത്യൻ നാഷണൽ കോൺഗ്രസ്സിന്റെ ഒന്നാമത്തെ സ്ത്രീപ്രസിഡന്റ് എന്ന പദവി അവർക്ക് ലഭിക്കുന്നുണ്ട്. സാമൂഹ്യരംഗത്ത നടത്തിയ ഇടപെടലുകളിലൂടെയാണ് ആനിബസന്റ് ആ പദവിയിൽ എത്തുന്നത്. ഇംഗ്ലണ്ടിലും ഇന്ത്യയിലും അവർ സാമൂഹ്യപ്രവർത്തനങ്ങൾ നടത്തിയിരുന്നു. ഇന്ത്യൻ നാഷണൽ കോൺഗ്രസ്സിന്റെ അദ്ധ്യക്ഷപദവിയിലിരുന്ന ആനിബസന്റും സരോജിനി നായിഡുവും സ്ത്രീകളെ രാഷ്ട്രീയത്തിലേക്ക് എത്തിക്കുന്നതിനുള്ള പ്രവർത്തനങ്ങൾക്ക് നേതൃത്വം കൊടുത്തിട്ടുണ്ട്.

രാഷ്ട്രീയത്തിന്റെ കർമ്മമണ്ഡലത്തിലേക്ക് സ്ത്രീകൾകൂടി ഇറങ്ങേണ്ടതിന്റെ ആവശ്യത്തെക്കുറിച്ച് ഗാന്ധിജിയും സൂചിപ്പിക്കുന്നുണ്ട്. “പുരുഷന്റെ സഹചാരിണിയാണ് സ്ത്രീ - അവന്റേതിനോട് തുല്യമായ മാനസിക കഴിവുകളോട് കൂടിയവൾ. പുരുഷന്റെ കർമ്മങ്ങളുടെ ഏത് സൂക്ഷ്മാംശങ്ങളിലും പങ്കുകൊള്ളാനുള്ള അവകാശത്തിനും അവൾക്ക് അവകാശമുണ്ട്. സ്വന്തം പ്രവർത്തനങ്ങളിൽ പുരുഷനെന്നപോലെ അവൾക്കും സമുന്നതമായ ഒരു സ്ഥാനത്തിന് അവകാശമുണ്ട്.” സ്ത്രീകളെ പൗരത്വത്തിലേക്ക് ഉയർത്തേണ്ടതിന്റെ ആവശ്യത്തെക്കുറിച്ചുതന്നെയാണ് ഗാന്ധിജിയും സൂചിപ്പിക്കുന്നത്.

പൗരത്വപദവിയെ ശക്തിപ്പെടുത്തുന്ന പ്രവർത്തനങ്ങളാണ് തൊഴിലാളി മുന്നേറ്റങ്ങളും കർഷകപ്രസ്ഥാനങ്ങളും നടത്തിയത്. സാമൂഹ്യാധ്വാനത്തിൽ പങ്കാളികളായ തൊഴിലാളികളാണ് സംഘടിത പ്രസ്ഥാനങ്ങളിൽ പങ്കാളികളാകുന്നത്. കൊളോണിയൽ ഭരണക്രമത്തിൽ മുതലാളിത്തവികസനം സൃഷ്ടിച്ച പുതിയ തൊഴിൽ മേഖലകളിലാണ് ‘ജാതി’ ധർമ്മത്തിൽനിന്ന് വ്യത്യസ്തരായി അധ്വാനം വിറ്റ് ജീവിക്കുന്ന തൊഴിലാളികളുണ്ടാകുന്നത്. ജാതിധർമ്മത്തിനനുസരിച്ച് ലിംഗഭേദവിചാരങ്ങളിലൂടെ ജാതിജന്മിനാടുവാഴിത്തം അനുശാസിക്കുന്ന പണികളാണ് കീഴാളരായ സ്ത്രീകൾ ചെയ്തിരുന്നത്. സവർണ്ണവിഭാഗമാകട്ടെ ആചാരാനുഷ്ഠാനങ്ങളോടെ ഗാർഹിക ഉദ്പാദനത്തിൽ മാത്രം പങ്കാളികളായി. കൊളോണിയൽ ആധുനികത തുറന്ന പുതിയ സേവനമേഖലകളിൽ വിദ്യാഭ്യാസം നേടിയ സ്ത്രീകൾ ‘ജാതിധർമ്മം’ മറികടന്നുകൊണ്ടുതന്നെ പ്രവേശിക്കുന്നു. ഫാക്ടറികൾ, തോട്ടങ്ങൾ തുടങ്ങിയ പുതിയ തൊഴിൽ മേഖലകളിലാണ് ‘ജാതിധർമ്മം’ മാറ്റിവെച്ചുകൊണ്ട് എല്ലാവർക്കും തൊഴിലാളികളാകാൻ കഴിഞ്ഞത്. ജാതിജന്മി നാടുവാഴിത്തത്തോടും കൊളോ

ണിയൽ അധികാരത്തോടുമുള്ള ഈ സമരം ഇന്ത്യൻ ദേശീയതയ്ക്കുള്ളിലെ പ്രധാനപ്പെട്ടൊരധ്യായമാണ്.

മനുഷ്യജീവിതത്തെയും അത് സൃഷ്ടിക്കുന്ന ഭൗതിക സാഹചര്യങ്ങളെയും വൈരുദ്ധ്യാത്മകമായി വിശകലനം ചെയ്യുന്ന മാർക്സിയൻ ദർശനങ്ങളുടെ വെളിച്ചമാണ് തൊഴിലാളി മുന്നേറ്റങ്ങളെ നയിച്ചത്. സ്ത്രീകളെ സാമൂഹ്യാധ്വാനത്തിൽ പങ്കാളികളാക്കേണ്ടതിന്റെ പ്രാധാന്യത്തെക്കുറിച്ച് ലെനിൻ സവിശേഷമായിത്തന്നെ പറയുന്നുണ്ട്. സ്ത്രീകളുടെ അടിമത്തത്തിന്റെ പ്രധാനകാരണമായി ലെനിൽ കാണുന്നത് ഗാർഹികജോലിയാണ്. ഗാർഹികാധ്വാനത്തിൽ നിന്ന് സ്ത്രീകളെ മോചിപ്പിച്ച് സാമൂഹ്യാധ്വാനത്തിലേക്കും ഭരണനിർവ്വഹണത്തിലേക്കും എത്തിക്കുക എന്നുള്ളത് അടിയന്തരമായ കർത്തവ്യമാണെന്നാണ് ലെനിൻ പറയുന്നത്. എല്ലാ സ്വാതന്ത്ര്യമുന്നേറ്റങ്ങളുടെയും വിപ്ലവാത്മകമായ വിജയം എന്നത് അതിൽ എത്രമാത്രം സ്ത്രീകൾ പങ്കെടുത്തു എന്നതുതന്നെയാണെന്നാണ് അദ്ദേഹത്തിന്റെ കാഴ്ചപ്പാട്. തൊഴിലെടുക്കുന്ന സ്ത്രീകളെ സംഘടിപ്പിക്കേണ്ടതിന്റെ ആവശ്യകതയെക്കുറിച്ചാണ് അലക്സാൺഡ്രഡ കൊല്ലൻതായിയും പറയുന്നത്. ഒരു ഭരണാധികാരിയെന്ന പദവി വഹിക്കുമ്പോൾ സ്ത്രീകളെ സാമൂഹ്യാധ്വാനത്തിൽ പങ്കാളികളാക്കാൻ എന്തെല്ലാം ചെയ്യാൻ കഴിയും എന്ന കാര്യമാണ് അവർ ആലോചിച്ചത്. ഗാർഹികാധ്വാനത്തെ ഇല്ലാതാക്കാനുള്ള ഇടപെടലുകളാണ് കൊല്ലൻതായി നടത്തിയത്. ഗാർഹികാധ്വാനത്തെ ഈ രീതിയിൽ സവിശേഷമായിത്തന്നെയാണ് കേരളത്തിലെ തൊഴിലാളി പ്രസ്ഥാനങ്ങൾ പരിഗണിച്ചിരുന്നത് എന്നു പറയാൻ കഴിയില്ല. എന്നാൽ സാമൂഹ്യാധ്വാനത്തിലെത്തിച്ചേർന്ന അവരെ സമരശരീരകളാക്കി മാറ്റുന്ന പ്രവർത്തനമാണ് തൊഴിലാളി മുന്നേറ്റങ്ങൾക്ക് ഏറ്റെടുക്കേണ്ടി വന്നത്. ജാതീയമായി നിശ്ചയിക്കപ്പെട്ട ഗാർഹികകർത്തൃത്വമുള്ള സ്ത്രീകളെയാണ് തൊഴിലാളി മുന്നേറ്റങ്ങൾക്ക് അഭിമുഖീകരിക്കേണ്ടി വന്നത്. 'ചൂഷണം' എന്ന വാക്കിന്റെ നാനാർത്ഥങ്ങൾ സ്ത്രീ-തൊഴിലാളിയെ ബോധ്യപ്പെടുത്തുന്ന രീതിയിലുള്ള മുദ്രാഗീതങ്ങൾ അന്ന് കാർഷികപ്രസ്ഥാനങ്ങൾ ചിട്ടപ്പെടുത്തിയിരുന്നു.

ഒന്നായിച്ചേർന്നു നിലവിളിക്കാൻ
പെണ്ണുങ്ങളെ നമ്മളമ്മമാരെ
നമ്മുടെ കഷ്ടങ്ങളില്ലാതാക്കാൻ
വെള്ളക്കാർ കൊള്ളയെ നിർത്തീടുവാൻ
ജന്മിത്വം തീരെ നശിപ്പിക്കുവാൻ
സംഘത്തിൽ ചേരുക നമ്മളെല്ലാം (കേരളീയൻ)

വെള്ളക്കാർക്കും ജന്മിത്വത്തിനും എതിരെയുള്ള സമരത്തിന്റെ പെണ്ണുങ്ങളെ അണിചേർക്കുന്ന സമരഗാനമാണിത്. അവരുടെ അനുഭവത്തിൽ തൊട്ടുകൊണ്ടുതന്നെയാണ് സമരരംഗത്തേക്ക് വരാൻ പറയുന്നത്.

ഉദയം തൊട്ടന്ത്യോളം ചളിയിൽ നമ്മൾ
പണിചെയ്തുവെന്നാലും കൊങ്ങായല്ലേ

അതുകൊണ്ടു നമ്മൾക്കും കുഞ്ഞുങ്ങൾക്കും
മറ്റുള്ളവെള്ളം കുടിക്കാനുണ്ടോ? (കേരളീയൻ, പു. 127)

സംഘടിത പ്രസ്ഥാനങ്ങളിലുള്ള അംഗത്വമാണ് അവരെ സമരശരീരമാക്കിമാറ്റുന്നത്. ഇങ്ങനെ സംഘടിതമായി നടന്ന സമരമുന്നേറ്റങ്ങളുടെ ഭൂമികയിൽ നിന്നാണ് സ്ത്രീകളുടെ പൗരത്വപദവി യാഥാർത്ഥ്യമാകുന്നത്.

മതവിശ്വാസത്തിന്റെ മറവിൽ സ്ത്രീകളെ പൊതുഇടങ്ങളിൽ നിന്ന് ഒഴിവാക്കാനുള്ള ശ്രമങ്ങളാണ് സുപ്രീംകോടതിവിധിയുടെ പശ്ചാത്തലത്തിൽ കേരളത്തിലെ തെരുവിൽ 'നാമജപ' സമരങ്ങളായി നടക്കുന്നത്. ആർത്തവംപോലെയുള്ള ശാരീരിക സവിശേഷതകൾ ജന്മസിദ്ധം. വ്യക്തിപരമായ അന്തസ്സ് മൗലികാവകാശങ്ങളുടെ ക്ഷീരപഥത്തിലെ ഏറ്റവും തിളക്കമേറിയ നക്ഷത്രം. ശബരിമല സ്ത്രീപ്രവേശത്തെക്കുറിച്ചുള്ള സുപ്രിംകോടതിവിധിയെ ചില നിരീക്ഷണങ്ങളാണിവ. ഭരണഘടന വാഗ്ദാനം ചെയ്യുന്ന മൗലികാവകാശങ്ങൾ നിഷേധിക്കുന്ന നടപടികൾക്ക് പിന്നിൽ പുരുഷമേധാവിത്ത നിലപാടുള്ളതുകൊണ്ടാണ് കോടതി ഇക്കാര്യം ചൂണ്ടിക്കാട്ടിയത്. പൗരത്വപദവിക്കായി നടത്തിയ നീണ്ട പോരാട്ടങ്ങളുടെ സാക്ഷാത്കാരമാണ് ഇന്ത്യൻ ഭരണഘടന. ഈ പോരാട്ടങ്ങളുടെ വഴിയിൽ നിന്ന് മാറി സഞ്ചരിച്ച സംഘപരിവാർ സംഘങ്ങൾ എന്നും ആണധികാര ബ്രാഹ്മണ്യത്തിന്റെ കാവലാളുകളായിരുന്നു. അവർക്ക് ഇന്ത്യൻ ഭരണഘടന ഒരിക്കലും അംഗീകരിക്കാൻ കഴിയില്ല. ആചാരാനുഷ്ഠാനങ്ങളുടെ മറവിൽ സംഘപരിവാർ ശക്തികൾ നടത്തിക്കൊണ്ടിരുന്ന എല്ലാ പ്രവർത്തനങ്ങളും ഈ പൗരത്വപദവിയിലെ തുല്യനീതി എന്ന ആശയത്തെ തകർക്കുന്നതാണ്.

സംഘപരിവാറിന്റെ പ്രതിലോമരാഷ്ട്രീയ അജണ്ട കേരളംപോലുള്ള ഒരു സംസ്ഥാനത്ത് പൊതുചർച്ചയിൽ വരുന്നതെന്തുകൊണ്ട് എന്ന കാര്യം ഗൗരവമായി പരിഗണിക്കേണ്ടതാണ്. നേരത്തെ സൂചിപ്പിച്ച 'പൗരത്വ'പദവിയുടെ ചരിത്രപരമായ വിശകലനം മാത്രം ഈയൊരു സവിശേഷ സാഹചര്യത്തെ തരണം ചെയ്യാൻ മതിയാകില്ലെന്നുകൂടി തിരിച്ചറിയേണ്ടതുണ്ട്. പൗരത്വപദവിയുടെ തുല്യനീതി എന്ന അവസ്ഥയിൽ നിൽക്കുമ്പോഴും ആണധികാരത്തിന്റെ സ്ത്രൈണം/പൗരുഷം എന്ന നിർമ്മിതിയിലൂടെയാണ് മലയാളിയുടെ ദൈനംദിനജീവിതം കടന്നുപോകുന്നതെന്നകാര്യം കൂടി ഗൗരവമായി ചർച്ചചെയ്യേണ്ടതാണ്. 'ആക്ടീവാ'യ പൗരുഷവും 'പാസീവാ'യ സ്ത്രൈണതയും എന്നതാണ് ഈ ലിംഗഭേദനിർമ്മിതിയുടെ പ്രകടമായ സവിശേഷത. കുടുംബമാണ് ഇത്തരം കർത്തൃപദവികളെ പല തരത്തിലുള്ള ആചാരാനുഷ്ഠാനങ്ങളിലൂടെ നിർമ്മിച്ചെടുക്കുന്നത്. കുടുംബത്തിൽ ലിംഗഭേദം നിർമ്മിച്ച പദവികളുടെ വലിച്ചു നീട്ടലാണ് പൊതുജീവിതരംഗത്തും നടക്കുന്നത്. തൊഴിൽമണ്ഡലം, ഔദ്യോഗിക ഭരണസംവിധാനങ്ങൾ, രാഷ്ട്രീയപ്രവർത്തനം തുടങ്ങി എല്ലായിടത്തും സ്ത്രീകളുടെ സാന്നിധ്യത്തിൽ ലിംഗഭേദത്തിന്റെ സ്വാധീനം ശക്തമാണ്. സ്ത്രീകളെ മാറ്റിനിർത്തുന്നതിൽ ശരീരനിർണയവാദങ്ങൾ ശക്തമായ സ്വാധീനം ചെലുത്തുന്നുണ്ട്. പ്രത്യുത്പാദനശരീരം എന്ന പരിചരണം പലനില

യിലും സ്ത്രീകളെ മാറ്റി നിർത്തുന്നതിനുള്ളതായിരുന്നു. 'ആണാണെങ്കിൽ' എന്ന വീരവാദക്കാർക്ക് ഫെമിനിച്ചി അശ്ലീലമാകുന്നു. സ്ത്രീ/പുരുഷൻ എന്നതിന് സമാനമായിത്തന്നെയാണ് സ്ത്രൈണം/പൗരുഷം എന്നതിനെ പരിഗണിച്ചുപോരുന്നതെന്ന് Feminist, Female, Faminine എന്ന ലേഖനത്തിൽ ടോറിൻമോയി പറയുന്നുണ്ട്. സ്ത്രീയായി ജനിക്കുന്ന ഒരാൾക്ക് 'സ്ത്രൈണ' സവിശേഷതകളുണ്ടെന്നാണ് ശരീരനിർണ്ണയവാദത്തിന്റെയും സത്താവാദത്തിന്റെയും കണ്ടെത്തൽ. സ്ത്രൈണം എന്നത് ആണധികാരത്തിന്റെ സൃഷ്ടിയാണെന്ന് തിരിച്ചറിയുമ്പോൾ മാത്രമേ സ്ത്രീ എന്നതിൽ നിന്ന് അതിനുള്ള വ്യത്യാസം മനസ്സിലാക്കാൻ കഴിയുകയുള്ളൂ. ആർത്തവം എന്നത് സ്ത്രീയുടെ ശാരീരികമായ പ്രത്യേകതയാണ്. ആർത്തവം അശുദ്ധമാകുന്നത് ആണധികാരത്തിന്റെ 'സ്ത്രൈണ' സങ്കല്പത്തിനകത്തുവെച്ചാണ്. പ്രത്യുത്പാദനത്തിൽ പങ്ക് വഹിക്കുന്നവരാണ് ആണും പെണ്ണും. പെൺശരീരത്തിൽ അണ്ഡവും ആൺശരീരത്തിൽ ബീജവുമുണ്ട്. ബീജം വഹിക്കുന്ന ശരീരത്തിന് അശുദ്ധിയില്ലാത്തത് പൗരുഷത്തെക്കുറിച്ചുള്ള സങ്കല്പനത്തിലാണ്.

ആണധികാരം ഉത്പാദിപ്പിച്ച സ്ത്രൈണം പൗരുഷം എന്നിവയെക്കുറിച്ചുള്ള ധാരണകളാണ് ഒരുസമൂഹത്തിൽ സാർവ്വകാലികമായ അഥവാ ചിരന്തനമായ 'ലിംഗഭേദ' (Gender) സങ്കല്പങ്ങൾ ഉണ്ടാക്കുന്നതെന്ന് പിയറി ബോർദ്യു പറയുന്നുണ്ട്. കുടുംബം, ആരാധനാലയങ്ങൾ, ഭരണകൂടം, വിദ്യാഭ്യാസസ്ഥാപനങ്ങൾ എന്നിവയൊക്കെ ഇത്തരത്തിലുള്ള ലിംഗഭേദ നിർമ്മിതികൾ സൃഷ്ടിക്കുന്നവയാണ്. അസാധാരണമായവിധത്തിൽ സ്വാഭാവികമാണെന്ന തോന്നൽ സൃഷ്ടിച്ചുകൊണ്ടാണ് ലിംഗഭേദങ്ങൾ സൃഷ്ടിക്കുന്നത്. അധീശത്വം ചെലുത്തുന്നയാളും അധീശത്വത്തിന് വഴിപ്പെടുന്നയാളും ഒരുപോലെ ഇതിനെ അംഗീകരിക്കുന്നു. ദൈനംദിന ജീവിതത്തിലെ എല്ലാ വ്യവഹാരങ്ങളിലുമുള്ള വിധേയത്വവും അധീശത്വവും സൃഷ്ടിക്കുന്ന സ്ത്രൈണ/പൗരുഷങ്ങളെ വിശകലനം ചെയ്തുകൊണ്ട് മാത്രമേ ആണധികാരത്തെ മറനീക്കികാണിക്കാൻ കഴിയുകയുള്ളൂ.

പ്രത്യക്ഷത്തിൽ ആണധികാരം നടത്തിക്കൊണ്ടിരിക്കുന്ന ഹിംസാത്മകത ഇന്ന് മുഖ്യധാരയിൽ ചർച്ചചെയ്യപ്പെടുന്നൊരു വിഷയമാണ്. റിപ്പോർട്ട് ചെയ്യപ്പെടുകയും നിയമത്തിന് മുമ്പിലെത്തുകയും ചെയ്യുന്ന സ്ത്രീപീഡനങ്ങളെയാണ് ഇവിടെ സൂചിപ്പിക്കുന്നത്. ഇത്തരം അതിക്രമങ്ങൾക്ക് എതിരായ ജാഗ്രത്തായ പ്രവർത്തനങ്ങൾ സംഘടിതപ്രസ്ഥാനങ്ങൾ നടത്തുന്നുണ്ട്. ഭരണകൂടത്തിന്റെ പലതരത്തിലുള്ള ഏജൻസികളും അതിക്രമങ്ങൾക്കെതിരായി പ്രതികരിക്കുന്നതിന് സ്ത്രീകളെ സജ്ജരാക്കുന്നതിനുള്ള ബോധവൽക്കരണ പരിപാടികളും നടത്തുന്നുണ്ട്. എന്നാൽ പൗരുഷത്തിന്റെ ചരിത്രപരമായ ഘടനകളുടെ ക്രമം വ്യക്തികളുടെ അബോധമനസ്സിലാണുള്ളത്. കാഴ്ചപ്പാടുകളും ഭാവുകത്വവും നിശ്ചയിക്കുന്ന അബോധമായ ഒരു പദ്ധതിയാണിതെന്ന് ബോർദു പറയുന്നു. അധീശത്വമെന്നത് പ്രത്യക്ഷത്തിൽ കാണുന്ന ഹിംസാത്മകത

മാത്രമല്ല. പ്രത്യക്ഷമായ ഹിംസ സൃഷ്ടിക്കുന്നത് അബോധമായ ഈ പദ്ധതിതന്നെയാണ്. ഉദാഹരണത്തിന് ആചാരബദ്ധമായ വിവാഹത്തിലെ ഓരോ ചടങ്ങുകളും 'സ്ത്രൈണം' 'പൗരുഷം' എന്ന ആണധികാര സങ്കല്പനത്തെ പുനരുത്പാദിപ്പിക്കുന്നതായിരിക്കും. ഇതനുസരിച്ചാണ് 'ഭാര്യ' യുടെയും 'ഭർത്താവി'ന്റെയും വിധേയകർത്തൃത്വവും അധീശകർത്തൃത്വവും നിശ്ചയിക്കുന്നത്. ഇതിന്റെ തന്നെ പുനരുത്പാദനം അവരുടെ പൊതുവ്യവഹാരങ്ങളിലും നടക്കുന്നു. 'ആർത്തവം' അശുദ്ധമാണെന്ന സംഘപരിവാർവാദങ്ങൾ കേരളത്തിൽ ചർച്ചയാക്കുന്നത് ലിംഗഭേദ സങ്കല്പനങ്ങൾ മലയാളിയിൽ ആഴത്തിൽ വേരുപിടിച്ച് കിടക്കുന്നതുകൊണ്ട് കൂടിയാണ് എന്ന തിരിച്ചറിവ് കൂടി പ്രതിരോധ പ്രവർത്തനങ്ങൾക്ക് ഉണ്ടാകണം.

സഹായകഗ്രന്ഥങ്ങൾ

എ കെ രാമകൃഷ്ണൻ, കെ എം വേണുഗോപാൻ, 2016: *സ്ത്രീവിമോചനം ചരിത്രം സിദ്ധാന്തം സമീപനം*, പ്രസക്തി ബുക്സ്, പത്തനംതിട്ട.

ഉമാചക്രവർത്തി, 2008: *ജാതിയെ ലിംഗവത്കരിക്കുമ്പോൾ*, (വിവ. പി എസ് മനോജ്കുമാർ), മാതൃഭൂമി ബുക്സ്, കോഴിക്കോട്.

എഡിറ്റർ എൻ ആർ ശ്യാമപ്രകാശ്, 2008: *തൊഴിൽകേന്ദ്രത്തിലേക്ക്* പ്രസിദ്ധീകരണവിഭാഗം കാലിക്കറ്റ് സർവ്വകലാശാല.

ഇ രാജൻ, 2014, *ഗുരുവായൂർ സത്യഗ്രഹം*, (Published by the author)

പോത്തേരി കുഞ്ഞമ്പു, 2013: *സരസ്വതീവിജയം*, ചിന്ത പബ്ലിഷേഴ്സ്, തിരുവനന്തപുരം.

ബി രാജീവൻ, 2013. *ജൈവരാഷ്ട്രീയവും ജനസഞ്ചയവും*, റാസ്ബെറി റെഡ്.

മാധവ സദാശിവ ഗോൾവൽക്കർ, 2012. *വിചാരധാര*, വിവർത്തനം പി മാധവൻ, കുരുക്ഷേത്ര പ്രകാശൻ.

______________1975, *Women Today*, Progress Publishers,

Perre Bourdieu 2001: *Masculine Domination Stanford* Universtiy Press, Stanford California.

The Feminist Reader, *Essays in Gender and the Politics of Literary criticism*, 1993, edited by Catherine Besly and Jane Moore,

ആൺ കേരളത്തിലെ ആർത്തവ വിചാരങ്ങൾ

ഡോ. ടി വി സുനീത

ആർത്തവത്തെ രഹസ്യമാക്കി ഒളിച്ചുവെക്കുകയും മാറിയിരിക്കുകയും ചെയ്തിരുന്ന കാലത്തുനിന്ന് നിരന്തരം അത് ചർച്ചാവിഷയമായി മാറിയ കാലത്തേക്കുള്ള കേരളത്തിന്റെ പ്രയാണം, പക്ഷേ, അസ്വാഭാവികമായി പ്രതിലോമകരമാണ്. ആർത്തവം ചർച്ചയായതുകൊണ്ടല്ല, അതിനുള്ള കാരണം കൊണ്ടാണ് ഇത് പിന്തിരിപ്പനായത്. പെണ്ണുങ്ങളെ ബസ്സിൽനിന്നിറക്കി ആർത്തവകാലം കഴിഞ്ഞവരാണോ എന്ന് പരിശോധിച്ചും അല്ലാത്തവരെ തെറിപറഞ്ഞോടിച്ചും, പുറത്തിറങ്ങാനനുവദിക്കാതെ തടഞ്ഞ് മടക്കി അയച്ചും ദൈവത്തിന്റെ സ്വന്തം നവോത്ഥാന, സുന്ദര കേരളം വിരാജിക്കുന്നു. അപ്പോൾ ആർത്തവമാണ് പ്രശ്നം, അത് സ്ത്രീക്ക് മാത്രമുള്ളതിനാൽ സ്ത്രീയാണ് പ്രശ്നം. ആർത്തവമുള്ള സ്ത്രീ മേൽപറഞ്ഞ വിധമുള്ള ശിക്ഷകളെല്ലാം അർഹിക്കുന്നു എന്ന് ആൺപക്ഷ കേരളം അലറിവിളിക്കുന്നു.

മാസമുറ എന്ന കുറ്റം

കുളത്തിലെ വെള്ളത്തിൽ മുക്കിയെടുത്തശേഷം ഉണക്കാൻ വെച്ച പുസ്തകങ്ങളിലെ നനവായിട്ടാണ് ആർത്തവത്തെപ്പറ്റിയുള്ള എന്റെ ഓർമ്മ തുടങ്ങുന്നത്. അമ്മ 'തീണ്ടാർന്നു'കുളിച്ചുവരുമ്പോൾ ഉപയോഗിച്ച പായയും പാത്രങ്ങളും പുസ്തകങ്ങളും ഒക്കെ മുക്കി ശുദ്ധമാക്കും. നനഞ്ഞ പുസ്തകങ്ങൾ പേജുപേജായി മറിച്ച് ഉണക്കലായിരുന്നു ചെറിയ കുട്ടിയായ എന്റെ ജോലി. ഈ ദിവസങ്ങളിൽ അമ്മയ്ക്കെന്തോ മോശമായത് സംഭവിച്ചു എന്നും അത് പെണ്ണുങ്ങൾക്കുമാത്രം സംഭവിക്കുന്ന എന്തോ ഒന്നാണ് എന്നുമായിരുന്നു ഞാൻ മനസ്സിലാക്കിയത്.

അത് പതിറ്റാണ്ടുകൾക്കുമുമ്പാണ്. ലോകം ഒരുപാട് മുന്നോട്ടുപോ

യിട്ടും ശാസ്ത്ര, സാങ്കേതിക, മാനവിക ശാസ്ത്രമേഖലകളിൽ ഒരുപാട് പുരോഗമിച്ചിട്ടും ഒരു സ്വാഭാവിക ശാരീരിക പ്രക്രിയയെ ഇപ്പോഴും അയിത്തമായും കുറവായും കുറ്റമായും കാണുന്ന ഏർപ്പാട് നാം ഇപ്പോഴും തുടരുന്നു എന്നത് ദയനീയമാണ്.

ആചാര വൈവിധ്യങ്ങൾ

മെനെ എന്ന ഗ്രീക്ക് പദത്തിന് ചന്ദ്രൻ എന്നാണർത്ഥം. അതിന്റെ ലാറ്റിൻ രൂപാന്തരമായ മെനസിസിൻ നിന്നാണ് മെൻസസ് എന്ന ഇംഗ്ലീഷ് വാക്ക് രൂപപ്പെടുന്നത്. ആദിമ സമൂഹങ്ങൾ മുതൽ ആധുനിക സമൂഹങ്ങൾ വരെ ആർത്തവത്തെ പലമട്ടിൽ സമീപിച്ചു. ചില അമേരിക്കൻ ഗോത്ര സമൂഹങ്ങൾ സ്ത്രീകളുടെ ആത്തവ ചക്രം കൃത്യമല്ലെങ്കിൽ പ്രകൃതിയിൽ അരാജകത്വം ഉണ്ടാവുമെന്ന് വിശ്വസിച്ചിരുന്നതായി ഫ്രഞ്ച് നരവംശാസ്ത്രജ്ഞൻ ലെവിസ്ട്രോസ് കണ്ടെത്തിയിട്ടുണ്ട്. ആസ്ട്രേലിയൻ ഗോത്രസമൂഹങ്ങൾ 'മഴവിൽസർപ്പ'മാണ് ചാക്രികതയെ നിയന്ത്രിക്കുന്നത് എന്ന് കരുതി-വേലിയേറ്റം, ആർത്തവം, ഉർവ്വരത എല്ലാം. പ്രാചീന റോമിൽ ആർത്തവശരീരം കൊടുങ്കാറ്റുകളെയും മിന്നലിനെയും പേടിപ്പിച്ച് അകറ്റും എന്ന് വിശ്വസിച്ചിരുന്നു. ആർത്തവത്തെ ശക്തിയായിക്കണ്ടവരും അതിനെ പരിമിതിയായിക്കണ്ടവരും അശുദ്ധിയായിക്കണ്ടവരും ഒക്കെ ചരിത്രത്തിലുണ്ട്. 73 എ ഡിയിലെ ആദ്യ ലാറ്റിൻ സർവ്വവിജ്ഞാനകോശത്തിൽ ആർത്തവരക്തവുമായി നേരിട്ട് സമ്പർക്കമുണ്ടായാൽ പുതിയ വീഞ്ഞ് കയ്ക്കുമെന്നും വിളനശിക്കുമെന്നും വിത്ത് ഉണങ്ങിപ്പോവുമെന്നും പഴങ്ങൾ വീണുപോവുമെന്നും സ്റ്റീലിനും ആനക്കൊമ്പിനും തിളക്കം മങ്ങുമെന്നും ഓടിനും ഇരുമ്പിനും തുരുമ്പുപിടിക്കുമെന്നും അന്തരീക്ഷത്തിൽ ചീഞ്ഞമണം നിറഞ്ഞ് നായ്ക്കളെ പേപിടിപ്പിക്കുമെന്നും എഴുതിയിട്ടുള്ളത് കാണാം. ക്രിസ്ത്യൻ, ഇസ്ലാം മതങ്ങളിൽ ആർത്തവവുമായി ബന്ധപ്പെട്ട വിലക്കുകൾ കുറവാണെങ്കിലും അശുദ്ധിയാണ് എന്ന മട്ടിലുള്ള പരാമർശങ്ങൾ കാണാം. സിഖുമതം ശുദ്ധി ശരീരത്തിലല്ല, മനസ്സിലാണ് എന്ന് സിദ്ധാന്തിക്കുന്നു.

19-ാം നൂറ്റാണ്ടിലെ കേരളത്തിൽ പി ഭാസ്കരനുണ്ണി ആർത്തവവുമായി ബന്ധപ്പെട്ട് നിലവിലുണ്ടായിരുന്ന വിലക്കുകളും അവയുടെ കാരണങ്ങളും ഇങ്ങനെ വിവരിക്കുന്നു; "തീണ്ടാരിക്കാലത്തുള്ള വിലക്കുകൾ അതികർക്കശങ്ങളത്രെ. തീണ്ടായിരുന്നാൽ ഒന്നും മിണ്ടാതെയും തനിക്ക് തൊടാമെന്നുള്ള വസ്തുക്കളൊഴിച്ച് മറ്റൊന്നും തൊടാതെയും അകത്തുനിന്ന് പുറത്തുപോയിരിക്കണം. പുരതൊടരുത്. പല്ലുതേയ്ക്കുകയും എണ്ണതേച്ചു കുളിക്കുകയും കണ്ണെഴുതുകയും ചെയ്യാൻ പാടില്ല. മുലകുടിയുള്ള തന്റെ കുട്ടിയെ ഒഴിച്ച് മറ്റാരെയും തൊടരുത്. ദൂരയാത്ര ചെയ്കയും ഇണപ്പുടവ ഉടുക്കുകയും പൂ ചൂടുകയുമരുത്. ഓട്ടുപാത്രത്തിൽ ഉണ്ണരുത്. ഇലയിലാണ് ഉണ്ണേണ്ടത്... തീണ്ടായിരിക്കുമ്പോൾ പൂ ചൂടിയാൽ അവളിലുണ്ടാകുന്ന പുത്രനും പുത്രിയും കഷണ്ടിക്കാരായിത്തീരും. കണ്ണെഴുതിയാൽ പുത്രിമാർ ജാത്യാന്ധന്മാരായിത്തീരും. ചന്ദനം മുതലായതു കുറി

യിട്ടാൽ പുത്രന്മാർ ശ്വിത്രരോഗമുള്ളവരായും തേച്ചുകുളിച്ചാൽ ശോഭയില്ലാത്തവരായും തീരും... പല്ലുതേച്ചാൽ പുത്രന്മാർ കരുവാളിച്ച പല്ലുള്ളവരോ ദന്തരോഗികളോ കൊന്ത്രമ്പല്ലുള്ളവരോ ആയിത്തീരും. സന്ധ്യാസമയം പുറത്തിരുന്നാൽ കുട്ടികൾ അപസ്മാരബാധിതരും വഴിനടന്നാൽ മുടന്തന്മാരും ഇണപ്പുടവയുടുത്താൽ കുഷ്ഠരോഗികളും ഓട്ടുപാത്രത്തിലുണ്ടാൽ ഭിക്ഷയെടുത്ത് ഉപജീവനം കഴിയുന്നവരുമായിത്തീരും." (*പത്തൊൻപതാം നൂറ്റാണ്ടിലെ കേരളം* പു: 111)

നമ്പൂതിരി സ്ത്രീകളുടെ ഇടയിൽ നടപ്പുണ്ടായിരുന്നത്ര ക്രൂരമായ വിലക്കുകൾ (മേൽപറഞ്ഞവ) മറ്റുജാതി സമുദായങ്ങളുടെ ഇടയിൽ ഉണ്ടായിരുന്നില്ല എന്നും ഇവ പാലിക്കാൻ സമുദായം ബദ്ധശ്രദ്ധമായിരുന്നു എന്നും അദ്ദേഹം എഴുതുന്നു.

മനുഷ്യന്റെ രക്തത്തോടുള്ള ആദിമഭയമാണ് ആർത്തവത്തെ പേടിക്കാനും അകറ്റിനിർത്താനുമുള്ള ശ്രമങ്ങൾക്ക് കാരണം എന്ന് ഫ്രോയിഡ് സിദ്ധാന്തിക്കുന്നു. ചരിത്രകാരനായ Robert S McElvaine ആണുങ്ങളുടെ പ്രത്യുൽപാദനപരമായ അസൂയയാണ് ആർത്തവത്തോടുള്ള വെറുപ്പിനും വിലക്കുകൾക്കും കാരണം എന്ന് നിരീക്ഷിക്കുന്നു. പുരുഷന്മാർക്ക് അസാധ്യമായ പ്രസവത്തിന്റെ മാനസിക പ്രതിക്രിയ (Mental Compensation) യാണ് ആർത്തവ വിലക്കും അശുദ്ധിയും. ആർത്തവരക്തം വിഷമാണെന്ന് ഇരുപതാം നൂറ്റാണ്ടിന്റെ ആദ്യാദശകങ്ങളിൽ വരെ ശാസ്ത്രം വിശ്വസിച്ചിരുന്നു. 1950 ലാണ് ഇത് പൂർണമായും തെറ്റും അടിസ്ഥാനരഹിതവുമാണെന്ന് നിസ്സംശയം സ്ഥാപിക്കപ്പെട്ടത്. ഇങ്ങനെ പരിശോധിക്കുമ്പോൾ വിവിധ സമൂഹങ്ങൾ പല കാലങ്ങളിൽ വിവിധങ്ങളായ രീതികളിൽ ആർത്തവത്തെപ്പറ്റിയുള്ള സങ്കൽപനങ്ങൾ രൂപപ്പെടുത്തിയിട്ടുണ്ടെന്നു കാണാം. അതിന്റെ അടിസ്ഥാനം അജ്ഞതയോ, ഭയമോ, പുരുഷാധിപത്യസ്ഥാപനമോ ഒക്കെയാവാം.

'ചെറുതായില്ല അയിത്തം'

'നവോത്ഥാന പ്രസ്ഥാനങ്ങൾ ഉഴുതുമറിച്ച കേരളം' എന്ന് നാം അഭിമാനത്തോടെ പറയാറുണ്ട്. കേരളീയ നവോത്ഥാനത്തിന്റെ രണ്ട് പ്രധാനപ്പെട്ട പ്രവർത്തനമേഖലകൾ മനുഷ്യാന്തസ്സിനെ ഹനിക്കുന്ന ആചാരങ്ങളുടെ ലംഘനവും അയിത്തോച്ചാടനവുമായിരുന്നു. അവയിൽ നാം കുറെ പുരോഗതി കൈവരിച്ചുവെന്നത് കാണാതിരുന്നുകൂട. ഇവ രണ്ടും പരസ്പരം ബന്ധിതമാണ്. അയിത്തം സ്ഥിരമെന്നും താൽക്കാലികമെന്നും രണ്ടുവിധമുണ്ട്. സ്ഥിരമായ അയിത്തമായിരുന്നു ജാതിപരമായ അയിത്തം. അത് ഇല്ലാതായി. താൽക്കാലിക അയിത്തങ്ങൾ ഭൂരിപക്ഷവും സ്ത്രീശരീരവുമായി ബന്ധപ്പെട്ടതാണ്. ഗർഭം, പ്രസവം, മാസമുറ എന്നിവയുമായി ബന്ധപ്പെട്ട അയിത്താചരണവും വിലക്കുകളും ഇന്നും ചെറിയ വ്യത്യാസങ്ങളോടെ നിലനിൽക്കുന്നു. അഥവാ പരിഷ്കരണ തലത്തിൽ മാത്രം നടന്ന, പാതിവഴിയിൽ നിന്നുപോയ നവോത്ഥാനത്തിന്റെയും അതിന്റെ തുടർച്ചയില്ലായ്മയുടെയും ഫലമാണ് ഈ ലേഖനം എഴുതാനിടയായ

കേരളീയാവസ്ഥ.

ആർത്തവവും ഫെമിനിസവും

മൂന്നാംതരംഗ ഫെമിനിസത്തിന്റെ കാലത്താണ് സ്ത്രീ വിമോചനം സ്ത്രീ ശരീരത്തിന്റെ വിമോചനവുമായി ബന്ധപ്പെട്ടതാണ് എന്ന തിരിച്ചറിവുണ്ടാകുന്നത്. അത് ആർത്തവത്തെ പ്രശ്നവൽക്കരിച്ച് വിലക്കുകളെ നേരിടാനുള്ള സാംസ്കാരിക പ്രതിരോധം സൃഷ്ടിച്ചു. ആർത്തവത്തെ ഒരു രഹസ്യമോ, ഒളിച്ചുവെക്കേണ്ടതോ, ലജ്ജാകരമോ ആയ പ്രതിഭാസമായി കാണാതെ അതിനെ സ്വീകരിക്കാനും സ്വാഭാവികമായി അനുഭവിക്കാനുമാണ് അവർ ആഹ്വാനം ചെയ്യുന്നത്. ആരോഗ്യകരവും, വിശുദ്ധവും ശക്തി പ്രദാനം ചെയ്യുന്നതും സന്തോഷകരവുമായ അനുഭവമായി ആർത്തവത്തെ തിരിച്ചുപിടിക്കണം. സ്ത്രീയായി അടയാളപ്പെടുന്നതിന്റെയും സ്ത്രീശക്തിയുടെയും മുദ്രയായി അതിനെ സ്വീകരിക്കണം. സ്ത്രീയുടെ ആർത്തവം മനുഷ്യജീവിതത്തിന്റെ അവശ്യഘടകമാണ് എന്ന് സമൂഹം തിരിച്ചറിയണം. ജീവിതത്തിന്റെയും മരണത്തിന്റെയും ജ്ഞാനത്തിന്റെ പ്രയോഗങ്ങളാണവ. സ്ത്രീകൾ എല്ലാമാസവും പ്രപഞ്ചത്തിന്റെ ചാക്രികതയെപ്പറ്റിയും ജനന-മരണങ്ങളെപ്പറ്റിയുമുള്ള ഈ സത്യം സ്വന്തം ശരീരത്തിൽ അനുഭവിക്കുന്നവരാണ്. സ്ത്രീകളുടെ മാന്ത്രികമായൊരു അമ്മവഴിയാണത്. അത് ആഘോഷിക്കപ്പെടേണ്ടതാണ് എന്ന് ഫെമിനിസം സിദ്ധാന്തിക്കുന്നു.

പിന്നോട്ടു നടക്കുന്ന കേരളം

'ആർത്തവത്തെ ആഘോഷിക്കുക' എന്ന ആഹ്വാനം ലോകത്തിന്റെ പല ഭാഗങ്ങളിൽ നിന്നും ഉയരുന്ന കാലത്ത് പുരോഗമനകേരളം എങ്ങനെയാണ് ഇത്ര പിന്തിരിപ്പനായത്? ഇത് ദൈവത്തിന്റെ സ്വന്തം നാടല്ല, ആണുങ്ങളുടെ/പുരുഷാധിപത്യത്തിന്റെ സ്വന്തം നാടാണ്. ആണധികാരം നഷ്ടപ്പെടുന്നുവോ എന്ന തോന്നലിൽ നിന്നും അതിനെ തിരിച്ചുപിടിക്കാനും നിലനിർത്താനും കഠിന പരിശ്രമങ്ങൾ നടക്കുന്ന ആളുകളുടെ നാടുകൂടിയാണിത്. അതിനൊപ്പം മുമ്പൊരിക്കലുമില്ലാത്തവിധം സാംസ്കാരിക പുനരുത്ഥാനവാദവും മത-ജാതിസ്വത്വവാദങ്ങളും മതമൗലികവാദവും ഒക്കെ ഉയർന്നുവരുന്ന കാലമാണ്. അങ്ങനെ വർഗീയതയുടെയും പുരുഷാധിപത്യത്തിന്റെയും അധികാരത്തിന്റെയും സങ്കീർണവും അപകടകരവുമായ കൂട്ടുകെട്ടാണ് 'മാസമുറക്കുറ്റവാളികളായ' സ്ത്രീകളെ തടഞ്ഞുവെച്ച് ആക്രോശിക്കുന്നത്. ആത്മാഭിമാനവും സ്വത്വബോധവുമുള്ള സ്ത്രീകളും ജനാധിപത്യബോധമുള്ള പുരുഷന്മാരും ട്രാൻസ്ജന്ററുകളും ഒന്നിച്ചുനിന്ന് പുരോഗമന ശക്തികൾക്കൊപ്പം പ്രതിഷേധിക്കേണ്ട ഘട്ടമാണിത്. അല്ലെങ്കിൽ 'പുറപ്പെട്ടേടത്തുനിന്നും ഒരായിരം കാതമകലേക്ക്' പെട്ടെന്ന് നാം തെറിച്ചുവീണുപോയി എന്നുവരും. അത് അനുവദിച്ചുകൂടാ.....

ചോരയാലെഴുതാം ഇനിയൊരു പെൺകാലം

ഡോ. സംഗീത ചേനംപുല്ലി

കാലിലും തലയിലുമായി രണ്ടുവട്ടം പാമ്പുകടിയേറ്റാണ് നേപ്പാളിലെ ദൈലേഖിൽ നിന്നുള്ള പതിനെട്ടുകാരിയായ തുളസി ഷാഹി മരിച്ചത്. പാമ്പുകടിയേറ്റുള്ള മരണങ്ങൾ ഇന്ത്യയിലെപ്പോലെ നേപ്പാളിലും അപൂർവ്വമല്ല. തുളസിയുടെ മരണത്തിന് അവളുടെ കുടുംബാംഗങ്ങൾ തന്നെയാണ് കാരണക്കാർ എന്നത് മാത്രമാണ് അവളുടെ മരണത്തെ വ്യത്യസ്തമാക്കുന്നത്. ആർത്തവാശുദ്ധിയുടെ ഭാഗമായുള്ള ചൌപടി എന്ന ആചാരമനുഷ്ഠിക്കാനായി അമ്മാവന്റെ പശുത്തൊഴുത്തിലേക്ക് അവളെ അയച്ചത് അവളുടെ വീട്ടുകാർ തന്നെയാണ്. പാമ്പുകടിയേറ്റുള്ള അവളുടെ നിലവിളികൾ രാത്രിയുടെ ഇരുട്ടിൽ മുങ്ങിപ്പോയിരിക്കണം. ദൈലേഖിൽ നിന്നുതന്നെയുള്ള ഒരു പതിന്നാലുകാരി തണുപ്പ് സഹിക്കാനാവാതെയും, ഗൗരി ബായക് എന്ന ഇരുപത്തൊന്നുകാരി പുകയാൽ ശ്വാസം മുട്ടിയും മരിച്ചു. നേപ്പാളിൽ തന്നെ ആറുമാസത്തിനിടെ വേറെയും അഞ്ചോളം പെൺകുട്ടികൾ ആർത്തവമറയ്ക്കിരിക്കലിനിടയിൽ മരണമടഞ്ഞു. ഈ ലേഖനം എഴുതിപൂർത്തിയാക്കിയ ഉടനെയാണ് ആർത്തവസമയത്ത് വീടിനു പുറത്ത് താമസിപ്പിച്ച തമിഴ്നാട്ടിലെ തഞ്ചാവൂരിലെ പന്ത്രണ്ടുകാരി ഗജ ചുഴലിക്കാറ്റിൽ തകർന്നു വീണ മേൽക്കൂരക്കടിയിൽ പെട്ട് മരിച്ച വാർത്തയെത്തിയത്. ആർത്തവാശുദ്ധിയാൽ ജീവൻ നഷ്ടപ്പെട്ടവരാണ് ഇവരെങ്കിൽ ഇന്ത്യയിലെ അനേകം സ്ത്രീകൾ ആർത്തവം എന്ന ഒറ്റക്കാരണത്താൽ അധഃകൃതരും അയിത്തക്കാരുമായി പരിഗണിക്കപ്പെട്ട് ആത്മാഭിമാനം നഷ്ടപ്പെട്ട് ജീവിക്കുന്നു. മരണത്തേക്കാൾ അസഹനീയമാണ് ചില ജീവിച്ചിരിക്കലുകൾ. ജീവിതത്തിന്റെ ഉർവ്വരതയെ കുറിക്കുന്ന ആർത്തവമെന്ന സ്വാഭാവിക ജൈവപ്രക്രിയ സ്ത്രീയെ പതിതയും, അപമാനിതയും, ആത്മവിശ്വാസമില്ലാത്തവളുമായി മാറ്റുന്നു.

മതാചാരങ്ങളുടെ ഭാഗമായി ഇത്തരം വിശ്വാസങ്ങൾ പലയിടങ്ങളിലും നിലനിന്നിരുന്നെങ്കിലും ആധുനിക ജനാധിപത്യസമൂഹങ്ങളിലേക്കുള്ള പരിണാമ പ്രക്രിയക്കിടെ അവ കൈയൊഴിക്കപ്പെട്ടു. വിദ്യാഭ്യാസനില വാരത്തിൽ ഏറെ മുൻപന്തിയിൽ നിൽക്കുന്ന കേരളത്തിൽ ഇരുപത്തൊന്നാം നൂറ്റാണ്ടിലും സ്ത്രീകളോട് തീണ്ടായ്മ നിലനിൽക്കുന്നു എന്നതിൽ ലജ്ജകൊണ്ട് തലകുനിക്കാതെ വയ്യ.

ആർത്തവത്തിന്റെ പേരിലുള്ള അയിത്താചാരണങ്ങളും മാറ്റിനിർത്തലുകളും പിതൃകേന്ദ്രീകൃത വ്യവസ്ഥിതിയുടെ കേന്ദ്രബിന്ദുവായി പരിഗണിക്കാം. വിവിധ സംസ്കാരങ്ങളിൽ ആർത്തവത്തിന്റെ ഉത്ഭവത്തെപ്പറ്റി പലതരം കഥകളുണ്ട്. ഇന്ദ്രന്റെ ബ്രഹ്മഹത്യാപാപത്തിലൊരു പങ്ക് സ്ത്രീ ഏറ്റെടുത്തതിനാലാണ് ആർത്തവമുണ്ടായത് എന്ന് കഥയിൽ പറയുമ്പോഴും പാപം ചെയ്ത പുരുഷനേക്കാൾ അതേറ്റെടുത്ത സ്ത്രീക്കാണ് കൂടുതൽ കഷ്ടതകൾ പേറേണ്ടി വരുന്നത്. പുരുഷനില്ലാത്ത ഗർഭപാത്രം എന്ന ഒറ്റ അവയവം സ്ത്രീയോടുള്ള വിവേചനത്തിനുള്ള ന്യായമായി അവതരിപ്പിക്കപ്പെടുന്നു. പ്രത്യുല്പാദനം എന്ന ജീവന്റെ അത്ഭുതം സ്ത്രീയെ അടിമയാക്കി അകായിൽ തളക്കാനുള്ള കൂച്ചുവിലങ്ങായി മാറുന്നു. ആർത്തവ ദിവസം പൊതുവായ എല്ലാ വ്യവഹാരങ്ങളിൽ നിന്നും ഒഴിഞ്ഞുമാറി വിശ്രമിക്കൂ എന്ന് ആചാരങ്ങൾ ആവശ്യപ്പെടുന്നതിന്റെയും ഓടിയും ചാടിയും ശരീരം ചീത്തയാക്കണ്ട എന്ന് അഭിനവ 'ആചാര്യന്മാർ' വിലക്കുന്നതിന്റെയും പഴി ഗർഭപാത്രം എന്ന സ്ത്രീയുടെ മാത്രമായ അവയവത്തിന് തന്നെ. രക്തത്തോടുള്ള മനുഷ്യന്റെ ഭയമാവാം ആർത്തവത്തെ സംശയത്തോടെ നോക്കിക്കാണാൻ മനുഷ്യരെ പ്രേരിപ്പിച്ചത് എന്ന് സിഗ്മണ്ട്ഫ്രോയ്ഡ് അഭിപ്രായപ്പെടുന്നു. ചന്ദ്രന്റെ ചാക്രികപരിണാമ കാലയളവിനോട് ഏതാണ്ട് തുല്യമാണ് ആർത്തവചക്രവും. ഇത് മനുഷ്യന്റെ പ്രാകൃത ഘട്ടത്തിൽ ആർത്തവത്തിന് ഒരു നിഗൂഢഭാവം പകർന്നുനൽകിയിരിക്കണം. തുടക്കത്തിൽ സ്ത്രീയുടെ സാമൂഹ്യപദവിയെ സംബന്ധിച്ചിടത്തോളം ആർത്തവം ഗുണപരമായിരുന്നിരിക്കാനാണ് സാധ്യത. ആർത്തവവുമായി ബന്ധപ്പെട്ടാണ് മതവിശ്വാസങ്ങളുടെ പോലും ഉത്ഭവമെന്ന് എമിൽഡർഖീമിനെപ്പോലുള്ള സാമൂഹ്യശാസ്ത്രജ്ഞർക്ക് അഭിപ്രായമുണ്ട്. പ്രകൃതി ശക്തികൾ ആരാധിക്കപ്പെട്ട കാലത്ത് ചാന്ദ്രമാസവുമായുള്ള സാദൃശ്യം ആർത്തവത്തെ ബഹുമാന്യമാക്കി മാറ്റിയിരിക്കാം. കുലത്തെ വർദ്ധിപ്പിക്കാൻ സഹായിക്കുന്നത് എന്ന നിലയിലും ആർത്തവത്തെ ബഹുമാനിച്ചിരുന്നു. ഇതിന്റെ തെളിവുകൾ പല സംസ്കാരങ്ങളിലും ദേവതാരാധനാ രീതികളിലും ഇന്നും നിലനിൽക്കുന്നുണ്ട്. പിന്നീടെപ്പോഴോ അത് സ്ത്രീയുടെ ചലനസ്വാതന്ത്ര്യത്തെ പോലും നിയന്ത്രിക്കുന്ന ദുഃശകുനമായിത്തീർന്നു. സ്ത്രീയെ സാമൂഹ്യ ഇടപെടലുകളിൽ നിന്നും അധികാരത്തിൽ നിന്നും മാറ്റി നിർത്താനുള്ള കുറുക്കുവഴിയായി ആർത്തവവും ഗർഭധാരണവും ഉപയോഗിക്കപ്പെട്ടു, ഇന്നും ഉപയോഗിക്കപ്പെടുന്നു. പ്രാചീന കാലത്ത്

ദൈവാരാധനയുമായി ബന്ധപ്പെടുത്തിയാണ് സാമൂഹ്യ രാഷ്ട്രീയ ബന്ധങ്ങൾ നിലനിന്നിരുന്നത് എന്നതിനാൽ ദൈവസന്നിധിയിൽ നിന്ന് സ്ത്രീയെ അകറ്റാനുള്ള ഉപാധിയായിട്ടാവണം ആർത്തവകാലത്തെ ആരാധനാ വിലക്കുകൾ നിലവിൽ വന്നത്. ആർത്തവത്താൽ മാറ്റിനിർത്തപ്പെട്ടവൾ ക്രമേണ അധികാരശ്രേണിക്ക് പുറത്തായതുമാവാം. പുറത്താവുക എന്ന നമ്മുടെ പ്രയോഗം തന്നെ സ്ത്രീയെ സാധാരണ ജീവിതത്തിൽ നിന്ന് ബഹിഷ്കരിക്കുന്നതിന്റെ സൂചനയായി വേണം കാണാൻ. ആർത്തവത്തെക്കുറിച്ച് സംസാരിക്കാനും, പുരുഷന്മാർക്കുമുന്നിൽ ആർത്തവാസ്വസ്ഥതകൾ വെളിപ്പെടും വിധം പെരുമാറാനും, ആർത്തവാനുസാരികൾ പരസ്യമായി കൈകാര്യം ചെയ്യാനും ഇപ്പോഴും നമുക്കിടയിൽ വിലക്കുകൾ നിലനിൽക്കുന്നുണ്ട്. എന്നാൽ ആർത്തവനീതി (Mentsrual equtiy) എന്ന പുതിയ പദം തന്നെ ഉടലെടുക്കുകയും ലോകത്തിന്റെ മറ്റുഭാഗങ്ങളിൽ പല വിതാനങ്ങളിലുള്ള ചർച്ചകൾ ഈ വിഷയത്തിൽ നടക്കുകയും ചെയ്യുന്നുണ്ട്. സമൂഹത്തെ സംബന്ധിച്ചിടത്തോളം ഏറെ പ്രധാനമായ പ്രത്യുത്പാദനം എന്ന ധർമ്മത്തിന്റെ ഭാഗമായി ആർത്തവത്തെ പരിഗണിച്ച് പാഡുകൾ അടക്കമുള്ള അവശ്യവസ്തുക്കൾ സൗജന്യമായി ലഭ്യമാക്കാനുള്ള വ്യവസ്ഥകൾ പല രാജ്യങ്ങളും നടപ്പാക്കിക്കഴിഞ്ഞു.

സ്ത്രീശരീരം പ്രത്യുത്പാദനശേഷി കൈവരിക്കുന്നതോടെ എല്ലാ മാസവും വളർച്ചയെത്തിയ ഒരു അണ്ഡം വിസർജ്ജിക്കപ്പെടുകയും ഭ്രൂണത്തിന്റെ വളർച്ചക്ക് ആവശ്യമായ സാഹചര്യങ്ങൾ ഗർഭപാത്രത്തിനകത്ത് ഒരുങ്ങുകയും ചെയ്യുന്നു ഗർഭപാത്രത്തിനകത്തുള്ള ആവരണമായ എന്റോമെട്രിയത്തിന് കട്ടികൂടുന്നു. ബീജസങ്കലനം നടക്കാതെ വന്നാൽ ഈ ആവരണം വിഘടിച്ച് രക്തത്തോടൊപ്പം പുറംതള്ളപ്പെടുന്നു. സ്വാഭാവികമായി നടക്കുന്ന ഈ ജൈവപ്രക്രിയയാണ് ആർത്തവം. ആർത്തവമില്ലാതെ ജനനവുമില്ലാത്തത് കൊണ്ട് ആർത്തവം അശുദ്ധമാണെങ്കിൽ ലോകത്തെ എല്ലാ മനുഷ്യരും ആ അശുദ്ധിയുടെ പങ്ക് പറ്റേണ്ടവരുമാണ്. മനുഷ്യരാശിയുടെ നിലനിൽപിന്റെ മുന്നൊരുക്കമായ ഇതിനെ ശ്വസനമോ ദഹനമോ വിസർജ്ജനമോ പോലെയൊരു സ്വാഭാവിക ശാരീരിക പ്രവർത്തനമായി കാണാൻ കഴിയാത്തതിൽ സ്ത്രീവിരുദ്ധതയല്ലാതെ മറ്റ് കാരണങ്ങളില്ല. ആർത്തവമുള്ള വർഷങ്ങൾ സ്ത്രീ ജീവിതത്തിന്റെ വസന്തകാലമാണ്. ഹൃദ്രോഗങ്ങൾ, അസ്ഥി ബലക്ഷയം എന്നിവയിൽ നിന്നൊക്കെ ഇക്കാലയളവിൽ സ്ത്രീകൾ സംരക്ഷിക്കപ്പെടുന്നുണ്ട്. ആർത്തവ വിരാമശേഷം അസ്ഥി തേയ്മാനമായും, ചൂടും പുകച്ചിലുമായും വർദ്ധിച്ച രോഗസാധ്യതകളായും അസ്വസ്ഥതകൾ പ്രത്യക്ഷപ്പെടുന്നു. ആർത്തവ രക്തത്തിൽ വിഷാംശങ്ങൾ അടങ്ങിയിരിക്കുന്നു എന്നൊരു തെറ്റിദ്ധാരണ മുൻകാലത്ത് നിലവിലുണ്ടായിരുന്നു. എന്നാൽ ഇത് തികച്ചും അശാസ്ത്രീയമാണെന്ന് പിൽക്കാലത്ത് തെളിയിക്കപ്പെട്ടു. ആർത്തവരക്തത്തിൽ ഹാനികരമായ യാതൊരു ഘടകങ്ങളും ഇല്ലെന്ന്

ശാസ്ത്രം തെളിയിച്ചിട്ടുണ്ട്. മാത്രമല്ല ഏത് തരം കോശങ്ങളായും വികസിപ്പിച്ചെടുക്കാൻ ശേഷിയുള്ള വിത്തുകോശങ്ങളുടെ (Stem cells) സംഭരണിയാണ് എല്ലാ മാസവും വെറുതെ ഒഴുകിപ്പോകുന്ന ആർത്തവരക്തം എന്ന് ശാസ്ത്രലോകം തിരിച്ചറിഞ്ഞിരിക്കുന്നു (1, 2). അസ്ഥിമജ്ജയിൽ നിന്നും മറ്റും വിത്തുകോശങ്ങൾ വേർതിരിച്ചെടുക്കുന്ന നിലവിലെ രീതി ഏറെ ശ്രമകരവും സങ്കീർണ്ണവുമാണ്. ആർത്തവ രക്തത്തിൽ നിന്നുള്ളതാവട്ടെ വളരെ എളുപ്പവും ചെലവില്ലാത്തതും. ഹൃദയം, പാൻക്രിയാസ്, മസ്തിഷ്കം, തൊലി എന്നിവയിലെ കോശങ്ങൾ പുനഃസൃഷ്ടിക്കാനായി വിത്തുകോശങ്ങൾ ഉപയോഗിക്കാമെന്ന് തെളിയിക്കപ്പെട്ടിട്ടുണ്ട്. ആർത്തവരക്തം ഉപയോഗിച്ച് ഒട്ടേറെ ജീവനുകൾ രക്ഷിക്കാനുള്ള അവസരമാണ് ഈ ഗവേഷണഫലങ്ങൾ ഉറപ്പുതരുന്നത്. ഈ സാധ്യതകൾ തിരിച്ചറിഞ്ഞാണ് പിൽക്കാല ചികിത്സകൾക്കായി ആർത്തവരക്തത്തെ ശീതീകരിച്ച് സൂക്ഷിക്കാൻ ക്രയോസെൽ എന്ന കമ്പനി തയ്യാറായിട്ടുള്ളതും. ആർത്തവരക്തത്തെ ജീവൻ രക്ഷോപാധിയായി മാറ്റാനാവുമെന്നു തിരിച്ചറിഞ്ഞ കാലത്താണ് നാം ആർത്തവം ആരംഭിച്ച സ്ത്രീക്ക് അയിത്തം കൽപ്പിക്കുന്നത് എന്നത് ലജ്ജാകരം തന്നെ.

വൃത്തി, ശുദ്ധത തുടങ്ങിയ സവർണ്ണ നിർമ്മിത ബോധ്യങ്ങൾ ആർത്തവത്തോടും രജസ്വലയായ സ്ത്രീയോടുമുള്ള അറപ്പിനും വിവേചനത്തിനും കാരണമാകുന്നുണ്ട്. പുരുഷാധികാരത്തോട് ചേർന്നു നിന്നാണ് മതഘടനകൾ രൂപപ്പെട്ടത് എന്നതിനാൽ മിക്കവാറും എല്ലാ മതങ്ങളും ആർത്തവത്തെ അശുദ്ധിയായിട്ടാണ് കണ്ടത്. ഇസ്ലാം മതം ആർത്തവസമയത്ത് പ്രാർത്ഥനയിൽ നിന്നും ലൈംഗിക ബന്ധത്തിൽ നിന്നും സ്ത്രീയെ വിലക്കുന്നു. രജസ്വലയായ സ്ത്രീയെ സ്പർശിച്ചാൽ സ്പർശിച്ചവരും അശുദ്ധരാകുമെന്നും കുളിച്ചും വസ്ത്രങ്ങൾ കഴുകിയും ശുദ്ധരാകണമെന്നും ബൈബിൾ പറയുന്നുണ്ട്. യഹൂദമതത്തിലും ഇത്തരം വിലക്കുകൾ നിലനിൽക്കുന്നതായിക്കാണാം. ആർത്തവസമയത്ത് സ്ത്രീകൾ തൊട്ടാൽ ചെടികൾ വാടിപ്പോകുമെന്നും, കിണറുകൾ വറ്റുമെന്നും, വിളകൾ നശിച്ച് ഭൂമി തരിശാകുമെന്നും മറ്റുമുള്ള വിശ്വാസങ്ങൾ ഇന്ത്യയിലെപ്പോലെ ലോകത്തിന്റെ മറ്റു ഭാഗങ്ങളിലും നിലനിന്നിരുന്നു. എന്നാൽ സാമൂഹ്യനവോത്ഥാന പ്രക്രിയക്കിടെ ഇത്തരം അനാചാരങ്ങൾ മാഞ്ഞുപോവുകയാണുണ്ടായത്. ക്രിസ്തുമതം ഇത്തരം അനാചാരങ്ങളെ കൈയൊഴിച്ച് സ്ത്രീകൾക്ക് എല്ലാ സമയങ്ങളിലും ആരാധനാ സ്വാതന്ത്ര്യം ലഭ്യമാക്കിയത് മതത്തേക്കാൾ മേലെയാണ് സാമൂഹ്യനീതി എന്നും മതത്തിന്റെ മാറാലകെട്ടിയ മാമൂലുകൾ പൊട്ടിച്ച് കളയാനാവാത്തതല്ലെന്നും വ്യക്തമാക്കുന്നുണ്ട്. അതേസമയം തന്നെ പല പ്രാക്തന സമൂഹങ്ങൾക്കും ആദിമനിവാസികൾക്കുമിടയിൽ ആർത്തവത്തെ പരിശുദ്ധമായി പരിഗണിക്കുന്നതായി കാണാം. ആഫ്രിക്കയിലെ ചില ഗോത്രങ്ങൾ പിന്തുടരുന്ന ആചാരങ്ങൾ ഇതിന് തെളിവാണ്. ആർത്തവസമയത്തെ സ്ത്രീയുടെ അസാധാരണമായ പവിത്രതയെ ഭയത്തോടെ കാണുന്ന സമൂഹങ്ങളുമുണ്ട്.

ഹിന്ദുമതത്തിൽ തന്നെ ആർത്തവ സംബന്ധമായ ആചാരങ്ങൾക്ക് ഏകതാനമായ സ്വഭാവമല്ല ഉള്ളത്. ആർത്തവസമയത്തെ സ്ത്രീയെ ആരും കാണാതെ ഇരുട്ടറയിൽ അടച്ചിടുന്ന സമൂഹം തന്നെ ദേവിയുടെ ആർത്തവനാളുകൾ കൊണ്ടാടുന്ന വൈരുദ്ധ്യം ഇന്ത്യയിൽ തന്നെയാണ് നിലനില്ക്കുന്നത്. ആസാമിലെ കാമാഖ്യ ക്ഷേത്രത്തിൽ വർഷാവർഷം നടക്കുന്ന മേളയും ചെങ്ങന്നൂർ ഭവതിയുടെ തൃപ്പൂത്താറാട്ടും ഐരാണിക്കുളം മഹാദേവക്ഷേത്രത്തിൽ പാർവതിയുടെ ആർത്തവകാലം അനുഷ്ഠിക്കേണ്ടതെങ്ങനെ എന്ന വിശദമായ ചരിത്ര രേഖയും (3) നമുക്കിടയിൽ തന്നെയുള്ള ഉദാഹരണങ്ങളാണ്. ഈ ആചാരാനുഷ്ഠാനങ്ങളും പ്രത്യുല്പാദനത്തിനുള്ള മുന്നൊരുക്കം എന്ന നിലയിൽ ആദ്യ ആർത്തവത്തെ ആഘോഷിക്കുന്ന പതിവുമെല്ലാം പ്രാകൃത ഗോത്രസംസ്കൃതിയുടെ അവശേഷിപ്പായി നിലനില്ക്കുംമ്പോൾ തന്നെയാണ് ശങ്കരാചാര്യരുടെ നേതൃത്വത്തിലുണ്ടായ ബ്രാഹ്മണവത്കരണം ആർത്തവത്തിനുമേൽ കർശനമായ നിയന്ത്രണങ്ങൾ അടിച്ചേൽപ്പിച്ചത്. ശങ്കരസ്മൃതി പന്ത്രണ്ടാം അധ്യായം മൂന്നാം പാദത്തിൽ രജസ്വലയായ സ്ത്രീക്കുള്ള കർശന നിബന്ധനകൾ കാണാം. "പകൽ സമയം രജസ്സു സ്രവിച്ചാൽ (തീണ്ടായിരുന്നാൽ) തൽക്ഷണം തന്നെ ഒന്നും മിണ്ടാതെയും തനിക്കു തൊടാമെന്നുള്ള വസ്തുക്കളൊഴിച്ച് മറ്റൊന്നും തൊടാതെയും അകത്തു നിന്നും പുറത്തേക്കു പോകണം. പുര തൊടരുത്. പിന്നെ അകത്തു രജസ്വലയ്ക്കിരിപ്പാനുള്ള സ്ഥലത്തു ചെന്നിരിക്കണം. പല്ലുതേയ്ക്കുകയും എണ്ണ തേച്ചു കുളിക്കുകയും കണ്ണെഴുതുകയും ചെയ്യുവാൻ പാടില്ല. തനിക്കുപയോഗിക്കേണ്ട ജലപാത്രവും മറ്റുമൊഴിച്ചു മറ്റൊന്നും തൊട്ടുകൂട. മുലകുടിയുള്ള തന്റെ കുട്ടിയെ ഒഴിച്ച് മറ്റാരേയും തൊടരുത്. സന്ധ്യാസമയങ്ങളിൽ വെളിയിൽ ചെന്നിരിക്കരുത്. ദൂരയാത്ര പാടില്ല. ഇണപ്പുടവ ഉടുക്കരുത്. പൂ ചൂടരുത്. ഓട്ടുപാത്രത്തിൽ ഉണ്ണരുത്. ഇലയിൽ ഉണ്ണണം. മൂന്നു ദിവസം ബ്രഹ്മചര്യം അനുഷ്ഠിക്കണം. വെറും നിലത്ത് കിടക്കരുത്. പകൽ ഉറങ്ങരുത്. തീണ്ടായിരിക്കുമ്പോൾ പൂ ചൂടിയാൽ അവളിലുണ്ടാകുന്ന പുത്രനും പുത്രിയും കഷണ്ടിക്കാരായിത്തീരും. കണ്ണെഴുതിയാൽ പുത്രന്മാർ ജാത്യന്ധന്മാരായിത്തീരും. ചന്ദനം മുതലായതു കുറിയിട്ടാൽ പുത്രന്മാർ ശ്വിത്രരോഗമുള്ളവരാകും. തേച്ചു കുളിച്ചാൽ ശോഭയില്ലാത്തവരുമാകും. നാലാം ദിവസം, കുളിക്കുന്നതിനു മുമ്പ് പല്ലു തേച്ചാൽ പുത്രന്മാർ കരുവാളിച്ച പല്ലുള്ളവരോ ദന്തരോഗികളോ കൊന്തറമ്പല്ലുള്ളവരോ ആയിത്തീരും. സന്ധ്യാസമയം പുറത്തിരുന്നാൽ കുട്ടികൾ അപസ്മാരബാധിതന്മാരും വഴിനടന്നാൽ മുടന്തന്മാരും ഇണപ്പുടവയുടുത്താൽ കുഷ്ഠരോഗികളും ഓട്ടുപാത്രത്തിലുണ്ടാൽ ഭിക്ഷയെടുത്ത് ഉപജീവനം കഴിക്കുന്നവരുമായിത്തീരും. ഋതുസ്നാനം ചെയ്തുവന്നാൽ ഒന്നാമതായി ഭർത്താവിന്റെ മുഖത്തുനോക്കണം. പാതിവ്രത്യമുള്ളവൾ മനമല്ലാമനസ്സോടുകൂടിപ്പോലും മറ്റൊരു പുരുഷനെ നോക്കരുത്." സമാനമായ ശാസനങ്ങൾ ഋഗ്വേദത്തിലും കാണാം. പല്ലുതേക്കാനും കുളി

ക്കാനുമുള്ള അവകാശം പോലും നിഷേധിക്കുന്നതിൽ നിന്ന്, ആർത്തവ സമയത്തെ ശാരീരികശുദ്ധിയെക്കുറിച്ചോ, വിശ്രമത്തെക്കുറിച്ചോ ഉള്ള ആകുലതകളല്ല ഇത്തരം പ്രഘോഷണങ്ങൾക്ക് പിന്നിലെന്ന് വളരെ വ്യക്തമാണ്.

ആർത്തവം പുരുഷനാണ് ഉണ്ടായിരുന്നതെങ്കിൽ സമൂഹത്തിന്റെ മനോഭാവം എന്താകുമായിരുന്നു എന്ന് അമേരിക്കൻ ജേണലിസ്റ്റും ഫെമിനിസ്റ്റുമായ ഗ്ലോറിയ സ്റ്റീനം രസകരമായി വിവരിക്കുന്നുണ്ട്. "എത്ര രക്തം സ്രവിക്കുന്നു എന്നും എത്ര സമയമെന്നും അവർ പൊങ്ങച്ചം പറഞ്ഞേനെ, ആണത്തത്തിന്റെ ആരംഭം പരക്കെ ചർച്ച ചെയ്യപ്പെടുകയും പാർട്ടികളും സമ്മാനങ്ങളുമായി ആഘോഷിക്കപ്പെടുകയും ചെയ്യും. സാനിറ്ററി പാഡുകൾ സൗജന്യമായി വിതരണം ചെയ്യപ്പെടും. എന്നാലും ധനികരും ഫാഷൻ തൽപരരുമായവർ സ്പോർട്സ്, സിനിമാതാരങ്ങളുടെ പേരിലുള്ള ഡിസൈനർ പാഡുകൾ തിരഞ്ഞുപോകും. പുരുഷന് ആർത്തവമുണ്ടായിരുന്നെങ്കിൽ അത് അധികാരത്തിന്റെ ചിഹ്നമായി മാറിയേനെ" ഗ്ലോറിയയുടെ വാദങ്ങൾ തമാശയാണെന്ന് തോന്നാമെങ്കിലും ഒന്നുകൂടി ചിന്തിച്ചാൽ അത് വസ്തുതാരഹിതമല്ലെന്ന് മനസ്സിലാവും. സ്ത്രീ ദുർബലയാണെന്ന് സമൂഹം പറയുമ്പോൾ ബലത്തിന്റെയും ദൗർബല്യത്തിന്റെയും മാനദണ്ഡങ്ങൾ തീരുമാനിച്ചതാര് എന്ന മറുചോദ്യം ഉന്നയിക്കപ്പെടേണ്ടതുണ്ട്. അതുപോലെ ആർത്തവം അശുദ്ധമാണെന്ന് തീരുമാനിച്ചതാരാണ്? എന്നാൽ ഈ മറുചോദ്യങ്ങൾ ഒരിക്കലുമുന്നയിക്കപ്പെടാതിരിക്കാൻ സ്ത്രീയെ പാകപ്പെടുത്തിയെടുക്കാനും പിതൃകേന്ദ്രീകൃത വ്യവസ്ഥിതിക്ക് കഴിഞ്ഞിട്ടുണ്ട്. എന്ന് മാത്രമല്ല സ്ത്രീകൾ തന്നെ വരും തലമുറകളിലേക്ക് സ്ത്രീവിരുദ്ധ ആശയങ്ങൾ കൈമാറുകയും ചെയ്യുന്നു. അതുകൊണ്ടാണ് ഞങ്ങൾ അശുദ്ധരാണെന്ന് അവകാശപ്പെട്ട് റെഡി ടു വെയിറ്റുമായും നാമജപ ഘോഷയാത്രയുമായും തെരുവിലിറങ്ങാൻ സ്ത്രീകൾ തയ്യാറാവുന്നത്. കേരളീയ നവോത്ഥാനത്തിന്റെ ഭാഗമായാണ് സ്ത്രീയുടെ സാമൂഹ്യാവസ്ഥ മെച്ചപ്പെടുത്താനുള്ള ശ്രമങ്ങൾ വ്യാപകമാകുന്നത്. പെൺകുട്ടിയുടെ വിദ്യാഭ്യാസം അവസാനിപ്പിച്ച് അവളെ പുറം ലോകം കാണാത്ത അകത്തളങ്ങളുടെ പാതാളക്കിണറ്റിൽ കെട്ടിത്താഴ്ത്താൻ ആർത്തവമെന്ന ഒറ്റക്കാരണം ധാരാളമാണെന്ന് നമ്മുടെ സാമൂഹ്യപരിഷ്കർത്താക്കൾ തിരിച്ചറിഞ്ഞു. അതുകൊണ്ടു തന്നെ ഇത്തരം മിത്തുകളുടെ പൊളിച്ചെഴുത്ത് കേരളത്തിലെ സ്ത്രീകളുടെ നവോത്ഥാനത്തിന്റെ ഒരു കേന്ദ്രബിന്ദുവായിരുന്നു. *ഋതുമതി, ഋതുമതികൾ പഠിച്ചാലെന്താ* തുടങ്ങിയ നാടകങ്ങൾ ഈ സാമൂഹ്യദൗത്യത്തെയാണ് ഏറ്റെടുത്തത്. വിദ്യാഭ്യാസം നേടാനാകാതെ ഇരുട്ടറയിൽ അടിഞ്ഞുപോകുമായിരുന്ന ഒട്ടനേകം സ്ത്രീജീവിതങ്ങളെ പൊതുവഴിയിലേക്ക് ഇറക്കിക്കൊണ്ടുവരാൻ ആർത്തവാനാചാരങ്ങളുടെ നിർമ്മാർജ്ജനത്തിലൂടെ കഴിഞ്ഞിട്ടുണ്ട്. ഇപ്പോൾ ഞങ്ങൾ അശുദ്ധരാണ് എന്നവകാശപ്പെട്ട് തെരുവിലിറങ്ങുന്ന കുലസ്ത്രീജനങ്ങൾ ഇരുട്ടുമൂടിയ

അനാചാരങ്ങളുടെ പൊട്ടക്കിണറ്റിൽ നിന്ന് പുറംലോകത്തെ വെളിച്ചത്തിലേക്ക് പണിപ്പെട്ട് കയറിവന്ന അവരുടെ പൂർവ്വമാതാക്കളുടെ സഹനങ്ങളുടെ മുഖത്താണ് കാർക്കിച്ചുതുപ്പുന്നത്. അശുദ്ധരായി സ്വയം പ്രഖ്യാപിക്കാനുള്ള അവകാശത്തിനായി സമരം ചെയ്യാനുള്ള അവസരം പോലും നേടിത്തന്നത് അശുദ്ധിയെ വെല്ലുവിളിച്ചവരുടെ സഹനമാണെന്ന് സാരം.

ആർത്തവാരംഭത്തോടെ സജീവമാകുന്ന സ്ത്രീലൈംഗികതയെക്കുറിച്ചുള്ള പുരുഷലോകത്തിന്റെ ആകുലതകളാണ് ആർത്തവം തുടങ്ങുന്നതോടെയുള്ള കടുത്ത നിയന്ത്രണങ്ങളായി രൂപാന്തരപ്പെടുന്നത്. അന്നുവരെ കുട്ടിയായി കണക്കാക്കപ്പെട്ടവളെ പെട്ടെന്ന് മുതിർന്നയാളായിക്കണ്ട് നിയന്ത്രിക്കാനും സാമൂഹ്യ ഇടപെടലുകളിൽ നിന്ന് മാറ്റിനിർത്താനും തുടങ്ങുന്നത് പെൺകുട്ടികളിൽ വലിയ മാനസിക സംഘർഷത്തിന് കാരണമാകുന്നുണ്ട്. ഇതിന് പുറമേയാണ് കൂനിന്മേൽകുരു പോലെ ആയിത്താചരണങ്ങൾ. ആർത്തവകാല മാറ്റിനിർത്തലുകൾ സ്ത്രീകളിലുണ്ടാക്കുന്ന അനന്തരഫലങ്ങൾ നിസ്സാരമല്ല. സ്വന്തം ശരീരത്തെ വെറുപ്പോടെയും അറപ്പോടെയും നോക്കിക്കാണാൻ അത് വഴിവെക്കുന്നു. ഇത് പെൺകുട്ടികളിൽ ഉണ്ടാക്കുന്ന ആത്മവിശ്വാസക്കുറവും പാപബോധവും ചെറുതല്ല. സ്കൂൾ യൂണിഫോമിൽ രക്തക്കറ പുരണ്ടതിനെപ്പറ്റി അധ്യാപികയും സഹപാഠികളും പരിഹസിച്ചപ്പോൾ ഞാനെന്ത് തെറ്റു ചെയ്തു എന്നെഴുതി വെച്ച് ആത്മഹത്യ ചെയ്തു തമിഴ്നാട്ടിലെ പന്ത്രണ്ടുകാരിയായ ഒരു പെൺകുട്ടി. സ്ത്രീക്കും പുരുഷനുമിടയിൽ സ്വാഭാവികമായി നടക്കേണ്ട ആരോഗ്യകരമായ ആശയവിനിമയങ്ങൾക്ക് ഇത്തരം വിലക്കുകൾ തുരങ്കം വെക്കുന്നു. പുരുഷനേക്കാൾ വിലകുറഞ്ഞവളാണ് താനെന്ന ബോധം പെൺകുട്ടിയിൽ കുത്തിവെക്കുന്നതോടെ പിതൃകേന്ദ്രീകൃത വ്യവസ്ഥയെ സമർത്ഥമായി നിലനിർത്താൻ കഴിയുന്നു. ആർത്തവത്തെക്കുറിച്ചുള്ളതെല്ലാം രഹസ്യമായി സൂക്ഷിക്കേണ്ടതാണെന്ന ബോധം സ്ത്രീകളുടെ ആരോഗ്യത്തെ ദോഷകരമായി ബാധിക്കുന്നുണ്ട്. നേപ്പാളിലെ പോലെ ഉടനുള്ള മരണമല്ലെങ്കിലും രോഗാതുരമായ നീണ്ട കാലങ്ങളെ, ജീവന് ഭീഷണിയാകുന്ന രോഗങ്ങളെ ക്ഷണിച്ച് വരുത്താൻ ആർത്തവ അയിത്തം കാരണമാകുന്നുണ്ട്. ആർത്തവരക്തമൊഴുക്കിൽ ഉണ്ടാകുന്ന വ്യതിയാനങ്ങൾ പലപ്പോഴും മറച്ചുവെക്കപ്പെടുകയും ചികിത്സപോലും ഫലിക്കാത്ത രീതിയിലേക്ക് കാര്യങ്ങളെ കൊണ്ടെത്തിക്കുകയും ചെയ്യുന്നു. പെൺകുട്ടികളിൽ പോളി സിസ്റ്റിക് ഓവറി പോലുള്ള പ്രശ്നങ്ങൾ ദീർഘകാലം തിരിച്ചറിയപ്പെടാതെ വന്ധ്യതയിലേക്ക് എത്തുന്നു. പ്രായമായ സ്ത്രീകളിൽ പലപ്പോഴും ഗർഭാശയ കാൻസർ മറ്റ് ആന്തരാവയവങ്ങളിലേക്ക് പടരും വരെ കാലം തെറ്റിയ രക്തമൊഴുക്ക് അവഗണിക്കപ്പെടുന്നു. സ്കൂളുകളിലും കോളേജുകളിലും പഠിക്കുന്ന പെൺകുട്ടികൾക്ക് ആവശ്യമായ സാനിറ്റേഷൻ സൗകര്യങ്ങൾ ലഭ്യമാകാതെ വരുന്നതിനും ആർത്തവത്തെക്കുറിച്ച് ചർച്ച ചെയ്യാനും ആർത്തവ

ശുചിത്വത്തെ ഒരു പ്രാഥമികാവശ്യമായി കാണാനും കഴിയാത്തത് തന്നെ കാരണം. സാനിറ്ററി ഉപകരണങ്ങളുടെ വ്യാപാരം ഏറെ പണം കൊയ്യുന്ന ഒരു മേഖലയായി മാറിക്കഴിഞ്ഞിട്ടുണ്ടെങ്കിലും അവയുടെ പരസ്യങ്ങളിൽ ചുവന്ന ദ്രാവകത്തിനു പകരം നീലദ്രാവകം ഉപയോഗിക്കുന്നത് ആർത്തവത്തെക്കുറിച്ചുള്ള അനാവശ്യ നിഗൂഢവത്കരണത്തിന് ഉദാഹരണമാണ്. സാനിറ്ററി പാഡുകളോ എന്തിന് വൃത്തിയുള്ള ഒരു തുണിക്കഷണമോ ഉപയോഗിക്കാൻ കഴിയാത്ത ദരിദ്ര ഗ്രാമീണ സ്ത്രീകളുടെ പ്രശ്നവും ഇതിനെല്ലാമൊപ്പം ചർച്ച ചെയ്യപ്പെടേണ്ടത് തന്നെ. പക്ഷേ, സക്രിയവും സഫലവുമായ ചർച്ചകൾ നടക്കണമെങ്കിൽ സമൂഹം ആർത്തവത്തിനുമേൽ കെട്ടിവെച്ച രഹസ്യാത്മകതയുടെ, വെറുപ്പിന്റെ ഭാരങ്ങൾ ആദ്യം അഴിച്ചു കളയേണ്ടതുണ്ട്.

നേപ്പാളിൽ 2005 ൽ തന്നെ ആർത്തവ അയിത്താചരണം നിയമം മൂലം നിരോധിച്ചിട്ടുണ്ട്. ചൌപടി ആചരിക്കാൻ സ്ത്രീകളെ പ്രേരിപ്പിക്കുന്നത് മൂന്നുമാസം തടവും മൂവായിരം രൂപ പിഴയും ലഭിക്കാവുന്ന കുറ്റമാക്കി കഴിഞ്ഞ വർഷം വീണ്ടും നിയമഭേദഗതി കൊണ്ടുവന്നു. 2016 ൽ സാനിറ്ററി നാപ്കിനുകളുടേയും ടാമ്പോണുകളുടെയും നികുതി ന്യൂയോർക്ക് സംസ്ഥാനത്ത് ഒഴിവാക്കപ്പെട്ടു, തൊട്ടടുത്ത വർഷം ഇല്ലിനോയ്സും ഈ പാത പിന്തുടർന്നു. ഇന്ത്യയിലാവട്ടെ കഴിഞ്ഞ പൊതു ബജറ്റിൽ സാനിറ്ററി നാപ്കിനുകൾക്ക് നികുതി വർദ്ധിപ്പിക്കുകയാണുണ്ടായത്.

ശബരിമല സ്ത്രീ പ്രവേശന വിഷയത്തിൽ സുപ്രീംകോടതി നടത്തിയ പരാമർശങ്ങൾ ആർത്തവായിത്തത്തെ സംബന്ധിച്ചിടത്തോളം ദൂരവ്യാപക ഫലങ്ങൾക്ക് കാരണമാകേണ്ടതാണ്. മനുഷ്യാവകാശ ലംഘനമായും, തൊട്ടുകൂടായ്മയ്ക്ക് തുല്യമായുമാണ് ആർത്തവ അയിത്താചരണത്തെ പരമോന്നത നീതിപീഠം പരിഗണിച്ചത്. ഇത് ആർട്ടിക്കിൾ പതിനേഴിന്റെ ലംഘനവുമാണ്. സമൂഹത്തിന്റെ അശ്രദ്ധ സുപ്രീംകോടതി വിധിയെ ചുറ്റിപ്പറ്റി നിൽക്കുമ്പോൾ ആർത്തവത്തെക്കുറിച്ചുള്ള തെറ്റിദ്ധാരണകൾ ദൂരീകരിക്കാനുള്ള അവസരമായാണ് നാമിതിനെ കാണേണ്ടത്. ആർത്തവശുചിത്വവും ഗർഭാശയ ആരോഗ്യസംരക്ഷണവും ആർത്തവ ചർച്ചയുടെ കേന്ദ്രബിന്ദുവായി ഉയർത്തിക്കൊണ്ടുവരാനും കഴിയേണ്ടതുണ്ട്. അയിത്തത്തിന്റെ ചോരക്കറ പുലരാത്തൊരു പുലരി ഇനിയിവിടെ പിറക്കട്ടെ.

ആർത്തവം ഒരോർമ്മക്കുറിപ്പ്

അഡ്വ. പി എം ആതിര

ആർത്തവം അയിത്തമാണ് അശുദ്ധിയാണ് തുടങ്ങിയവ ആധുനിക കേരളത്തിൽ

ഇത്ര ഉറക്കെ ചർച്ച ചെയ്യും എന്ന് കരുതിയതല്ല...

കേരളം നടന്നു നീങ്ങിയ മുന്നോട്ടുള്ള വഴികളിൽ വീട്ടിൽനിന്നും പതുക്കെ എങ്കിലും പല കാരണങ്ങളാൽ കൊഴിഞ്ഞ് പോയ ഒന്നാണ് അത്.....

ശബരിമല യുവതീ പ്രവേശനം സംബന്ധിച്ച 2018 സെപ്തംബർ 28 ലെ സുപ്രീം കോടതി വിധിന്യായത്തിൽ വളരെ വ്യക്തമായി പ്രഖ്യാപിക്കുന്നത് ആർത്തവത്തിന്റെ പേരിൽ മാറ്റി നിറുത്തലും ഭരണഘടനയുടെ ആർട്ടിക്കിൾ 17 ലെ അയിത്തത്തിന്റെ പരിധിയിൽ വരും...

ആർത്തവത്തിന്റെ പേരിലുള്ള മാറ്റി നിറുത്തലുകൾ മാലികാവകാശത്തിന്റെ നഗ്നമായ ലംഘനമാണ് ..

വീട്ടിൽ നിന്നും ആട്ടി ഓടിച്ച ഒരു അനാചാരമാണ് ആർത്തവം അശുദ്ധി എന്നത് ..

അതിനെ നാട്ടിലെ ആചാരമാക്കി മാറ്റാൻ ശ്രമിക്കുന്നവരോട് അവരുടെ വീട്ടിലെ തന്നെ പുതിയ തലമുറ കണക്ക് ചോദിക്കും......

ഒരു ഓർമ്മക്കുറിപ്പ്:

ഹൈസ്കൂളിൽ പഠിക്കുന്ന കാലത്ത് സ്നേഹിതന്റെ വീട്ടിൽ പോയ സമയത്താണ് ഈ 'പുറത്താവൽ' എന്ന വാക്ക് ആദ്യായിട്ട് കേൾക്കുന്നത്....

മാഷ്ടെ മക്കൾ എന്ന പ്രിവില്ലേജ് ഒക്കെ ഉള്ളവരും നാട്ടുകാരുടെ സ്നേഹപാത്രങ്ങളായിട്ടും ആ വീട്ടിൽ ആദ്യമായി കയറി ചെന്നപ്പോൾ

അവിടത്തെ അമ്മ അകന്നു മാറി നിൽക്കുന്നു ....

അടുത്തേക്ക് വരുന്നേ ഇല്ല...

അമ്മ വിളിച്ചു പറയുന്ന നിർദ്ദേശങ്ങൾക്കനുസരിച്ച് അവൻ അവന്റെ ജീവിതത്തിലെ ആദ്യ ചായ നിർമ്മിക്കുന്നു ....

പൊട്ടത്തരങ്ങൾ കാണുന്നതിൽ കൗതുകം ഉണ്ടെങ്കിലും ഇവന്റെ അമ്മ എന്താണ് എന്നെ ഇത്രയ്ക്ക് അവഗണിക്കുന്നത് എന്ന സങ്കടം ഉള്ളിലും ...

വീട്ടിലെ ഗ്ലാസ് പോലും എവിടെയാണിരിക്കുന്നത് എന്നറിയാത്ത അവനോട് അമ്മ കൊടുത്ത നിർദ്ദേശപ്രകാരം ഞാൻ പടിഞ്ഞാറ്റയ്ക്ക കത്ത് കയറുന്നു.... കുപ്പി ഗ്ലാസ് എടുക്കുന്നു....

ഇതിനപ്പുറം ബോറാവാൻ കഴിയാത്ത ചായ കുടിച്ച് അവിടുന്നിറ ങ്ങുന്നു ....

“എന്നാലും നിന്റെ അമ്മക്ക് എന്നോടെന്താ പ്രശ്നം”

“ഒന്നൂല്ലെടോ അമ്മ പുറത്തായോണ്ടല്ലേ”

“അതെനിക്ക് മനസ്സിലായി; അവർക്ക് അകത്ത് വന്നാലെന്താ”

എന്നെ പറഞ്ഞ് ബോധ്യപ്പെടുത്താനാവാതെ വിമ്മിട്ടപ്പെട്ട് അവ സാനം അവൻ പറഞ്ഞു സ്ത്രീകൾക്ക് മാസത്തിൽ ബ്ലഡ് ഒക്കെ വരുന്ന ദിവസം ഇല്ലേ... അതാണ്... അപ്പൊ അമ്മ വീട്ടിനകത്ത് കയറില്ല...

ഞാനൊന്ന് ഞെട്ടി! അങ്ങനെയൊക്കെയുണ്ടോ...

ഞങ്ങടെ പി ആന്റ് ടി ക്വാർട്ടേഴ്സിൽ പിരിയഡ്സ് ഡേ കളിൽ ആരും പുറത്താവുന്നത് ഞങ്ങളതു വരെ കണ്ടിരുന്നില്ല.,,,,,

ഞാനവനോട് പറഞ്ഞു “എനിക്കും പിരിയഡ്സ് ഡേ ആണ് ... ഞാൻ എന്നിട്ടകത്ത് കയറിയതോ...” അവൻ ചാടി എന്റെ കൈ പിടിച്ച് പറഞ്ഞു. “പടച്ചോനെ ഓർത്ത് നീ അത് ഒരിക്കലും അമ്മയോട് പറയരുത്.... പടി ഞ്ഞാറ്റയിൽ കയറിയത് ഒരിക്കലും പറയരുത്....”

എനിക്ക് ഒരിക്കലും പിടികിട്ടാതെ പോയ ഒരു ലോജിക് ആണത്......

എന്റെ അമ്മ കഴിഞ്ഞാൽ ഞാൻ ഏറെ സ്നേഹിച്ച മറ്റൊരമ്മയായി പിന്നീടവർ മാറി ഒമ്പതാം ക്ലാസ്സുകാരി പന്ത്രണ്ടാം ക്ലാസ്സിലെത്തിയപ്പോൾ വയറുവേദനയോടെ ഒരുദിവസം ആ വീട്ടിന്റെ വരാന്തയിലിരുന്നപ്പൊ അതേ അമ്മ വന്ന് പറഞ്ഞു

“അകത്ത് വന്ന് കിടക്ക്, ഈ ചൂട് കാപ്പി കുടിക്ക്.... ഇതാണ് എന്ന് അവനോട് പറയണ്ട..”

“അമ്മയ്ക്ക് ഇങ്ങനെ മാറി നിൽക്കുമ്പോൾ ഇതൊക്കെ നാട്ടുകാരും ചുറ്റുവട്ടത്തുള്ളവരെയും അറിയിക്കുന്ന പോലെ തോന്നാറില്ലേ?

ഈ സമയത്ത് പുറത്ത് നിൽക്കുമ്പൊ ഇതുപോലെ കിടക്കണംന്ന് തോന്നാറില്ലേ...” എന്നൊക്കെ എന്നെ തടവിക്കൊണ്ടിരിക്കുന്ന അവരോട് ചോദിച്ചു...

ആദ്യായിട്ടാണ് അങ്ങനെ ഒരാൾ അവരോടത് ചോദിക്കുന്നത് തന്നെ; ഞാനത് ഇതുവരെ ആലോചിച്ചിട്ടില്ല എന്ന് ഒരു നെടുവീർപ്പോടെ അന്ന്

ആ അമ്മ പറഞ്ഞു.,,,,, അതിന്റെ ചൂട് തട്ടി ഉള്ള് പൊള്ളിപ്പോയി...

അത് അവരിൽ അവസാനിപ്പിക്കേണ്ട ദുരാചാരം എന്ന ഉറപ്പായിരുന്നു അടുപ്പിൽ ഓല കത്തിച്ചുണ്ടാക്കിയ ആ കട്ടൻ കാപ്പിയുടെ കടും മധുരം പ്രഖ്യാപിച്ചത്......

പറഞ്ഞ് വന്നത് ആർത്തവം അശുദ്ധി എന്നതൊക്കെ മറികടന്ന് മാറി നിൽക്കലുകൾ അവസാനിപ്പിച്ച് സ്വാഭാവികമായി അതിനെ കാണാൻ വീട്ടിനകത്ത് കഴിയുന്ന അവസ്ഥ വന്നു.,,,

വയലിലെ മണ്ണ് കുഴച്ച് യോനീ ദ്വാരം അടക്കുന്ന ഒരു കഷണം തുണി പോലും ആർത്തവ രക്തത്തെ ഒപ്പി എടുക്കാൻ ഇല്ലാതിരുന്ന കാലം കേരളത്തിൽ ഇന്ന് ഇല്ല എന്നു തന്നെ പറയാം...

വീട്ടിലെ സ്ത്രീകളുടെ സാനിറ്ററി പാഡ് ഡിസ്പോസൽ വരെ അവരുടെ ഉത്തരവാദിത്തത്തിൽ നിന്നും കൂട്ട് ഉത്തരവാദിത്തമായി മാറി.,,,,,

മെനിസ്റ്റുറൽ കപ്പിലേക്കെത്തുമ്പോൾ അത് പോലും അനായാസമായ കാര്യമായി മാറി കഴിഞ്ഞു ഇന്ന്....

ഋതുമതിക്കെന്താ പഠിച്ചാല് എന്ന് ചോദിച്ചിട്ട് നാളേറെ കഴിഞ്ഞിട്ടും ഒട്ടേറെ മിടുക്കരായ സതീർത്ഥ്യർ സഹപാഠികൾ മിടുക്കത്തികളായിരുന്നവർ ആർത്തവാനന്തരം ക്ലാസ് മുറികളിൽ നിന്നും കൊഴിഞ്ഞു പോവുന്നതിന് ഇന്ന് നാൽപ്പതാം വയസ്സിലേക്ക് എത്തി നിൽക്കുന്നവർക്കുൾപ്പെടെ സാക്ഷ്യം വഹിക്കേണ്ടി വന്നു.,,,

അവരുടെ കണ്ണീര് വീണ് നനഞ്ഞിടം... അവരുടെ ദീർഘനിശ്വാസങ്ങളുടെ പൊള്ളലറിഞ്ഞ പുതു തലമുറക്കാരോട് ആർത്തവമായി ഇനി പഠനം അവസാനിപ്പിക്കാം എന്നു പറയാനുള്ള വിവരക്കേട് ഇന്ന് ബഹുഭൂരിപക്ഷം മലയാളികൾക്കും ഇല്ല... അഥവാ അങ്ങനെ തള്ളിപ്പറയാൻ ഇന്നത്തെ ആർത്തവ അശുദ്ധി ടീമുകാർ തയ്യാറായാൽ തന്നെ അവരെ വകഞ്ഞു മാറ്റി കാലം മുന്നോട്ട് തന്നെ പോകും.,...

ഒളിമ്പിക്സിൽ ഇന്ത്യയുടെ യശസ്സ് ഉയർത്തിയത് മെഡൽ ജേതാക്കളായ വനിതാ കായിക താരങ്ങളാണ്.. അവർ സാനിറ്ററി നാപ്കിൻ പരസ്യത്തിൽ വന്ന് ആർത്തവ ദിനങ്ങൾ ഒന്നിനും തടസ്സമല്ല എന്ന് പറയുന്നു..

ഇന്നത്തെ തലമുറ ഒട്ടേറെ മുന്നോട്ട് പോയി അവരെ പിന്നോട്ട് വലിക്കുന്ന കെണികളെ അവർ തിരിച്ചറിയും....

ആർത്തവം അശുദ്ധിക്കാരോട് നിങ്ങൾ എന്ത് പോക്രിത്തരമാണ് കാണിച്ചത് എന്ന് ചോദിക്കും....

വീട്ടിൽ നിന്നും ഇറക്കിവിട്ട ദുരാചാരത്തെ നാട്ടിലെ ആചാരമാക്കി മാറ്റാനുള്ള രാഷ്ട്രീയക്കളികളെ അവർ തിരിച്ചറിയും...

ഭരണഘടനയുടെ ആർട്ടിക്കിൾ 17 ലെ അയിത്തം ജാതീയമായത് മാത്രമല്ല ആർത്തവത്തിന്റെ പേരിൽ മാറ്റി നിർത്തുന്നതും അയിത്തമായി കാണക്കാക്കും എന്ന വിധി ചരിത്രത്തിലെ നാഴികക്കല്ലാണ്.... അതിനെ ഇല്ലാതാക്കാൻ ഉള്ള എല്ലാ ശ്രമങ്ങളും സ്ത്രീവിരുദ്ധം തന്നെയാണ് ....

മനുഷ്യ ശരീരത്തിലെ ജൈവ സവിശേഷതകളിൽ സ്ത്രീ ശരീരം പ്രത്യുൽപ്പാദനക്ഷമമാണ് എന്ന പ്രഖ്യാപനമായി വരുന്ന ആർത്തവം സ്ത്രീത്വത്തിന്റെ ആഘോഷമായി മാറേണ്ടിടത്ത് അതിന്റെ പേരിൽ ;അതിന്റെ മാത്രം പേരിൽ മാറ്റി നിറുത്തുന്നത് അത് എവിടെ നിന്നായാലും

അപമാനമാണ്; അനീതിയാണ്; അസമത്വമാണ്...

ആർത്താവാശുദ്ധി ചിന്തകളിൽ നിന്നും ഏറെ മുന്നോട്ട് പോയ വരാണ് നാം

പിന്നോട്ട് പിടിച്ച് വലിക്കുന്നവരെ തിരിച്ചറിയണം....

അതിന്റെയുള്ളിലൊളിപ്പിച്ച് വെച്ചിരിക്കുന്ന രാഷ്ട്രീയം തിരിച്ചറിയണം....

അവരെ കാലം ചവറ്റു കൊട്ടയിലെറിയുക തന്നെ ചെയ്യും....

ഭരണഘടനയുടെ തുല്യതയിൽ നിന്നും *മനുസ്മൃതി*യിലെ സ്ത്രീയെ മനുഷ്യരായ് കണക്കാക്കാത്ത കാലത്തിലേക്കുള്ള പിൻവിളിയാണിത്....

അതിന് തയ്യാറല്ല എന്ന പ്രഖ്യാപനമാണ് ആർത്തവ അയിത്ത അവിശുദ്ധ കൂട്ടുകെട്ടിനെതിരായ ചെറുതും വലുതുമായ എല്ലാ ചെറുത്തുനിൽപ്പുകളും...

ഉച്ചാടനം ചെയ്യേണ്ടത് ആചാര കേരളത്തെ; പുനർനിർമ്മിക്കേണ്ടത് നവകേരളത്തെ

ജെ രഘു

പൂർവാചാരങ്ങളെ പിന്തുടരുന്ന മനുഷ്യർ പൂർവനിശ്ചിതമായ വിശ്വാസങ്ങൾക്കനുസരിച്ച് ചലിക്കുന്ന യന്ത്രങ്ങളാണ്. ഹിന്ദു ജാതിസമൂഹത്തിൽ മനുഷ്യരുടെ 'ജീവിതലോകം' (Life World) ത്തെ നിർണയിക്കുന്നത് ജാതിധർമവ്യവസ്ഥയാണ്. വ്യക്തികൾക്ക് സ്വന്തം മൂല്യവിശ്വാസങ്ങളെ നിർവചിക്കുകയോ നിർമിക്കുകയോ ചെയ്യേണ്ട ആവശ്യമില്ല. പാരമ്പര്യ' അഥവാ 'ആചാരം' അഥവാ 'വിശ്വാസം' എന്നതിന്റെ ആത്യന്തികമായ വിവക്ഷ, വ്യക്തികളെ സ്വതന്ത്രമായി ചിന്തിക്കാനും സ്വയം നിർണയിക്കാനും പ്രാപ്തിയില്ലാത്ത, മനുഷ്യയന്ത്രങ്ങളാക്കി മാറ്റുകയെന്നതാണ്. മനുഷ്യർ മനുഷ്യയന്ത്രങ്ങളായി മാറുമ്പോൾ, പാരമ്പര്യം/ആചാരം ചോദ്യം ചെയ്യപ്പെടാതിരിക്കുകയും അനുസ്യൂതം തുടരുകയും ചെയ്യും. 19 -ാം നൂറ്റാണ്ടിന്റെ അവസാനംവരെയും കേരള സമൂഹം ഒരു 'ആചാര സമൂഹ'മായിരുന്നു. നാനാജാതികളിൽപ്പെട്ട മനുഷ്യരെല്ലാം അവർക്കതീതമായ 'ഹിന്ദുജാതിധർമ'ത്തിന്റെ നിശ്ശബ്ദവാഹകർ മാത്രമായിരുന്നു. എല്ലാ മനുഷ്യരുടെയും ജീവിതവ്യാപാരങ്ങളെയും മനോഭാവങ്ങളെയും പെരുമാറ്റവിധങ്ങളെയും നിയന്ത്രിച്ചിരുന്നത് ഹിന്ദു ജാതി ധർമത്തിന്റെ അദൃശ്യവും അലംഘനീയവുമായ വിധിനിഷേധങ്ങളായിരുന്നു. 20-ാം നൂറ്റാണ്ടിന്റെ ആരംഭത്തിലെ കേരള സമൂഹം ജാതിവാസനകളുടെ സമ്മർദ്ദത്താൽ മാത്രം പണിയെടുക്കുകയും ആഹാരം കഴിക്കുകയും ഉറങ്ങുകയും ഇണചേരുകയും ചെയ്യുന്ന ഒരു വലിയ 'മനുഷ്യത്തേനീച്ചക്കൂട്' ആയിരുന്നു. ആജ്ഞാപിക്കുകയും അനുസരിക്കുകയും ചെയ്യുന്ന മനുഷ്യരെ നിയന്ത്രിച്ചിരുന്നത് അവരുടെ ഇച്ഛകളോ തെരഞ്ഞെടുപ്പുകളോ ആയിരുന്നില്ല, മറിച്ച്, 'ജാതിവാസന'യുടെ അനിച്ഛാദ സമ്മർദ്ദങ്ങളാണ്. നൂറ്റാണ്ടുകളായി യാതൊരു മാറ്റവുമില്ലാതെ, 20-ാം നൂറ്റാണ്ട് വരെ കേരളസമൂഹം ഒരു തേനീച്ചക്കൂട്പോലെനിന്നു എന്നതിനർത്ഥം ഹിന്ദു ജാതിധർമം, ജനി

തകവാസന പോലെ മനുഷ്യരിൽ ഘനീഭൂതമായിത്തീർന്നു എന്നാണ്. ഭൗതികപരിസ്ഥിതികൾക്കനുസരിച്ച് മനുഷ്യർ നടത്തുന്ന അനുജ്ഞനയ ങ്ങൾ, (Adaptations) അതിജീവനത്തെ സാഹ്യമാക്കുന്നതാണെങ്കിൽ, അവ ക്രമേണ 'പ്രകൃതിനിർദ്ധാരണ' (Natural Selection) ത്തിനു വിധേ യമാവുകയും ജനിതകവാസനകളായി മനുഷ്യജീനോയിൽ മുദ്രിതമാ വുകയും ചെയ്യുന്നു എന്നതാണ് ജൈവപരിണാമമാതൃത്വം. ഇതര ജീവ ജാലങ്ങളിൽ നിന്ന് മനുഷ്യപരിണാമപ്രക്രിയയെ വ്യത്യസ്തമാക്കുന്നത് ജൈവപരിണാമപ്രക്രിയയ്ക്കു പുറമെ, സാംസ്ക്കാരിക പരിണാമപ്രക്രി യയുടെ കൂടി സാന്നിധ്യമാണ്. മനുഷ്യന്റെ സാമൂഹ്യജീവിതസംവിധാന ങ്ങൾ കൂടുതൽ വിപുലവും സങ്കീർണവുമായതോടെ സാംസ്കാരിക പരി ണാമത്തിനു വിധേയമാവുകയാണുണ്ടായത്. വിവിധ സാംസ്കാരിക പരി സ്ഥിതികളിൽ മനുഷ്യർ നടത്തുന്ന സാംസ്കാരിക അനുകൂലനങ്ങൾ, പ്രവർത്തനക്ഷമമാകണമെങ്കിൽ അവ നിർദ്ധാരണം ചെയ്യപ്പെടുകയും മനുഷ്യരുടെ മനോഭാവത്തെ അനിച്ഛാപൂർവം നിയന്ത്രിക്കാൻ കഴിയുന്ന 'സാംസ്കാരിക വാസന'കളായിമാറുകയും ചെയ്യേണ്ടതുണ്ട്.

ഇരുപതാംനൂറ്റാണ്ടുവരെയും, കേരളത്തിലെ മനുഷ്യരുടെ സാംസ്കാ രിക പരിസ്ഥിതിയെ നിർണയിച്ചിരുന്ന അടിസ്ഥാനഘടകം ഹിന്ദുജാതി ധർമമമായിരുന്നു. നൂറ്റാണ്ടുകളിലൂടെ ഇത് സാംസ്കാരക അനുകൂലന ങ്ങളായി മാറുകയും ക്രമേണ 'സാംസ്കാരിക നിർദ്ധാരണ' (cultutal selection) ലൂടെ 'വാസന'കളായി മനുഷ്യബോധത്തിൽ ഉറയ്ക്കുകയു മാണുണ്ടായത്. സാംസ്കാരികമായി നിർദ്ധാരണം ചെയ്യപ്പെട്ട ജാതിവാ സനകളാണ് എല്ലാ ജാതികളിലുംപ്പെട്ട മനുഷ്യരുടെയും പ്രവൃത്തിക ളെയും പെരുമാറ്റങ്ങളെയും പരസ്പരബന്ധവിനിമങ്ങളെയും നിർണയി ച്ചിരുന്നത്. മനുഷ്യർക്കിടയിലെ ബന്ധവിനിമയങ്ങളും വിശ്വാസക്രമങ്ങളും വാസനകളുടെ ശക്തിയാർജ്ജിക്കുകയും മനുഷ്യരുടെ സാമൂഹ്യബ ന്ധങ്ങളെ അവരറിയാതെതന്നെ സ്വാധീനിക്കുകയും ചെയ്യുന്ന സ്ഥിതി യെയാണ് 'ആചാര'മെന്നു പറയുന്നത്. ആചാരമനുഷ്ഠിക്കുക അഥവാ ആചാരം പിൻതുടരുക എന്നു പറഞ്ഞാൽ, ജാതിവാസനകളുടെ സമ്മർദ്ദ ത്തിനു വിധേയമായി അനിച്ഛാപൂർവം പ്രവർത്തിക്കുന്ന ശരീരങ്ങളായി മനുഷ്യർമാറുന്നു എന്നാണർത്ഥം. തേനീച്ചക്കൂട്ടത്തിലെ ഓരോരോ തേനീ ച്ചയും പ്രവർത്തിക്കുന്നത് അവയിൽ സങ്കേതനം ചെയ്യപ്പെട്ട 'ജനിതക വാസനകളുടെ സമ്മർദ്ദത്താൽ പ്രവർത്തിക്കുന്ന ജാതി സമൂഹത്തിലെ മനുഷ്യരും തേനീച്ചക്കൂട്ടത്തിലെ തേനീച്ചകളെപ്പോലെ തന്നെയാണ് അവർക്ക് സ്വന്തമായ ഇച്ഛകളോ തെരഞ്ഞെടുപ്പുകളോ സാധ്യമല്ല. ജാതി യുടെ വിധി നിക്ഷേപങ്ങൾ ആജ്ഞാപിക്കുന്ന സവർണർക്ക്, തങ്ങൾ ആജ്ഞാപിക്കുകയാണെന്നോ, അനുസരിക്കുന്നവർക്ക് തങ്ങൾ അനുസ രിക്കുകയാണെന്നോ അറിയില്ല. പൊതുവഴികളിൽ അവർണ മനുഷ്യർ പ്രവേശിക്കാൻ പാടില്ല, സ്കൂളുകളിൽ അവർണക്കുട്ടികൾ പഠിക്കരുത്, അവർണർ ക്ഷേത്രങ്ങളിൽ കടക്കരുത്. അവർണസ്ത്രീകൾ മാറുമറയ്ക്ക രുത്, ക്ഷേത്രത്തിനുള്ളിൽ കടക്കണമെങ്കിൽ സവർണ സ്ത്രീകൾപോലും

മേൽ വസ്ത്രമഴിക്കണം, അവർണ പുരുഷന്മാർ മുട്ടിനുതാഴെ വസ്ത്രം ധരിക്കരുത്. നമ്പൂതിരി സ്ത്രീകൾ പരപുരഷന്മാരെ കാണരുത്, മൂത്ത നമ്പൂതിരി പുത്രൻ മാത്രമേ സ്വജാതിയിൽ നിന്നു വിവാഹം കഴിക്കാവൂ, അഫ്പൻ നമ്പൂതിരിമാർ ഇഷ്ടെപോലെ നായർ സ്ത്രീകളുമായി സംബന്ധത്തിലേർപ്പെടണം, പെൺകുട്ടികളെ ശൈശവത്തിൽ തന്നെ വിവാഹം കഴിച്ചയയ്ക്കണം, വിധവയായാൽ പിന്നെ പുനർവിവാഹം പാടില്ല. അവർണർ മാടൻ, മറുത തുടങ്ങിയ ദുർദൈവങ്ങളെ മാത്രമേ ആരാധിക്കാവൂ, അവർണരുടെ വീടുകൾ ഓടുമേയരുത്, അവർണ മനുഷ്യർ സ്പർശിച്ചാലും ദൃഷ്ടിയിൽപെട്ടാൽപോലും സവർണമനുഷ്യർ അശുദ്ധമാകും, ആർത്തവം അശുദ്ധമാണ്, ആർത്തവകാലത്ത് സ്ത്രീകൾ വീടിനു പുറത്തിറങ്ങരുത് തുടങ്ങിയ ജാതി ധർമങ്ങളുടെ ന്യായാന്യായങ്ങളെക്കുറിച്ച് അവർണരോ സവർണരോ ആലോചിച്ചിരുന്നില്ല. പൊതുവഴികളിൽ അവർണർ നടക്കരുത് എന്ന നിയമം സഞ്ചാരസ്വാതന്ത്ര്യനിഷേധമാണെന്നോ, മാറുമറയ്ക്കാതിരിക്കുന്നതും മുട്ടിനുതാഴെ വസ്ത്രം ധരിക്കാതിരിക്കുന്നത് അപരിഷ്കൃതമാണെന്നോ അവർണശരീരങ്ങളിൽ അപരിഷ്കൃതമാണെന്നോ അവർണശരീരങ്ങൾ അശുദ്ധമാണെന്ന കാഴ്ചപ്പാട് വംശീയവിവേചനമാണെന്നോ ജാതി നിയമങ്ങൾ പൊതുവിൽ മനുഷ്യാവകാശ ധ്വംസന'ങ്ങളാണെന്നോ ആർക്കും ചിന്തിക്കാൻ കഴിയുമായിരുന്നില്ല. കാരണം വാസനകളായി ഉറച്ചുപോയ ഈ ഹിന്ദുജാതി ധർമങ്ങൾ നിർവഹിക്കുന്ന ആൾ രൂപമായി ഓരോ മനുഷ്യവ്യക്തിയും മാറിക്കഴിഞ്ഞിരിക്കുന്നു. 'മനുഷ്യൻ' മനുഷ്യാവകാശം, സ്വാതന്ത്ര്യം, പരിഷ്കൃതി, സമത്വം, നീതി തുടങ്ങിയ ആശയങ്ങളും മൂല്യങ്ങളും 20-ാം നൂറ്റാണ്ടു വരെയും കേരളീയ സമൂഹത്തിൽ ആവിർഭവിച്ചിട്ടില്ല. സവർണ-അവർണ ജാതികളിൽപ്പെട്ട സ്ത്രീപുരുഷൻമാർ ഒരുപോലെ 'ജാതിവാസകൾ'ക്കു അടിമപ്പെട്ടിരുന്നു. ഓരോ മനുഷ്യവ്യക്തിയും ജാതിവാസനാബദ്ധമായി മാത്രം ജീവിക്കുന്ന ശരീരം മാത്രമായിരുന്നു. ആദർശം, മൂല്യം, ചിന്ത, നീതിബോധം, ഇച്ഛ തുടങ്ങിയ മാനുഷിക സ്വഭാവങ്ങൾക്കു രൂപം കൊള്ളാൻ ഇടമില്ലാതിരുന്ന കേരളസമൂഹം പൂർണമായ അർത്ഥത്തിൽ ഒരു ലക്ഷണമൊത്ത ആചാരസമൂഹമായിരുന്നു. ആചാരസമൂഹം വളർച്ചയറ്റതും ചലനരഹിതവും അപരിഷ്കൃതവുമായ മനുഷ്യപറ്റം മാത്രമാണ്.

ഈ മനുഷ്യപറ്റത്തെ മനുഷ്യസമൂഹമായി മാറ്റണമെങ്കിൽ, അപരിഷ്കൃതത്വത്തെ പരിഷ്കൃതിയാക്കണമെങ്കിൽ നീതിയിലധിഷ്ഠിതമായ മൂല്യവിചാരങ്ങളിലേക്ക് മനുഷ്യമനസ്സുകളെ സംക്രമിപ്പിക്കണമെങ്കിൽ ജാതിവാസനയുടെ തടവറയിൽ നിന്ന് കേരളീയ സമൂഹത്തെ മോചിപ്പിക്കേണ്ടിയിരുന്ന ജാതിവാസനകളം തകർക്കുകയും ഇച്ഛാപൂർവമായി മാനുഷികമായ... വിചാരശേഷി സൃഷ്ടിക്കപ്പെടുകയും ചെയ്യുമ്പോൾ മാത്രമെ മനുഷ്യൻ ആധുനികമനുഷ്യനായി പരിവർത്തിക്കപ്പെടുകയുള്ളു. കേരളത്തിലെ 'മനുഷ്യപ്പറ്റ'ത്തെ മനുഷ്യസമൂഹമാക്കി പരിവർത്തിപ്പിക്കുന്നതിനുള്ള അപരിഷ്കൃത ഹിന്ദുസമൂഹത്തെ ആധുനികസമൂഹമാക്കി നവീകരിക്കുന്നതിനുള്ള മുന്നുപാധി ആചാരലംഘനമൊന്നു മാത്രമായി

രുന്നു. നൂറ്റാണ്ടുകളായി വാസനകളായി ഘനീഭൂതമായിക്കഴിഞ്ഞിരുന്ന ആചാരങ്ങളുടെ ലംഘനം അക്കാലത്തെ മനുഷ്യർക്ക് താങ്ങാനാവുമായിരുന്നില്ല. വലിയ അരക്ഷിതത്വത്തിലേക്കും സംഘർഷത്തിലേക്കും ഭവിഷ്യൻ ബോധത്തിലേക്കും അശുഭചിന്തയിലേക്കും അത് മനുഷ്യരെ എത്തിച്ചേക്കാം എന്തോ വലിയ ആപത്ത് വരാൻ പോകുന്ന മഹാവ്യാധികളുടെ തുടക്കമാണ്, പ്രളയാരംഭമാണ് എന്നൊക്കെയായിരുന്നു. ആചാരലംഘനത്തെ പരമ്പരാഗതകേരളസമൂഹം പ്രത്യേകിച്ചും സവർണസമൂഹം വീക്ഷിച്ചിരുന്നത്. ഈ 21-ാം നൂറ്റാണ്ടിലും ഇങ്ങനെ വിശ്വസിക്കുന്ന മനുഷ്യർ ഇവിടെയുണ്ട്. ശബരിമലയിലെ സുപ്രീം കോടതിവിധിയുടെ പശ്ചാത്തലത്തിൽ ഇവിടെയുണ്ടായ പ്രളയക്കെടുതിയെ അയ്യപ്പകോപമായി ചിത്രീകരിക്കുന്ന ഹിന്ദുവാദികൾ മാനസികമായി വളർന്നിട്ടില്ലാത്ത മനുഷ്യരാണ്. 21-ാം നൂറ്റാണ്ടിൽ ലഭ്യമായ ഭൗതികജീവിതസാമഗ്രികൾ ഉപയോഗിക്കുന്നുണ്ടെങ്കിലും ഹിന്ദുത്വവാദികളുടെ പുരോഹിരതരുടെയും മനസ് ഇപ്പോഴും 19-ാം നൂറ്റാണ്ടിൽ തന്നെയാണ്. ആധുനിക പ്രതിച്ഛായയുള്ള ഈ മനുഷ്യരുടെ മനസും ബോധവും ജാതിവാസനകളുടെ കൂരിരുട്ടിലാണ്. തെരുവുകളിൽ നാമജപങ്ങളും ശരണംവിളികളുമായി ഒച്ച വെക്കുന്ന വിശ്വാസിക്കൂട്ടായ്മകൾ യഥാർത്ഥത്തിൽ വെറും മനുഷ്യപ്പറ്റങ്ങളാണ്. ഇവരുടെ ആക്രോശങ്ങൾക്കും അട്ടഹാസങ്ങൾക്കും ആർത്തനാദങ്ങൾക്കും ആധുനികസമൂഹം ഒരുവിലയും കല്പിക്കാൻ പാടില്ല. കേരളത്തിന്റെ ആധുനിക മനുഷ്യഭാവുകത്വത്തിനുമേൽപ്പതിക്കുന്ന വിസ... മായിമാത്രമെ ഈ മനുഷ്യപറ്റങ്ങളെ കാണാവൂ. കേരളത്തിന് ഒരു ആധുനിക സമൂഹമായി നിലനിൽക്കണമെങ്കിൽ ഈ മനുഷ്യപ്പറ്റങ്ങൾ സൃഷ്ടിക്കുന്ന വിശ്വാസവിസർജ്യത്തെ ഇല്ലായ്മ ചെയ്തേമതിയാകു. അയ്യപ്പചിത്രവും നിലവിളക്കുമായി തെരുവുകളിൽ ഇഴഞ്ഞുനീങ്ങുന്ന വിശ്വാസിനികളെ കേരളം വർജിക്കുകതന്നെ വേണം ആധുനിക സ്ത്രീത്വത്തിന് ഈ വിശ്വാസിനികൾ നീരാത്ത അപമാനമാണ്.

കേരളത്തിലെ ജാതിവസാനാബദ്ധമായ ആചാരസമൂഹത്തിൽ മേൽപതിഞ്ഞ ആദ്യത്തെ അഘാതമായിരുന്നു 1885 ലെ അരുവിപ്പുറം ഈഴവ ശിവപ്രതിഷ്ഠ. അരുവിപ്പുറം പ്രതിഷ്ഠയാണ് 'ആചാരകേരള'ത്തിൽ ആധുനികകേരളത്തിന്റെ വിത്ത് പാകിയത്. ആ വിത്ത് മുളയിലെ നുള്ളാൻ ആചാരകേരളത്തിന്റെ കാവലാളുകളായിരുന്ന പുരോഹിതന്മാരും തന്ത്രിമാരും രാജപ്രമുഖന്മാരും അവരെകൊണ്ടാവുന്നതെല്ലാം ചെയ്തിരുന്ന അരുവിപ്പുറം പ്രതിഷ്ഠയുടെ ഭവിഷ്യത്തുകളെ ദേവപ്രശ്നത്തിലൂടെ പ്രവചനങ്ങൾ നടത്തി. നമ്പൂതിരി-നായർ- രാജപ്രതിരോധത്തെയെല്ലാം മറികടന്നുകൊണ്ട് അരുവിപ്പുറം സംഭവം സൃഷ്ടിച്ച അലയൊലികൾ ക്രമേണ കേരളമാകെ പടരുകയാണുണ്ടായത്. അരുവിപ്പുറം പ്രഭാവം 1903 ലെ എസ് എൻ ഡി പി രൂപീകരണത്തോടെ സ്ഥാപനവൽകൃതമായി. പിന്നീട് ഈഴവരുടെ സമൂഹജീവിതത്തെ ശ്രവിച്ചിരുന്ന ജാതിവാസനകൾക്കെതിരായ ബഹുമുഖമായ പരിഷ്കരണങ്ങളുടെ പരമ്പരതന്നെ ഉണ്ടായി. ആചാരപരിഷ്കരണമായും (തിരണ്ടുകല്യാണം,

കെട്ടുകല്യാണം തുടങ്ങിയ ദുരാചാരങ്ങൾ അവസാനിപ്പിച്ചുകൊണ്ടും) ക്ഷേത്രനിർമാണമായും സഞ്ചാരസ്വാതന്ത്ര്യസമരമായും വിദ്യാഭ്യാസാവകാശ പ്രക്ഷോഭമായും കേരളത്തെ അത് പിടിച്ചുലച്ചു. ഈ പ്രഭാവം സൃഷ്ടിച്ച നവോത്ഥാനതരംഗങ്ങൾ ഹിന്ദു ജാതിധർമത്തിൽ അടിമകളാക്കപ്പെട്ട ഇതര അവർണ സമൂഹങ്ങളെയും ഉണർത്തി. നാരായണഗുരുവും എസ് എൻ ഡി പിയുടെയും മാതൃകയിൽ അയ്യൻകാളിയും പണ്ഡിറ്റ് കറുപ്പനും അവരവരുടെ സമുദായങ്ങളെ പിടിച്ചുണർത്തുകയും അവർമമുന്നേറ്റത്തിന്റെ വേലിയേറ്റം സൃഷ്ടിക്കുകയും ചെയ്തു. നീതിയുടെയും മാനുഷികതയുടെയും ആധുനികതയുടെ ഈ ഉയിർത്തെഴുന്നേല്പ്കണ്ട് ഭയന്നുവിറച്ച ആചാരസമൂഹവും സവർണമണ്ഡലങ്ങളും ആചാരത്തിന്റെയും വിശ്വാസത്തിന്റെ പവിത്രതയെക്കുറിച്ചും ആചാരലംഘനത്തിന്റെ ഭവിഷ്യത്തിനെക്കുറിച്ചും മുന്നറിയിപ്പുകൾ നൽകി. പക്ഷേ, നവോത്ഥാനത്തിന്റെ, ആധുനികതയുടെ മാനവികതയുടെ പടഹധ്വനിയിൽ കൊട്ടാരങ്ങളും കോവിലകങ്ങളും ദേവസ്വങ്ങളും വിറങ്ങലിച്ചു.

20–ാം നൂറ്റാണ്ടിന്റെ ആദ്യദശകങ്ങളിൽ ആചാരകേരളവും ആധുനികകേരളവും തമ്മിലുള്ള അപ്രതിരോധമായി സംഘർഷം ഹിന്ദുജാതിവർഗ്ഗത്തിന്റെ കോട്ടകൊത്തളങ്ങളെ കടന്നാക്രമിച്ചു. ദൈവങ്ങളെയും വിശ്വാസങ്ങളെയും മുന്നിൽ നിർത്തിക്കൊണ്ടാണ് ആചാരകേരളം അവരുടെ പ്രതിരോധനിര സൃഷ്ടിച്ചത്. എന്നാൽ ആധുനികകേരളത്തിന്റെ യുദ്ധമുന്നണിയിൽ നിരന്നത് മനുഷ്യസ്വാതന്ത്ര്യത്തിന്റെ മാനുഷ്യാവകാശത്തിന്റെ മനുഷ്യസമത്വത്തിന്റെ മൂല്യങ്ങളായിരുന്നു. ഒരർത്ഥത്തിൽ ആചാരകേരളവും ആധുനികകേരളവും തമ്മിൽ നടന്ന നവോത്ഥാനയുദ്ധത്തെ ദൈവങ്ങളും മനുഷ്യരും തമ്മിൽ അപരിഷ്കൃതത്വവും പരിഷ്കൃതത്വവും തമ്മിൽ നടന്ന യുദ്ധമെന്നു വിശേഷിപ്പിക്കാം, ആചാരത്തിന്റെ അന്ധകാരത്തെ നയിച്ച ദൈവങ്ങൾക്കോ രാജാക്കന്മാർക്കോ പ്രകാശഗോപുരത്തെ നയിച്ച നാരായണഗുരുവിനെയും അയ്യൻകാളിയേയും പരാജയപ്പെടുത്താൻ കഴിഞ്ഞിട്ടില്ല. ആചാരകേരളത്തിന്റെ പ്രാചാരഗോപുരങ്ങളിലേക്ക് അവർ തൊടുത്ത നവോത്ഥാനത്തിന്റെ മാനുഷിക ശരങ്ങളേറ്റ് ദൈവങ്ങളും പുരോഹിതരും പിടഞ്ഞു. ഈശ്വരകോപത്തിന്റെ വ്യാജോക്തികൾകൊണ്ട് സ്വയം കവചം തീർക്കാൻ ശ്രമിച്ചുവെങ്കിലും അവർണരുടെ മനുഷ്യാവകാശ മുന്നേറ്റത്തിനു മുമ്പിൽ അവർക്ക് അടിയറ പറയുകതന്നെ ചെയ്തു. അങ്ങനെയാണ് ആധുനിക കേരളം പിറവിയെടുത്തത്.

മുറിവേറ്റ ആചാരകേരളത്തെ പൂർണമായി ഉച്ചാടനം ചെയ്യാൻ ആധുനിക കേരളത്തിനു കഴിഞ്ഞില്ലെന്നാണ് ഇപ്പോഴത്തെ ആചാര രക്ഷാസമരം തെളിയിക്കുന്നതിന് (മുറിവേറ്റ ആചാരകേരളം പിൻവാങ്ങുകയും) ആധുനിക കേരളത്തിന്റെ മുൻഗണനകളായി ജനാധിപത്യവും വികസനവും പൊതുജനക്ഷേമവും വിദ്യാഭ്യാസവുമെല്ലാം മാറുകയും ചെയ്ത 20–ാം നൂറ്റാണ്ടിന്റെ ഉത്തരാർദ്ധത്തിൽ ഇടതു മതേതര പ്രസ്ഥാനങ്ങളുടെ കൺവെട്ടത്തു വരാതെ പിൻവാങ്ങി നിൽക്കാൻ മുറിവേറ്റ ആചാരകേരളത്തിനു കഴിഞ്ഞു. ഇത് ആചാരകേരളം തുടച്ചു നീക്കപ്പെട്ടുവെന്ന്

പ്രതീതി സൃഷ്ടിച്ചു. ഇത് സൃഷ്ടിച്ച അമിതമായ ആത്മവിശ്വാസത്തിനു ഇടതു മതേതര പ്രസ്ഥാനങ്ങളുടെ ലക്ഷ്യസ്ഥാനങ്ങളിൽ മാറ്റം വന്നു. മുതലാളിത്തത്തിന്റെയും ഭരണകൂടശക്തികളുടെയും ചൂഷണത്തിനും അടിച്ചമർത്തലിനുമെതിരെ ബഹുമുഖപ്രക്ഷോഭങ്ങൾ സംഘടിപ്പിച്ച ഇടതു മതേതര പ്രസ്ഥാനങ്ങളുടെ നോട്ടത്തിനു വിധേയമാകാതെ സ്വയം മറഞ്ഞുനിന്ന ആചാരകേരളം ആർ എസ് എസ് എന്ന സംഘടനയായി പുനർജനിക്കുകയാണുണ്ടായത്. മഹാരാഷ്ട്രയിലെ ബ്രാഹ്മണ-പെഷ്വാ ഭരണത്തിന്റെ പുനസ്ഥാപനലക്ഷ്യമാക്കി ഒരു പറ്റം ബ്രാഹ്മണർ രൂപീകരിച്ച് ആർ എസ് എസിന്റെ പ്രചാരകരുടെ ശ്രദ്ധയിലേക്ക് കേരളമെത്തുന്നത് 1940 കളുടെ അന്ത്യവർഷങ്ങളിലാണ്. ആധുനിക കേരളം സ്വന്തം കാലിൽ എഴുന്നേറ്റു നിൽക്കാനും ജനാധിപത്യ മതേതര സംസ്കാരത്തിലേക്ക് സഞ്ചരിക്കാനും തുടങ്ങിയപ്പോഴാണ് ആർ എസ് എസ് പ്രചാരകർ കേരളത്തിലെത്തുന്നത്. തകർന്ന കോവിലകങ്ങളും ജീർണിച്ച് അമ്പലങ്ങളും താവളമാക്കിയ ആർ എസ് എസുകാർ ആചാരകേരളത്തിന്റെ മുറിവുണ്ടാക്കുന്ന പ്രവർത്തനങ്ങളാണ് നടത്തിയത്. ക്ഷേത്രപുനരുദ്ധാരണം, ക്ഷേത്രസംരക്ഷണസമിതി, അയ്യപ്പസേവാസംഘം, രാമായണമാസാചരണം, ശ്രീകൃഷ്ണാഷ്ടമി, ബാലഗോകുലം തുടങ്ങിയ നാമങ്ങളിൽ പ്രവർത്തനമാരംഭിച്ച ആർ എസ് എസിന് പക്ഷേ, പഴയ ആചാര കേരളത്തിന്റെ കാവൽ ഭടന്മാരിൽ നിന്ന് ചില വ്യത്യാസങ്ങളുണ്ട്. നമ്പൂതിരിയും നായരുമെന്നഭിമാനിച്ചിരുന്ന ആചാരകേരളവക്താക്കൾ ജാതി വിലാസത്തിൽ തന്നെയാണ് ആധുനിക കേരളത്തെ എതിർത്തത്. ആചാരകേരളത്തിന്റെ മുഖമുദ്രകൾ നമ്പൂതിരി, നായർ ജാത്യാഭിമാനം മാടമ്പി ബോധവുമായിരുന്നു. എന്നാൽ, ആർ എസ് എസുകാർ ജാത്യാഭിമാനത്തിന്റെ സ്ഥാനത്ത് പ്രത്യക്ഷത്തിൽ ജാതിസൂചകമല്ലാത്തതും അമൂർത്തവുമായ ഒരു കർതൃത്വത്തെ അഥവാ സ്വത്വമുദ്രയെ പ്രതിഷ്ഠിച്ചു. ആചാര കേരളത്തിന്റെ പരമ്പരാഗത വക്താക്കളായിരുന്ന നമ്പൂതിരിയേയും നായരെയും ആർ എസ് എസ്, ഹിന്ദുവായി പുനർസൃഷ്ടിച്ചു. പുതിയ ഹിന്ദുക്കളെ അവർ ഹിന്ദുഐക്യവേദിയായും വിശ്വഹിന്ദുപരിഷത്തായും ഹിന്ദുപാർലമെന്റിന്റെ പുനർവിന്യസിക്കുകയും ചെയ്തു.

ആചാരകേരളത്തിനെതിരെ ആധുനികകേരളം നടത്തിയ പ്രക്ഷോഭങ്ങളുടെ ലക്ഷ്യസ്ഥാനങ്ങൾ ക്ഷേത്രങ്ങളും കൊട്ടാരങ്ങളും രാജവീഥികളും വിദ്യാലയങ്ങളുമായിരുന്നു. അതുകൊണ്ടുതന്നെ ആചാരകേരളത്തിന്റെ വക്താക്കൾ ആരെന്നും അവരുടെ അഭയകേന്ദ്രങ്ങൾ ഏതെന്നും അന്ന് എല്ലാവർക്കുമറിയാമായിരുന്നു. അതിനാൽ ആചാരകേരളത്തിന് ആധുനിക കേരളത്തിനെതിരെ 'ഒളിയുദ്ധം' അസാധ്യമായിരുന്നു. നമ്പൂതിരിക്കും നായർക്കും സ്വന്തം ജാതിമേൽവിലാസം മറച്ചുപിടിക്കണമെന്ന ചിന്തപോലും അന്നുണ്ടായിരുന്നില്ല. അവർണസമുദായങ്ങളിലെ ഈഴവരും പുലയന്മാരുമൊക്കെ സ്വന്തം സമുദായമുദ്രയിൽ തന്നെ സംഘടിച്ചതും പ്രക്ഷോഭങ്ങൾ നയിച്ചതും ജാതി-സമുദായമുദ്രകളെ അതിവർത്തിക്കുന്ന 'ഹിന്ദു' എന്ന അമൂർത്തമുദ്ര 20-ാം നൂറ്റാണ്ടിന്റെ ആദ്യപകുതിവ

രെയും കേരളത്തിൽ പ്രസക്തമേ ആയിരുന്നില്ല. റോബിൻ ജഫ്രിയുടെ നായർ *മേധാവിത്വത്തിന്റെ പതനം* എന്ന കൃതിയുടെ ശീർഷകം തന്നെ ഇതിനു തെളിവാണ്. കേരള ജനസംഖ്യയിൽ ഒരു ശതമാനംപോലുമില്ലാത്ത ബ്രാഹ്മണരുടെ മേധാവിത്വം സമൂഹത്തിൽ പ്രവർത്തനക്ഷമമായത് നായരിലൂടെയാണ്. ജാതിമേധാവിത്വം, ഫലത്തിൽ, നായർ മേധാവിത്വമായിരുന്നു. ബ്രാഹ്മണ വാഴ്ചയുടെ കാലാൾപടയായിരുന്ന നായരാണ് ജാതിക്കുവേണ്ടി കൊള്ളയും കൊലയും നിർവഹിച്ചിരുന്നത് അതിനാലാണ് ഈ ജാതിവാഴ്ചയുടെ വീഴ്ചയെ റോബിൻ ജെഫ്രീ, നായർ മേധാവിത്വത്തിന്റെ പതനമെന്നു വിശേഷിപ്പിച്ചത് എന്നാൽ ഇന്ത്യസ്വതന്ത്രമാവുകയും ഭരണഘടന നിലവിൽ വരുകയും ജനങ്ങൾ പൗരജനങ്ങളായി പുനർനാമകരണം ചെയ്യപ്പെടുകയും ചെയ്തതോടെ രാഷ്ട്രീയ പൊതുവേദികൾ തത്വത്തിലെങ്കിലും പൗരന്മാരുടെ പൊതുവേദികളായിത്തീർന്നു. അയിത്തംപോലുള്ള ഉച്ചനീചത്വങ്ങൾ നിയമപരമായി നിരോധിക്കപ്പെടുകയും സഞ്ചാരസ്വാതന്ത്ര്യവും വിദ്യാഭ്യാസാവകാശവും സാർവത്രികമാവുകയും ഉദ്യോഗസംവരണം പ്രാവർത്തികമാവുകയും ചെയ്തതോടെ അവർണസമുദായസംഘടനകളുടെ പ്രത്യക്ഷപ്രക്ഷോഭങ്ങളുടെ പ്രസക്തി നഷ്ടപ്പെട്ടു. 20-ാം നൂറ്റാണ്ടിന്റെ ആദ്യപകുതിയിൽ അവരുന്നയിച്ചിരുന്ന മിക്ക ആവശ്യങ്ങളും തത്വത്തിലെങ്കിലും അംഗീകരിക്കപ്പെട്ടതോടെ, രാഷ്ട്രീയപൊതുവേദികളിൽ നിന്ന് അവർ പിൻവാങ്ങുകയും ചെയ്തു. സ്വാതന്ത്ര്യാനന്തര കേരളത്തിന്റെ രാഷ്ട്രീയ പൊതുമണ്ഡലത്തിൽ സജീവമായ കമ്യൂണിസ്റ്റുപാർട്ടിയാകട്ടെ, ഭൂവർഗപരമായ ചൂഷണത്തിനും അടിച്ചമർത്തലിനുമെതിരെ പ്രക്ഷോഭങ്ങൾക്കാണ് മുൻഗണന നൽകിയത്. അവരുടെ പ്രക്ഷോഭവേദികൾ കൃഷിയിടങ്ങളും ഫാക്ടറികളുമായിരുന്നു. ജാതിമേധാവിത്വത്തിന്റെ പ്രകടമായ ചിഹ്നങ്ങളും പ്രതീകങ്ങളും പിൻവാങ്ങിയതിനാൽ, കമ്യൂണിസ്റ്റു പാർട്ടികളുടെ പ്രക്ഷോഭകേന്ദ്രങ്ങളിൽ നിന്ന് അന്വയങ്ങളും ആചാരങ്ങളും കവചിതമായിത്തീരുകയും ചെയ്തു. ഫ്യൂഡൽ മുതലാളിത്തസംവിധാനങ്ങളുടെ ഉല്പാദനബന്ധങ്ങളെ ഭൂമിയാക്കിയ കമ്മ്യൂണിസ്റ്റു പ്രസ്ഥാനത്തിന്റെ നിരീക്ഷണവലയത്തിൽ നിന്നു സ്വതന്ത്രമായ ആചാരകേരളത്തിന്റെ സ്വകാര്യമണ്ഡലങ്ങളിലേക്കാണ് ആർ എസ് എസ് കടന്നു കയറിയത്. ഭരണഘടനയേയും നിയമവാഴ്ചയേയും അംഗീകരിച്ച ഇടതു-മതേതരപാർട്ടികൾ പാർലമെന്ററി പ്രക്ഷോഭഭൂമികയിൽ കൂടുതൽ ശ്രദ്ധ കേന്ദ്രീകരിക്കുകയും മുതലാളിത്ത ചൂഷണത്തിനെതിരായ വർഗസമരങ്ങൾ രാഷ്ട്രീയപൊതുവേദികളെ കീഴടക്കുകയും ചെയ്തതോടെ ആചാരകേരളത്തിന്റെ അവശിഷ്ടമേഖലകൾ സ്വതന്ത്രമാവുകയാണുണ്ടായത്. ഇങ്ങനെ ഇടതു-മതേതര ജാഗ്രതകളിൽ നിന്നു സ്വതന്ത്രമായ ആചാരകേരളത്തിന്റെ സ്വകാര്യഭൂമികളായ ക്ഷേത്രങ്ങൾ, തകർന്ന കോവിലകങ്ങൾ, തന്ത്രമണ്ഡലങ്ങൾ എന്നിവയിൽ ആർ എസ് എസ് നുഴഞ്ഞു കയറി എന്നാൽ നായന്മാരെയും നമ്പൂതിരിമാരെയും ജാതിയടിസ്ഥാനത്തിൽ സംഘടിപ്പിക്കാനും കഴിയുമായിരുന്നില്ല. കാരണം, അവർണ മുന്നേ

റ്റങ്ങളുടെ മുൻനിരയിലുണ്ടായിരുന്ന ഈഴവന്മാരും പുലയരും കമ്യൂണിസ്റ്റു പാർട്ടികളുടെ സജീവപ്രവർത്തകരാവുകയും ചെയ്തിരുന്നു. സഞ്ചാരസ്വാതന്ത്ര്യം നിഷേധിക്കാനോ സ്കൂൾ പ്രവേശനം വിലക്കാനോ കഴിയാത്തവണ്ണം അവയൊക്കെ നിയമപരമായി സാർവത്രികമാവുകയും ചെയ്തു. അതിനാൽ, നായന്മാരെയും നമ്പൂതിരിമാരെയും അവരുടെ ജാതിസ്വത്വത്തിൽ നിന്ന് അടർത്തിമാറ്റുകയും 'ഹിന്ദു'വായി പുനർനാമകരണം ചെയ്യുകയുമെന്നതായിരുന്നു ആർ എസ് എസ് തന്ത്രം. വിവാഹം, മരണം പോലെയുള്ള സ്വകാര്യ ജീവിതരംഗങ്ങളിൽ ജീവിച്ചുകൊണ്ടുതന്നെ വിശ്വാസാചാരങ്ങളുടെ പൊതുവേദിയിൽ അവർ ഹിന്ദുവായി മാറുകയാണുണ്ടായത്. വിശ്വാസാചാരങ്ങളുടെ പൊതുവേദികളെ പ്രതിനിധാനം ചെയ്തത് ഈ പുതിയ 'ഹിന്ദു'ക്കളായതിനാൽ ഈ പൊതുവേദികൾ ക്രമേണ ഹിന്ദുക്കളുടെ പൊതുമണ്ഡലങ്ങളായി മാറി.

ആചാരകേരളത്തിന്റെ നഷ്ടപ്രതാപങ്ങൾ വീണ്ടെടുക്കുകയെന്ന നായർ-നമ്പൂതിരിമാരുടെ ജാതിവ്യവസായങ്ങളെ മറച്ചുവെക്കാൻ അവരുടെ ഹിന്ദു മുദ്രയ്ക്കു കഴിഞ്ഞിരുന്നു. കാരണം, 'ഹിന്ദു' എന്നത് അമൂർത്തവും വ്യാജവുമായ ഒരു സ്വത്വമാണ്. യഥാർത്ഥസാമൂഹ്യ ജീവിതത്തിൽ തനിനായരും നമ്പൂതിരിയുമായവർ തന്നെയാണ് ഹിന്ദുവിന്റെ അമൂർത്തവും പ്രച്ഛന്നവുമായ മുദ്രയ്ക്കുപിന്നിൽ അണിനിന്നത്, ഒരർത്ഥത്തിൽ തകരുകയും പിൻവാങ്ങുകയും ചെയ്ത 'നായർമേധാവിത്വ'ത്തിന്റെ പ്രതികാരകാംക്ഷയും പറുദീസാ നഷ്ടബോധവുമാണ് 'ഹിന്ദു'വിലൂടെ പ്രകാശിനമായത്. ഒരാൾ നായരോ നമ്പൂതിരിയോ ആയിരിക്കുമ്പോൾ അയാളുടെ ജാതിമുദ്ര പ്രകടമാണ്. ഹിന്ദുവേദികളിൽ നിന്ന് നായർ- നമ്പൂതിരി ജാതി മുദ്രകളെയും ചിഹ്ന-പ്രതീകങ്ങളെടും ഒഴിച്ചുനിർത്തിയ ആർ എസ്എസ് ഹിന്ദുവിനെ അമൂർത്തവും പരോക്ഷവുമാക്കി. ജാതിയുടെ പ്രകടമായ വിധിനിഷേധങ്ങളെയും ഹിന്ദുവേദികളിൽ നിന്ന് ഒഴിവാക്കി.

ജാതിസ്വത്വമുദ്രകൾ 'ജന്മസിദ്ധ'വും സനാതനവുമായിരുന്നുവെങ്കിൽ 'ഹിന്ദു' എന്നത് ഒരു സമീപകാല ദേശീയനിർമിതിയാണ്. അത് അടിസ്ഥാനപരമായി ഒരു 'പ്രതിസ്വത്വമുദ്ര'യാകുന്നത് അംബേദ്ക്കറുടെ ദളിത് മുന്നേറ്റങ്ങൾക്കെതിരെ രൂപംകൊണ്ട് ആർ എസ് എസ് അതിന്റെ ദളിത് വിരുദ്ധത മറച്ചുവെച്ചത്, മുസ്ലീം വിരുദ്ധനായ ഹിന്ദു മുദ്രയിലൂടെയാണ്. 'ഹിന്ദു'വിന്റെ ലക്ഷ്യം സാങ്കല്പികമായ അപരനിഗ്രഹമാണ്. ബ്രിട്ടീഷ് ഭരണം അവസാനിച്ചകോടെ, ആഭ്യന്തരമായ അക്ഷരനിർമിതിയിലേക്കു തിരിഞ്ഞ 'ഹിന്ദു' തദ്ദേശീയരായ മുസ്ലീങ്ങളെ അപവൽക്കരിച്ചു.

സ്വകാര്യജീവിതത്തിൽ തീവ്രമായ ജാതിബോധം നിലനിർത്തുന്ന ഒരാൾക്ക് ഹിന്ദുവിന്റെ പൊതുവേദികളിൽ 'ആദർശഹിന്ദു'വായി വേഷപ്രച്ഛന്നമാകാൻ എളുപ്പമാണ്. (ഐക്യകേരളത്തിന്റെ രാഷ്ട്രീയ-പൊതുമണ്ഡലങ്ങളിൽനിന്നു ബഹിഷ്കൃതമായ ആചാരകേരള'ത്തെ 'ഹൈന്ദവകേരള'മാക്കി പുനഃസംഘടിപ്പിക്കുവാൻ ആർ എസ് എസിനു ഒരു പരിധിവരെ കഴിഞ്ഞിട്ടുണ്ട്. വർഗസമരങ്ങളിലും പാർലമെന്ററി പ്രവർത്തനങ്ങളിലും മുഴുകിയ കമ്യൂണിസ്റ്റുപാർട്ടികളുടെ കണ്ണുവെട്ടിച്ചു നടന്ന ഈ

'ഹൈന്ദവകേരള'നിർമിതിയുടെ കേന്ദ്രങ്ങൾ ക്ഷേത്രങ്ങളും തകർന്ന കോവിലകങ്ങളും അയ്യപ്പ സേവാസംഘവും ഹിന്ദുഐക്യവേദിയും വിശ്വ ഹിന്ദുപരിഷത്തും ബാലഗോകുലവും മറ്റുമായിരുന്നു. 1990 കൾ വരെ ജനസംഘവും ബി ജെ പിയും പാർലമെന്ററി രംഗത്ത് സ്വാധീനശക്തി അല്ലാതിരുന്നതുകൊണ്ടും 'ഹൈന്ദവകേരള'സംഘടനകൾ തിരഞ്ഞെടുപ്പ് രാഷ്ട്രീയ താല്പര്യങ്ങൾ പ്രകടിപ്പിക്കാതിരുന്നതുകൊണ്ടുമാകാം ഇവരുടെ പ്രവർത്തനങ്ങളെ ഇടതുകക്ഷികൾ വേണ്ടത്ര ഗൗരവമായി സമീപിക്കാതിരുന്നത്.

'ഹിന്ദു' എന്ന അമൂർത്ത സ്വത്വം അതിന്റെ സവർണ ജാതിവാസനകളെ പ്രച്ഛന്നമാക്കിയതിനാൽ, അത് അവർണസമുദായങ്ങളിലും വലിയ മിഥ്യാബോധവും വ്യാമോഹവും സൃഷ്ടിച്ചു. മുസ്ലീം എന്ന അപരത്വത്തെക്കുറിച്ചുള്ള ഊതി വീർപ്പിച്ച കെട്ടുകഥകളുടെ പ്രചോദനത്തിന് വശംവദനായ അവർണർ ഒരു മതവിശ്വാസകാര്യമാണെന്ന തെറ്റിദ്ധാരണയാൽ 'ഹിന്ദു' വിൽ ആകൃഷ്ടരാവുകയും ആർ എസ് എസിന്റെ പോഷക സംഘടനകളിൽ ചേരുകയും ചെയ്തു. ഈഴവരും പുലയരും നേതൃത്വം നൽകിയ ആധുനിക കേരളത്തിന്റെ നവോത്ഥാന ധാരകളിൽ സജീവ സാന്നിധ്യമാകാൻ കഴിയാതിരുന്നതുമൂലം നവോത്ഥാന ധാരകളിൽ സജീവസാന്നിധ്യമാകാൻ കഴിയാതിരുന്നതുമൂലം നവോത്ഥാനമൂല്യബോധത്തിന്റെ ശിക്ഷണം ലഭിക്കാതെപോയ മധ്യജാതികൾക്കാണ് 'ഹിന്ദു' എന്ന അമൂർത്തമുദ്ര കൂടുതൽ ആകർഷകമായത്. മറ്റൊരു കാരണം അമൂർത്ത ഹിന്ദുവിന്റെ പ്രചോദനത്തെ പ്രതിരോധിക്കാൻ തക്ക സമുദായബോധം അവരിൽ ശക്തമായിട്ടില്ല. സ്വന്തമായൊരു സ്വത്വമുദ്രയില്ല എന്ന അസ്തിത്വ പ്രതിസന്ധിയെ നേരിട്ടിരുന്ന മാന്യജാതികൾ ആർ എസ് എസ് വിന്യസിച്ച 'ഹിന്ദുമുദ്ര'യെ ആശ്ലേഷിക്കുകയാണുണ്ടായത്. ഹിന്ദുക്കളാണെന്ന് ചിന്തിക്കാൻ തുടങ്ങിയ ഈ മാന്യജാതികൾ, വാസ്തവത്തിൽ, അവരെക്കൂടി ഇരയാക്കുന്ന 'സവർണവാസന'കളുടെ പ്രച്ഛന്ന രൂപമാണ് ഹിന്ദുമുദ്രയെന്നു തിരിച്ചറിയുന്നതിൽ പരാജയപ്പെടുകയാണുണ്ടായത്.

1950 കൾ മുതൽ കേരളത്തിന്റെ സാമൂഹ്യ-സാമ്പത്തിക പ്രശ്നങ്ങളിലൊന്നും ഇടപെടാത്ത ആർ എസ് എസ് ശ്രദ്ധകേന്ദ്രീകരിച്ചത് ഒരു പൊതു ഹിന്ദുവിനെ സൃഷ്ടിക്കാനായിരുന്നു. സവർണവേട്ടക്കാരെയും അവർണ ഇരകളെയും ഒരുപോലെ ഹിന്ദുവലയത്തിലേക്കാകർഷിക്കുന്നതിനുവേണ്ടി ക്രിസ്ത്യൻ-മുസ്ലീം ന്യൂനപക്ഷമേധാവിത്വത്തെക്കുറിച്ചുള്ള അതിശയോക്തികളും കെട്ടുകഥകളും പ്രചരിപ്പിച്ചു. കേരളത്തിന്റെ രാഷ്ട്രീയ-സാമ്പത്തിക-വിദ്യാഭ്യാസ മേഖലകളെല്ലാം ന്യൂനപക്ഷങ്ങൾ കൈയടക്കിയിരിക്കുന്നു എന്ന വ്യാപകമായ പ്രചരണം, 'ഹിന്ദുകൾ' ക്കിടയിൽ ഒരു തരം വ്യാജമായ ന്യൂനപക്ഷഭീതി വളരുന്നതിനിടയാക്കിയിട്ടുണ്ട്. 'നമ്പൂതിരി മുതൽ നായാടി' വരെയുള്ളവരെ യോജിപ്പിച്ചുകൊണ്ട് ഈ 'ന്യൂനപക്ഷാധിപത്യ'ത്തെ നേരിടണമെന്ന് എസ് എൻ ഡി പി നേതൃത്വത്തെകൊണ്ടുപോലും പറയിപ്പിക്കാനിടയാക്കിയത് ഈ പ്രചരണമാണ്. ഹിന്ദുവായി മാറിയ സവർണർ ആചാരത്തിന്റെ പേരിൽ നിഷേധിക്ക

പ്പെട്ട വിദ്യാഭ്യാസം ഈഴവർക്കും ഇതര അവർണസമുദായങ്ങൾക്കും നൽകിയത് ക്രിസ്ത്യൻ മിഷണറി സ്കൂളുകളായിരുന്നു എന്ന ചരിത്രവസ്തുത ഓർത്തിരുന്നുവെങ്കിൽ, അവർ ഇങ്ങനെ പറയുകയില്ലായിരുന്നു.

നവോത്ഥാനമുന്നേറ്റത്തിന്റെ ആഘാതത്തിൽ അമർച്ച ചെയ്യപ്പെട്ട സവർണജാതി വാസനകളെയാണ് 'ഹിന്ദുഐക്യ'ത്തിന്റെ മറവിൽ ആർ എസ് എസ് പരിപോഷിപ്പിച്ചത്. ആധുനികലോകത്തിന് അപരിചിതമായിരുന്ന ആൾദൈവപ്രതിഭാസത്തെ വളർത്തിക്കൊണ്ടും സിദ്ധന്മാരെയും കൂട്ടിച്ചാത്തൻ സേവക്കാരെയും മന്ത്രിവാദികളെയും കൈനോട്ടക്കാരെയും ഉത്സവകമ്മിറ്റിക്കാരെയും, പ്രോത്സാഹിപ്പിച്ചുകൊണ്ടും ആർ എസ് എസ് 'ആചാരകേരള'ത്തിന് വലിയ മാന്യത നേടിയെടുക്കാൻ ശ്രമിച്ചുകൊണ്ടിരുന്നു. മൺമറഞ്ഞ ദൈവങ്ങളെയും ആചാരാനുഷ്ഠാനങ്ങളെയും വീണ്ടെടുത്ത ആർ എസ് എസുകാർ കേരളത്തെ യാഗശാലയും ഉത്സവപ്പറമ്പും പോലെ അശ്ലീലമാക്കുകയായിരുന്നു. നാടുനീളെ പെരുകിക്കൊണ്ടിരുന്ന പൊങ്കാലകൾക്കും ആൾ ദൈവങ്ങൾക്കും മുമ്പിൽ മതേതരവാദികൾക്കു നിസ്സഹായതയോടെ നോക്കിനിൽക്കാനേ കഴിഞ്ഞുള്ളു. സവർണ-അവർണ ജാതികളുടെ സ്വകാര്യ മേഖലകളെ അധിനിവേശിച്ച ഈ ഹൈന്ദവവൽക്കരണം 1990 കൾ ആവുമ്പോഴേക്കും ആധുനിക കേരളത്തിന്റെ പൊതുമണ്ഡലത്തിലേക്കും കടന്നുകയറാൻ തുടങ്ങി. 1992 ൽ ബാബ്റി മസ്ജിദ് തകർക്കുകയും രാമക്ഷേത്രനിർമാണത്തെ ഒരു വൈകാരിക പ്രശ്നമാക്കി പെരുപ്പിക്കുകയും ചെയ്തിലൂടെയാണ് ആർ എസ് എസും ബി ജെ പിയും ഉത്തരേന്ത്യൻ സംസ്ഥാനങ്ങളിലെ പിന്നോക്ക-ദളിത് വിഭാഗങ്ങളെ വശീകരിച്ചത്. ഉത്തരേന്ത്യയിലെ പിന്നോക്ക-ദളിത് ഭൂരിപക്ഷ ജനത എക്കാലവും സംശയത്തോടെയും ഭീതിയോടെയും വീക്ഷിച്ചിരുന്ന ആർ എസ് എസും ബി ജെ പിയും അവരുടെ സവർണമുദ്ര മറച്ചുവെച്ചത് 'ശ്രീരാമഭക്തി'യുടെ വിന്യാസത്തിലൂടെയായിരുന്നു. രാമക്ഷേത്രനിർമാണത്തിനുവേണ്ടി മുസ്ലീങ്ങൾക്കെതിരെ നടത്തിയ അക്രമാസക്ത സമരങ്ങളും വർഗീയ ലഹളകളും കൂട്ടക്കൊലകളും താൽക്കാലികമായെങ്കിലും സവർണ-അവർണ സംഘർഷങ്ങളെ പരോക്ഷവും അദൃശ്യവുമാക്കിയതുകൊണ്ടാണ് ബി ജെ പിക്ക് ഒരു വിഭാഗം അവർണരുടെ പിന്തുണ ലഭിച്ചത്. പിന്നോക്ക-ദളിത് ജനവിഭാഗങ്ങളുടെ കൂടി സമ്മതി ആർജിച്ച ബി ജെ പി ഒരു അഖണ്ഡഹിന്ദുവിനെ സദാജാഗരൂകമാക്കി നിർത്തുകയും ചെയ്തു. ഉത്തര പശ്ചിമേന്ത്യൻ സംസ്ഥാനങ്ങളിലെ പിന്നോക്ക-ദളിത് വിഭാഗങ്ങളുടെ നിത്യജീവിതത്തിൽ അവരെ വേട്ടയാടുന്ന ബ്രാഹ്മണ-രജപുത്ര-ബനിയ വിഭാഗങ്ങളുടെ ജാതി താല്പര്യങ്ങളാണ് 'അഖണ്ഡഹിന്ദു' പ്രതിനിധാനം ചെയ്തത്. 16-ാം നൂറ്റാണ്ടിൽ ശ്രീരാമക്ഷേത്രം തകർത്തിട്ടാണ് ബാബ്റിമസ്ജിദ് നിർമിച്ചതെന്നാണ് ആർ എസ് എസ് പ്രചരിപ്പിച്ചത്. രാമക്ഷേത്രം ഉണ്ടായിരുന്നു എന്നുതന്നെ സങ്കല്പിക്കുക. എന്നാൽ, അവിടെ ആർക്കൊക്കെയാകും പ്രവേശനമുണ്ടാവുക? അയോധ്യയിലെ പിന്നോക്ക ജാതികൾക്കോ ദളിതർക്കോ അവിടെ പ്രവേശനമുണ്ടാകുമായിരുന്നില്ല. രാമക്ഷേത്രത്തിനു സമീപത്തെ വഴി

കൾപോലും അവർക്ക് നിഷിദ്ധമായിരുന്നേനെ, ഒരു പക്ഷേ, രാമക്ഷേത്രത്തെ 'അശുദ്ധ'മാക്കുമെന്ന കാരണത്താൽ അയോധ്യവാസികളായ 'അയിത്ത' ജാതികൾക്ക് സ്വന്തം വീടുപേക്ഷിച്ച് അവിടെ പലായനം ചെയ്യേണ്ടിവരുമായിരുന്നു. 16-ാം നൂറ്റാണ്ടിൽ അയോധ്യയിൽ രാമക്ഷേത്രമുണ്ടായിരുന്നുവെങ്കിൽ, പിന്നോക്ക-ദളിത് ജനകോടികളെ സംബന്ധിച്ചിടത്തോളം അത് അയിത്തത്തിന്റെയും അടിച്ചമർത്തലിന്റെയും അപമാനത്തിന്റെയും പ്രതീകം മാത്രമാകുമായിരുന്നു. അങ്ങനെയൊരു ക്ഷേത്രം തകർത്താൻ തന്നെ അധസ്ഥിതർക്ക് അത് വലിയ വിമോചനമാകുമായിരുന്നു. അവർ ആഹ്ലാദിക്കുമായിരുന്നു അതിനാൽ, രാമക്ഷേത്രനിർമാണം എന്ന ആവശ്യം ഉത്തരേന്ത്യയിലെ അവർണ ജനതയുടെ ആവശ്യമല്ല. ബ്രാഹ്മണ-ക്ഷത്രീയ-ബനിയ വിഭാഗങ്ങളുടെ ജാതിമേധാവിത്വത്തെ വൈകാരികമായി സാധൂകരിക്കുന്നതിനുള്ള തന്ത്രം മാത്രമായിരുന്നു. രാമജന്മഭൂമി സമരം. നിർഭാഗ്യമെന്നു പറയട്ടെ, രാമജന്മഭൂമിയുടെ വൈകാരികതയിൽ പിന്നോക്ക-ദളിത് മനുഷ്യർ സ്വന്തം ജീവിത യാഥാർത്ഥ്യം വിസ്മരിക്കുകയും ജാതിപീഡകരുമായി കൈകോർക്കുകയുമാണുണ്ടായത്. ഈ ജനവിഭാഗങ്ങളുടെ പിന്തുണ ലഭിച്ചതുകൊണ്ടാണ് ബി ജെ പിക്ക് അധികാരത്തിലെത്താൻ കഴിഞ്ഞത്.

ആധുനിക കേരളത്തിന്റെ നവോത്ഥാന പൈതൃകവും ശക്തമായ ഇടതുപക്ഷസാന്നിധ്യവും മൂലം ബി ജെ പിക്ക് ഇവിടെ ഗണ്യമായ സ്വാധീനമുണ്ടാക്കാൻ ഇനിയും കഴിഞ്ഞിട്ടില്ല. 20176-ലെ തിരഞ്ഞെടുപ്പിൽ 14 ശതമാനം വോട്ട് ലഭിച്ചെങ്കിൽപോലും കേരളത്തിൽ അധികാരം പിടിക്കുകയെന്നത് ഒരുവിദൂര യാഥാർത്ഥ്യം മാത്രമാണ്. കേരളത്തിലെ ജനസംഖ്യയുടെ 55 ശതമാനം വരുന്ന 'ഹിന്ദു'ക്കളിൽ 15% ത്തിൽ താഴെയാണ് സവർണരുടെ സംഖ്യാബലം. ഹിന്ദുക്കളിൽ 85% വും അവർണരാണ് എന്ന വസ്തുതയുടെ രാഷ്ട്രീയ ധ്വനികൾ എന്തൊക്കെയാണ്? അവരുടെ സമീപഭൂതകാല സ്മൃതികൾ അവരെ ഓർമിപ്പിക്കുന്നത് എന്താണ്? തങ്ങളെ പൊതുവഴികളിൽ നിന്നും സ്കൂളുകളിൽ നിന്നും സർക്കാരുദ്യോഗങ്ങളിൽ നിന്നും ക്ഷേത്രങ്ങളിൽ നിന്നും ആട്ടിപ്പായിച്ചവരുടെ/അവരുടെ ആത്മാഭിമാനത്തെ അയിത്താചാരങ്ങൾകൊണ്ട് മുറിവേൽപ്പിച്ചവരുടെ/ സ്വാതന്ത്ര്യവും സമത്വവും അവർക്കു നിഷേധിച്ച ആചാരകേരളത്തിന്റെ ജാതിവാസനകൾ പേറുന്നവരാണ് ഈ സവർണന്യൂനപക്ഷം.

"നിശ്ശബ്ദരും ബഹിഷ്കൃതരുമാക്കപ്പെടുന്ന മനുഷ്യരെ ഒന്നിപ്പിക്കുന്നത്, മരണത്തിനും അടിമത്തത്തിനും അപമാനത്തിനുമെതിരായ പ്രതിരോധങ്ങളാണെന്നാണ് ഫ്രഞ്ച് ചിന്തകനായ ദെല്യൂസ് സിദ്ധാന്തിച്ചത്. കേരളത്തിലെ ബഹിഷ്കൃതമനുഷ്യർ അടിമത്തത്തിനും അപമാനത്തിനുമെതിരെ, കഴിഞ്ഞ നൂറ്റാണ്ടിൽ നടത്തിയ പ്രതിരോധങ്ങളിൽ അന്നത്തെ സവർണരുടെ പങ്ക് എന്തായിരുന്നു? വിരലിലെണ്ണാവുന്ന ചില ഉല്പതിഷ്ണുക്കളെ ഒഴിച്ചുനിർത്തിയാൽ, കേരളത്തിൽ എവിടെയും അവർണ പ്രതിരോധങ്ങളുടെ അടിച്ചമർത്തുന്ന സമീപനമായിരുന്നു സവർണരുടേത്. ആധുനിക കേരള നിർമിതിയെ വ്യക്തമാക്കിയ നവോത്ഥാനപ്രതിരോധ

ചരിത്രത്തിൽ രണ്ടു ധ്രുവങ്ങളിലായിരുന്ന സവർണർക്കും അവർണർക്കുമിടയിൽ പൊതുവായ ഘടകങ്ങളൊന്നുമുണ്ടായിരുന്നില്ല. അടിമത്തത്തിനും അപമാനത്തിനുമെതിരെ നവോത്ഥാന പ്രതിരോധം തീർത്ത ബഹിഷ്കൃതമനുഷ്യർക്കു മാത്രമെ പരസ്പരം ഒന്നിക്കാനും ആശ്ലേഷിക്കാനും കഴിയൂ. അയിത്തത്തിന്റെ ഇരകളായിരുന്ന ഈഴവരും പുലയരും ഇതര അധസ്ഥിത വിഭാഗങ്ങൾക്കുമിടയിലാണ് സവർണാധിപത്യത്തിനെതിരായ ഐക്യദാർഢ്യം രൂപംകൊണ്ടത്. 85% അവർണരും 15% സവർണരും ചേർന്നാൽ 55% ഹിന്ദുക്കളാണെന്ന കണക്കിന് സെൻസസ്സ് റിപ്പോർട്ടിൽമാത്രമെ പ്രസക്തിയുള്ളു. യഥാർത്ഥ സാമൂഹ്യജീവിതത്തിൽ ധ്രുവങ്ങളുടെ അകലമുള്ള 85% അവർണർക്കും 15 സവർണർക്കും ഒരിക്കലും ഒന്നിച്ച് ഒരു 'ഹിന്ദു' ആകാനാവില്ല. അഥവാ വിശ്വാസത്തിന്റെയും ഭക്തിയുടെയും മായക്കാഴ്ചക്കളിൽ ഭ്രമിച്ച സവർണരുമായി ഒരുമിച്ച് ഹിന്ദുവായി മാറുന്ന അവർണർ, സ്വന്തം കഴുത്തിൽ വീഴാനുള്ള തുക്കുകയർ സ്വയം എടുത്തണിയുകയായിരിക്കും ചെയ്യുന്നത്. ഉത്തരേന്ത്യയിൽ സമീപകാലത്ത് ബി ജെ പിക്കു ലഭിച്ച അവർണ പിന്തുണ അതാണ് തെളിയിക്കുന്നത്. ഹിന്ദുത്വവർഗീയ രാഷ്ട്രീയത്തിന്റെ ജനസമ്മതി എത്രത്തോളം വർദ്ധിച്ചുവോ ദളിതർക്കെതിരായ സവർണമർദ്ദനം അത്രത്തോളം കൂടുകയാണുണ്ടായിട്ടുള്ളത്. ഹിന്ദുത്വത്തിന്റെ തെരുവുജാഥകളിൽ സവർണർക്കൊപ്പം മാർച്ച് ചെയ്യുന്ന ദളിതർ, പോളിംഗ് ബൂത്തുക്കളിൽ സവർണർക്കൊപ്പം ബി ജെ പിക്ക് വോട്ടുചെയ്യുന്ന ദളിതർ, മനുഷ്യസമത്വത്തെക്കുറിച്ച് ചിന്തിക്കുകയും സവർണരോട് തുല്യതയോടെ പെരുമാറുകയും ചെയ്യുക സ്വാഭാവികമാണ്. ഇക്കാലമത്രയും തങ്ങൾക്കു മുമ്പിൽ തലകുനിച്ച് ഓച്ഛാനിച്ച് നിന്നിരുന്നവരുടെ 'ധിക്കാരം' സവർണർക്ക് പൊറുക്കാനാവില്ല. സമീപകാലത്ത് ഉത്തരേന്ത്യയിൽ ദളിതർക്കെതിരായ സവർണവേട്ട വ്യാപകമാവുന്നതിന്റെ കാരണമിതാണ്. സ്വന്തം വ്യതിരിക്ത സമുദായ സ്വത്വങ്ങൾ വിസ്മരിക്കുകയും 'ഹിന്ദു' എന്ന സ്വത്വമുദ്ര സ്വീകരിക്കുകയും ചെയ്തതിന് ദലിതർ നൽകിക്കൊണ്ടിരിക്കുന്ന വിലയാണിത്.

കഴിഞ്ഞ നാലഞ്ച് ദശാബ്ദങ്ങളായി അമ്പലപ്പറമ്പുകളിലും കോവിലകങ്ങളിലും ആർ എസ് എസ് ശാഖകളിലും ഒതുങ്ങിയിരുന്ന 'ഹിന്ദു' പൊതുരാഷ്ട്രീയ വേദിയിലേക്ക് കടക്കുന്നത് സമീപകാലത്തുമാത്രമാണ്. 'ഹിന്ദു'വിന്റെ അധിനിവേശത്തിന് നമ്മുടെ മതേതര രാഷ്ട്രീയ ഭൂപടമാകെ മലിനമായിരിക്കുകയാണ്. മതേതരമുദ്രാവാക്യങ്ങളും മനുഷ്യസമത്വത്തിന്റെയും സ്വാതന്ത്ര്യത്തിന്റെയും സംഘഗാനങ്ങളുംകൊണ്ട് മുഖരിതമായിരുന്ന നമ്മുടെ പൊതുരാഷ്ട്രീയ ഭൂമണ്ഡലത്തിൽ ഇപ്പോൾ മുഴങ്ങുന്നത് ശരണംവിളികളും നാമജപമന്ത്രങ്ങളും അവകാശസമരങ്ങളുടെ വിപ്ലവ ജ്വാലകൾ കൊണ്ട് പ്രകമ്പനംകൊണ്ട തെരുവുകളിൽ ഇപ്പോൾ നാം കാണുന്നത് നാമജപഘോഷയാത്രകളാണ്. നമ്മുടെ നവോത്ഥാന മുന്നേറ്റം ചരിത്രത്തിന്റെ ചവറ്റുകൊട്ടയിലെറിഞ്ഞ മതചിഹ്നങ്ങളെയും ബിംബങ്ങളെയും പദാവലികളെയുമാണ് 'ഹിന്ദു' രാഷ്ട്രീയം പ്രത്യാന

യിച്ചുകൊണ്ടിരിക്കുന്നത്. എല്ലാ മതങ്ങളിലുംപെട്ട മനുഷ്യരുടെ മതേതരാവശ്യങ്ങളുടെ പ്രകാശനവേദിയായിരുന്ന 'രാഷ്ട്രീയ പൊതുമണ്ഡല'ത്തെ ഹിന്ദുവിന്റെ 'വിശ്വാസമണ്ഡല'മാക്കി മാറ്റുമ്പോൾ, ക്രിസ്ത്യൻ-മുസ്ലീം ന്യൂനപക്ഷങ്ങളാണ് രാഷ്ട്രീയത്തിൽ നിന്നു ബഹിഷ്കൃതരാവുന്നത്. രാഷ്ട്രീയവേദികൾ നാമജപവേദികളാവുമ്പോൾ, ന്യൂനപക്ഷങ്ങളുടെ മതേതരമായ അസ്തിത്വമാണ് ചോദ്യം ചെയ്യപ്പെടുന്നത്.

"ജാതിഭേദം മതദ്വേഷമേതുമില്ലാതെ സർവരും സോദരത്വേന വാഴുന്ന മാതൃകസ്ഥാന"മായിട്ടാണ് നാരായണഗുരു ക്ഷേത്രത്തെ വിഭാവനചെയ്തത്. പഴകിയ വിശ്വാസാചാരങ്ങളുടെ നിഴൽ വീണു മങ്ങിയ ക്ഷേത്രങ്ങളുടെ സ്ഥാനത്ത്, എല്ലാ മനുഷ്യർക്കും ഒന്നിച്ചുചേരാനും മനുഷ്യസമത്വത്തിന്റെ പെരുമ്പറ മുഴക്കാനും കഴിയുന്ന മതേതര വേദികളായിരുന്നു നാരായണഗുരുവിന്റെ ക്ഷേത്രങ്ങൾ. പുരോഹിതരെയും സ്ഥിരമായ ആചാര ക്രമങ്ങളെയും പാരമ്പര്യദൈവങ്ങളെയും പുറത്താക്കിയ നാരായണഗുരു സ്ഥാപിച്ച ക്ഷേത്രങ്ങളിൽ ആർക്കും വെടിപ്പോടെ പൂജ ചെയ്യാമെന്ന വ്യവസ്ഥ ഉണ്ടാക്കിയിരുന്നു. ക്ഷേത്രമുറ്റത്തുതന്നെ വായനശാലകളും കളിസ്ഥലങ്ങളും വിനോദകേന്ദ്രങ്ങളും നിർമിക്കണമെന്ന് നിർദ്ദേശിച്ച നാരായണഗുരു, സവർണരുടെ പരമ്പരാഗതമായ ഈശ്വര-ക്ഷേത്രസങ്കല്പങ്ങളെയും ആചാരവിശ്വാസങ്ങളെയുമാണ് അട്ടിമറിച്ചത്. സവർണർക്കുമാത്രം പ്രവേശനമുണ്ടായിരുന്ന ക്ഷേത്രങ്ങളെയും ബ്രാഹ്മണരുടെ കുത്തകയായിരുന്ന പൂജയേയും ബഹിഷ്ക്കരിച്ച നാരായണഗുരു, സാധാരണ മനുഷ്യരുടെ വിശ്വാസത്തെ ആധുനികമാക്കുകയാണ് ചെയ്തത്. മാറുന്ന സാമൂഹ്യജീവിതത്തിനൊപ്പം മാറേണ്ടതാണ് വിശ്വാസവും എന്ന നവഭാവുകത്വമാണ് നാരായണഗുരുവിലൂടെ വിളംബരം ചെയ്യപ്പെട്ടത്. സനാതനവിശ്വാസമെന്ന സവർണസങ്കല്പത്തെ നിരാകരിച്ച നാരായണഗുരു, 'പരിവർത്തനോൻമുഖമായ വിശ്വാസ'മെന്ന ആധുനികസങ്കല്പമാണ് മലയാളികൾക്കു നൽകിയത്. മനുഷ്യശരീരങ്ങളെ 'ശുദ്ധ'മെന്നും 'അശുദ്ധ'മെന്നും വേർതിരിക്കുകയും അവർക്കിടയിൽ അയിത്തം കല്പിക്കുകയും സാഹോദര്യബന്ധങ്ങളിൽ ഏർപ്പെടാനാവാത്തവിധം മേൽ-കീഴ് ജാതികളായി അവരെ വംശീകരിക്കുകയും ചെയ്ത സവർണജാതി വ്യവസ്ഥയുടെ അടിസ്ഥാന പ്രമാണങ്ങളെയെല്ലാം കടപുഴക്കിയെറിഞ്ഞ 'ശ്രീനാരായണമൂല്യമണ്ഡല'മാണ് നവോത്ഥാന ആധുനിക കേരളത്തിന്റെ നെടുംതൂണ്. കേരളത്തിന്റെ നവോത്ഥാന ധാരകളെയെല്ലാം ഉൾക്കൊള്ളുന്ന ശ്രീനാരായണ മൂല്യമണ്ഡലത്തിന്റെ പൈതൃകത്തെ ഏറ്റെടുത്തുകൊണ്ടാണ് കമ്മ്യൂണിസ്റ്റുപ്രസ്ഥാനവും പ്രവർത്തനമാരംഭിച്ചത്. കാർഷിക മുതലാളിത്ത ഉല്പാദന ബന്ധങ്ങളിലെ ചൂഷണത്തിനെതിരായ വർഗസമരത്തിൽ ശ്രദ്ധകേന്ദ്രീകരിച്ചെങ്കിലും കമ്യൂണിസ്റ്റുപ്രസ്ഥാനം ശ്രീനാരായണ മൂല്യമണ്ഡലത്തിന്റെ പൈതൃകത്തെ ഉയർത്തിപ്പിടിച്ചിരുന്നു. ഒരർത്ഥത്തിൽ, സ്വാതന്ത്ര്യാനന്തര കേരളത്തിലെ കമ്യൂണിസ്റ്റുകാർ നടത്തിയ ധീരോദാത്തവും ഐതിഹാസികവുമായ വർഗസമരങ്ങൾക്കും പോരാട്ടങ്ങൾക്കും മൂല്യപരമായ സാധൂകരണം

നൽകിയത് 'ശ്രീനാരായണമൂല്യമണ്ഡല'മാണെന്നു പറയാം. തന്റെ കാലത്തെയും കവിഞ്ഞ പ്രവർത്തിക്കാൻ 'ശ്രീനാരായണമൂല്യമണ്ഡല'ത്തെ പ്രാപ്തമാക്കുന്നത് അതിന്റെ സാർവലൗകിക മനുഷ്യസങ്കല്പമാണ്. ഒരു ജാതി, ഒരു മതം, ഒരു ദൈവം മനുഷ്യന്', 'ജാതി ഏതായാലും മനുഷ്യൻ നന്നായാൽ മതി' എന്നിങ്ങനെ ശ്ലോകങ്ങളിലൂടെ ജാതിമത ദൈവങ്ങൾക്കപ്പുറത്തുള്ള 'മനുഷ്യ'നെ നാരായണഗുരു വിഭാവന ചെയ്യുന്നത്. അങ്ങനെയുള്ള മനുഷ്യസങ്കലപ്ത്തിന്റെ അസ്തിത്വപഠനം സാർവലൗകികയുടേതാണ്. ജാതിയും മതവും ദൈവവും ഭൂപ്രദേശവും ഭാഷയും ആഹാരവും വിശ്വാസമെല്ലാം ചേർന്ന് പല കഷണങ്ങളായി വെട്ടിമുറിച്ച മനുഷ്യനെയാണ് നാരായണ 'സാർവലൗകികമനുഷ്യ'നായി പുനർസൃഷ്ടിക്കുന്നത് പുനരധിവസിപ്പിക്കുന്നത്. നാരായണഗുരുവിന്റെ ധാർമിക ഭാവനയിലെ മനുഷ്യസങ്കല്പം തന്നെയാണ് മാർക്സിന്റെ രാഷ്ട്രീയ ഭാവനയിലെ 'സർവരാജ്യത്തൊഴിലാളികളെ സംഘടിക്കുവിൻ' എന്ന ആഹ്വാനത്തിലും പ്രവർത്തിക്കുന്നത്. 19-ാം നൂറ്റാണ്ടിന്റെ യൂറോപ്യൻ പ്രബുദ്ധപാരമ്പര്യത്തിന്റെ വിപ്ലവാംശങ്ങളെയാകെ സ്വാംശീകരിച്ച മാർക്സിന്റെ മനുഷ്യഭാവനയും 19-ഉം 20-ഉം നൂറ്റാണ്ടുകളിലെ 'ആചാരകേരള'ത്തിന്റെ ആചാരമൂല്യസംഹിതങ്ങളെയാകെ പുനർമൂല്യവിചാരണയ്ക്കു വിധേയമാക്കിയ 'ശ്രീനാരായണമൂല്യമണ്ഡല'വും തമ്മിലുണ്ടായ അഗാധസംയോജനമാണ് ആധുനിക കേരളത്തെ സാധ്യമാക്കിയ മൂല്യപരവും ആശയവുമായ ശക്തികൾ.

നാരായണഗുരു കേരളസമൂഹത്തിൽ ആർജിച്ചുകഴിഞ്ഞ വ്യക്തിപ്രഭാവം മുലം ശ്രീനാരയണമൂല്യമണ്ഡലം നേരിട്ടെതിർക്കാൻ ആർ എസ് എസിനുപോലും കഴിയില്ല. അത് കേരള ജനസംഖ്യയിലെ ഏറ്റവും വലിയ ഒറ്റ സമുദായ ഈഴവർക്കെതിരായ ആക്രമണമായി അവർ കരുതുമെന്നതാണ് അതിനുകാരണം. അതിനാൽ, മാർക്സിസത്തെ വൈദേശികവും അതിനാൽ മ്ലേച്ഛവുമെന്ന് ആക്ഷേപിക്കുന്ന തന്ത്രമാണ് ആർ എസ് എസ് വിന്യസിക്കുന്നത്. അങ്ങനെ ശ്രീനാരായണമൂല്യമണ്ഡലത്തിൽ നിന്ന് മാർക്സിസത്തെ ബഹിഷ്ക്കരിക്കുകയും തുടർന്ന് ശ്രീനാരായണ മൂല്യമണ്ഡലത്തിന്റെ തന്നെ സാർവലൗകിക ഭൗതിക-മതേതരമാനങ്ങളെയാകെ തല്ലിക്കെടുത്തുകയുമെന്നതാണ് കുറെക്കാലമായി ആർ എസ് എസ് നടത്തികൊണ്ടിരിക്കുന്നത്. മതേതര-ഭൗതികശൂന്യമാകുന്ന ശ്രീനാരായണമൂല്യമണ്ഡലത്തെ ഹൈന്ദവ ആത്മീയതയായും നാരായണഗുരുവിനെ ഒരു സാധാരണ നിർഗുണ സന്യാസിയായും പുനർവ്യാഖ്യാനിക്കാൻ എളുപ്പമാണ്. നൂറ്റാണ്ടുകളിലൂടെ ഘനീഭൂതമായിരുന്ന സനാതനാചാരലംഘനങ്ങളുടെ മഹാവിസ്ഫോടനങ്ങളിലൂടെ കേരളത്തിന്റെ സാർവലൗകികതയിലൂടെ മഹാമൂല്യങ്ങളെത്തിച്ച നാരായണനെ ജീവനില്ലാത്ത വിഗ്രഹമാക്കുന്നു എന്നതിനർത്ഥം അദ്ദേഹം 'ഹിന്ദുദേവസമന്വയ'ത്തിന്റെ ഒരു മൂലയിലേക്ക് കുടിയിരുത്തുകയെന്നതാണ്. അഥവാ ബുദ്ധന്റെ കാര്യത്തിൽ സംഭവിച്ചതുപോലെ മറ്റൊരു വ്യാജപുരാണത്തിലൂടെ നാരായണഗുരുവിനെയും അവർ പതിനൊന്നാമത്തെ അവതാര

മായി ചിത്രീകരിച്ചുകൂടായ്കയില്ല. ഹിന്ദുദേവസമുച്ചയത്തിലെ ഒരവതാരമായി അവരോധിക്കപ്പെടുന്നതിലൂടെ ആധുനിക കേരളചരിത്രത്തിന്റെ അച്ചുതണ്ടിൽ നിന്ന് പിഴുതെറിയുകയെന്നതു തന്നെയാണ്. നാരായണ ഗുരുവില്ലാത്ത ആധുനിക കേരളചരിത്രത്തെക്കുറിച്ച് നാമൊന്നു സങ്കല്പിച്ചുനോക്കുക? മേൽവസ്ത്രമിട്ടാൽ മുലകൾ ഛേദിക്കുന്ന നായർ ഭടന്മാരെയും മുലക്കരവും തലക്കരവും പിരിക്കുന്ന നായർ പ്രവർത്തിയാരെയും ക്ഷേത്രത്തിനു മുമ്പിൽ റൗക്കയഴിക്കാൻ നായർ ഭക്തകളോടാജ്ഞാപിക്കുന്ന തന്ത്രിമാരെയും 'ഈ വഴിയിൽ അവർണർക്കു പ്രവേശമില്ലന്നെഴുതിയ പരസ്യപ്പലകകൾകൊണ്ടും പുലസ്കൂളുകൾ കത്തിക്കുന്ന നായർ ഗുണ്ടകളെക്കൊണ്ടും കല്ലുമാലയഴിച്ചെറിഞ്ഞതിന് ദലിത് ഭവനങ്ങൾക്ക് തീയിടുന്ന സവർണതമ്പുരാക്കന്മാരെക്കൊണ്ടും കൊല്ലത്തു നടന്ന എസ് എൻ ഡി പി രണ്ടാം സമ്മേളനത്തെത്തുടർന്ന് 'ധിക്കാരി' കളായ ഈഴവരെ ഒരു പാഠം പഠിപ്പിക്കാനിറങ്ങിയ നായർ ബ്രിഗേഡുകളെക്കൊണ്ടും ദേവപ്രശ്നക്കാരെക്കൊണ്ടും പൊതുനിരത്തുകളിലെ അയിത്തസൂചകമായ 'ഒച്ചാട്ടുകൾ' കൊണ്ടും നമ്പൂതിരി മുറജപങ്ങൾകൊണ്ടും സർക്കാർ ഖജനാവ് മുടിക്കുന്ന നമ്പൂതിരി ഊട്ടുകൾ കൊണ്ടും അവർണരെ ബഹുദൂരം ബഹിഷ്ക്കരിക്കുന്ന ക്ഷേത്രാചാരങ്ങൾകൊണ്ടും കൗപീനമാത്രധാരികളായ നമ്പൂതിരിമാരുടെ നഗ്നതാപ്രകടനംകൊണ്ടും അന്തഃപ്പുരങ്ങളിലെ അന്തർജനങ്ങളുടെ നെടുവീർപ്പുകൾകൊണ്ടും ജീർണവേദാദ്ധ്യയനം കൊണ്ട് മനുഷ്യത്വം നശിച്ചുപോയ നമ്പൂതിരിയുവാക്കളെക്കൊണ്ടും അടിമ- ഊഴിയും വേലകൾകൊണ്ടും ജീർണിച്ച മൃഗതുല്യമായ ഒരു കേരളത്തെയായിരിക്കും ലഭിച്ചിട്ടുണ്ടായത്. ഒരുപക്ഷേ, അന്തസ്സും ആത്മാഭിമാനവും മനുഷ്യനും അപഹരിക്കപ്പെട്ടവരുടെ മനുഷ്യരുടെ അധിവാസകേന്ദ്രമായ ഒരു 'മൃഗശാല'യെന്നുപോലും വിളിക്കാൻ കഴിയുമായിരുന്നില്ല, അയിത്തത്തിന്റെയും അടിമത്തത്തിന്റെയും ശ്രേണിയും മേൽപ്പോട്ടും കീഴ്പ്പോട്ടും ഇഴഞ്ഞു ജീവിക്കുന്നവരുടെ സ്ഥലത്തെ പരമാവധി നമുക്കു വിശേഷിപ്പിക്കാനാവുന്നത് ഒരു പുഴുശാലയെന്നായിരിക്കും. ആചാരമഹത്വംകൊണ്ട് ശ്രേണിയുടെ മുകളിലിഴഞ്ഞുകൊണ്ടിരുന്ന സവർണരും 'ആചാരമ്ലേച്ഛത'കൊണ്ട് താഴോട്ടിഴഞ്ഞുകൊണ്ടിരുന്ന അവർ ആരും ജീവിതം ആടുജീവിതം പോലുമായിരുന്നില്ല, അത് വെറും 'പുഴുജീവിത'മായിരുന്നു. നൂറ്റാണ്ടുകളിലൂടെ പകർന്ന ആചാരങ്ങളുടെ നൂലിൽ കെട്ടിയ 'പുഴുശാല'യെ തകർക്കുകയും അതിനുള്ളിലെ 'പുഴു'ക്കളെ മനുഷ്യപദവിയിലേക്കുയർത്തുകയും ചെയ്തത് ശ്രീനാരായണമൂല്യമണ്ഡലമാണ്. സ്വാതന്ത്ര്യം, സമത്വം, ലിംഗസമത്വം, സഞ്ചാരസ്വാതന്ത്ര്യം, സാർവത്രിക ആരാധനാവകാശം, സാർവത്രികാവിദ്യാഭ്യാസാവകാശം എല്ലാറ്റിനുമുപരി 'ജാതി-മത-ദൈവാതീതമായ സാർവലൗലികമനുഷ്യൻ' തുടങ്ങിയ ആധുനിക മൂല്യങ്ങളാണ് ശ്രീനാരായണ മൂല്യമണ്ഡലത്തിന്റെ ഊർജ്ജസ്രോതസ്സുകൾ. ഈ മൂല്യങ്ങൾ നാരായണ ഗുരു സ്വായത്തമാക്കിയത് ബ്രാഹ്മണരുടെ ജീർണ സംസ്കൃത ജ്ഞാന-ധർമശാസ്ത്രകൃതികളിൽ നിന്നല്ല. മറിച്ച്, ആധുനിക-പാശ്ചാത്യവിദ്യാഭ്യാസം ലഭിച്ച തന്റെ

ശിഷ്യരും അനുയായികളുമായുള്ള നിരന്തര വിനിമയങ്ങളിലൂടെ ലഭിച്ച അറിവുകളെ നാരായണ ഗുരു കേരളീയ സാമുഹ്യ സന്ദർഭത്തിനു യോജിച്ച തരത്തിൽ പുനർവ്യാഖ്യാനിക്കുകയാണ് ചെയ്തത്. ആചാരത്തിന്റെ പഴകിയ നൂലുകളിൽ കെട്ടിനിർത്തിയിരുന്ന കേരളീയ സമൂഹത്തെ ആധുനികജീവിത സാഹചര്യത്തിനനുസൃതമായ രീതിയിൽ അനുകൂലനം ചെയ്യുന്ന അതിസാഹസികമായ ചരിത്രദൗത്യമാണ് നാരായണ ഗുരു നിർവഹിച്ചത്.

ഇരുപതാം നൂറ്റാണ്ടിന്റെ ആരംഭത്തിലെ കേരള സമൂഹത്തിലേക്ക് ഭാവനാപരമായി തിരിഞ്ഞു നോക്കിയാൽ നമുക്ക് കാണാവുന്നത് രണ്ടു കേരളത്തെയാണ്. ഒന്ന്, അതിവേഗം മാറിക്കൊണ്ടിരിക്കുന്ന ഭൗതിക കേരളം ഒരുവശത്ത്, ആധുനിക റോഡുകൾ, മോട്ടോർ വാഹനങ്ങൾ, പബ്ലിക് സ്കൂൾ, പോസ്റ്റാ ഓഫീസുകൾ, കോടതികൾ, വില്ലേജ്-താലൂക്കാഫീസുകൾ, രജിസ്ട്രാർ ഓഫീസുകൾ, തുറമുഖങ്ങൾ, ഫാക്ടറികൾ, ഹൈവേകൾ, വാണിജ്യശൃംഖലകൾ, തുറന്ന കമ്പോളങ്ങൾ, വൈദ്യുതോല്പാദനനിലയങ്ങൾ, വൈദ്യുതി വിളക്കുകൾ, അണക്കെട്ടുകൾ, ജലസേചനം എന്നിങ്ങനെ കേരളത്തിന്റെ ഭൗതികജീവിതത്തിന്റെ അലകും പിടിയും മാറിക്കൊണ്ടിരുന്നപ്പോൾ മറുവശത്താകട്ടെ അവയോടു മുഖം തിരിച്ച്, ഒരുപക്ഷേ, സ്വന്തം നിരക്ഷരതയാൽ പുറത്തുനടക്കുന്നതൊന്നുമറിയാതെ ആചാരനൂലുകളിൽ തൂങ്ങിക്കിടക്കുകയായിരുന്നു സവർണ സമൂഹം. ഭൗതിക ജീവിതസാഹചര്യത്തിലെ ധ്രുതമാറ്റങ്ങൾ ആചാരനൂലുകളെ നിമിഷംപ്രതി ദുർബലമാക്കിക്കൊണ്ടിരുന്നപ്പോഴും പിടിവിടാൻ സവർണർ തയ്യാറായിരുന്നില്ല.

സ്വയം ആധുനികപാശ്ചാത്യവിദ്യാഭ്യാസം ലഭിച്ചില്ലെങ്കിലും നാരായണഗുരുവിന്റെ ക്രാന്തദർശിത്വം തനിക്കുചുറ്റും നടക്കുന്ന മാറ്റങ്ങളുടെ ദിശയെന്തെന്ന് തിരിച്ചറിയാൻ അദ്ദേഹത്തെ സഹായിച്ചു. ഭൗതികസാഹചര്യത്തിലെ മാറ്റങ്ങളെ ആചാരങ്ങളുടെ പഴകിയ നൂലുകൾ ബന്ധിപ്പിക്കാനാവില്ലെന്നു തിരിച്ചറിഞ്ഞ നാരായണഗുരു ആചാരങ്ങളെ നിരസിക്കുവാനും ധൈര്യം കാട്ടി. ഗുരു ആവിഷ്ക്കരിച്ച ആചാരനവീകരാശയത്തെയാണ് 'മാറ്റുവിൻ ചട്ടങ്ങളെ സ്വയമല്ലെങ്കിൽ, മാറ്റുമതുകളീ നിങ്ങളെത്താൻ' എന്ന കവി വാക്യത്തിലൂടെ കുമാരനാശാൻ കേരളത്തിന്റെ ദിഗന്തങ്ങളെ ഭേദിക്കുമാറ് വിളിച്ചുപറഞ്ഞത്. കുപ്പമാടങ്ങളിൽ കരിവിളക്കിന്റെ അല്പവെട്ടത്തിൽ 'കരിക്കാടി' കഴിച്ചുകൊണ്ടുറങ്ങുകയും, ഉണരുകയും ചെയ്തിരുന്ന അവർണ ഭൂരിപക്ഷജനതയെ 'മാറ്റുവിൻചട്ടങ്ങളെ' യുടെ മാറ്റൊലികൾ പിടിച്ചുലക്കുകതന്നെ ചെയ്തു. അവർ കൊട്ടാരങ്ങളിലെയും മനകളിലേയും തൃക്കൈകളെയും പള്ളി മഞ്ചങ്ങളെയും അനൃതേത്തിനെയും സമ്പൂർണമായി നിരാകരിച്ചുകൊണ്ട് ശ്രീനാരായണമൂല്യമണ്ഡലമുയർത്തിയ ഊർജ്ജപ്രവാഹത്തെ സ്വീകരിച്ചുകൊണ്ട് സ്വയം നവോത്ഥാനത്തിന്റെ കൊടുങ്കാറ്റായി ഉയരുകയാണുണ്ടായത്. ഈ നാരായണഗുരുവിനു പക്ഷേ, ഉയിർത്തെഴുന്നേല്പുകളിലൂടെ സഞ്ചാരത്തെ നയിച്ച ധീരനാവികന്മാർ അയ്യൻകാളിയും പണ്ഡിറ്റ് കറുപ്പനുമാണ്.

ആചാരനൂലുകളിൽ തൂങ്ങിക്കിടന്നും മാടമ്പിത്തരം അയവിറക്കിക്കൊണ്ടിരുന്ന സവർണതയുടെ നിദ്രാവിഹീനരാക്കുന്ന രാത്രികൾ സമ്മാനിച്ച നവോത്ഥാന പ്രക്ഷോഭങ്ങളുടെ വേലിയേറ്റംതന്നെ ഉണ്ടായി കേരളത്തിന്. പഴകിയ ആചാരങ്ങളിലധിഷ്ഠിതമായ സർവമൂല്യങ്ങളെയും അടിമുടി 'പുനർമൂല്യവിചാരണയ്ക്കു വിധേയമാക്കിയ' (trans valuation of values) ശ്രീനാരായണമൂല്യമണ്ഡലം ക്രമേണ ആധുനിക കേരളത്തിന്റെ മതേതര ജനാധിപത്യ നൈതികാടിത്തറയായി മാറുകയാണുണ്ടായത്. സമകാലീന കേരളത്തെ മനുഷ്യവാസയോഗ്യമായ ഒരു മതേതരമാനവിക അധിവാസഭൂപടമാക്കി നിലനിർത്തുന്നത് ശ്രീനാരായണമൂല്യമണ്ഡലത്തിന്റെ അഗാധ സാന്നിദ്ധ്യമാണ്.

സ്വാതന്ത്ര്യാനന്തര കേരളത്തിൽ സജീവമായ കമ്യൂണിസ്റ്റുപ്രസ്ഥാനത്തിന്റെ വിത്തുകളെ ഇവിടെ മുളപ്പിച്ചത് ശ്രീനാരായണമൂല്യമണ്ഡലമാണ്. മാർക്സിസത്തിന്റെ സാർവദേശീയ സമത്വ വീക്ഷമങ്ങളും ശ്രീനാരായണ മൂല്യമണ്ഡലവും തമ്മിലുള്ള ഉഭയജീവിത (symbiosis) മാണ്. പിൽക്കാല കേരളത്തിന്റെ രാഷ്ട്രീയ- സാംസ്കാരിക ചരിത്രത്തെ നിർണയിച്ച നിർണായക ശക്തി, ശ്രീനാരായണമൂല്യമണ്ഡലത്തിന്റെ കേരളത്തിൽ നിലനിൽക്കുവോളം ആർഎസ്എസ് സ്വപ്നംകാണുന്ന ആചാര കേരളത്തിന്റെ വീണ്ടെടുപ്പ് അസാധ്യമാണ്. സമീപകാല എസ് എൻ ഡി പി നേതൃത്വം അവസരവാദ നിലപാടുകളെടുക്കുകയും ആർ എസ് എസിന്റെ 'ഹിന്ദുഐക്യ'കെണികളിൽ വീഴുകയും ചെയ്തിട്ടും ശ്രീനാരായണ മൂല്യമണ്ഡലത്തിന് കേരളത്തിന്റെ മതേതര ജീവിതത്തിലുള്ള അഗാധസ്വാധീനത്തെ ദുർബലമാക്കാൻ കഴിഞ്ഞിട്ടില്ല. കാരണം, ശ്രീനാരായണ മൂല്യമണ്ഡലം ഇന്ന് ഒറ്റയ്ക്കല്ല നിലനിൽക്കുന്നത്. ഇടതുമതേതര പ്രസ്ഥാനങ്ങളുമായുള്ള സമാവർത്തിത്വത്തിലൂടെയാണ് അത് പ്രവർത്തിക്കുന്നത്. അതിനാൽ ശ്രീനാരായണ മൂല്യമണ്ഡലത്തെ തകർക്കുന്നതിനുള്ള മുന്നുപാധി ഇടതുപക്ഷവുമായുള്ള അതിന്റെ സമർത്തിത്വത്തെ വിച്ഛേദിപ്പിക്കുകയെന്നുള്ളതാണ്. ഇതിന്റെ ഫലം രണ്ടാണ്. ഒന്ന്, ശ്രീനാരായണ മൂല്യമണ്ഡലത്തിൽ നിന്ന് വിച്ഛേദിക്കപ്പെടുന്ന ഇടതുപക്ഷത്തെ ഒരു വൈദേശിക-നിരീക്ഷണപ്രസ്ഥാനമായി മുദ്രയടിക്കാൻ എളുപ്പമാണ്. രണ്ട്, ഇടതുപക്ഷധാരയിൽ അടർന്നുമാറുന്ന ശ്രീനാരായണ മൂല്യമണ്ഡലത്തിന് സംഘടനാപരമായും പ്രായോഗികമായും പ്രവർത്തനക്ഷമമാകാനാവില്ല കാരണം, ശ്രീനാരായണമൂല്യമണ്ഡലത്തിന്റെ സംഘടനാപരമായ പ്രതിനിധാക്കൾ തന്നെ അതിനെ അനാഥമാക്കിക്കഴിഞ്ഞു എന്നതാണ്. എസ് എൻ ഡി പിയുടെ ഔദ്യോഗിക നേതൃത്വം ആർ എസ് എസ് വിരിച്ച ഹിന്ദുകെണിയിൽ വീണുകഴിഞ്ഞ സാഹചര്യത്തിൽ അവരിൽ നിന്ന് ഇനി എന്തെങ്കിലും പ്രതീക്ഷിക്കാനാവുമെന്നു തോന്നുന്നില്ല. അതിനാൽ ആർ എസ് എസിന്റെ ഗൂഢതന്ത്രം മനസിലാക്കാനും ശ്രീനാരായണമൂല്യമണ്ഡലത്തെ പൂർവാധികം ശക്തിയോടെ സംരക്ഷിക്കാനുമുള്ള ഉത്തരവാദിത്വം ഇടതുപക്ഷത്തിൽ നിക്ഷിപ്തമാണ്.

ഭരണഘടനയേയും നിയമവാഴ്ചയേയും പരസ്യമായി വെല്ലുവിളിച്ചുകൊണ്ട് ഇന്ന് നമ്മുടെ തെരുവുകളിൽ നടക്കുന്ന സവർണപ്രക്ഷോഭങ്ങൾ ആത്യന്തികമായി ലക്ഷ്യമാക്കുന്നത് ശ്രീനാരായണമൂല്യമണ്ഡലത്തെയാണ്. നാരായണഗുരുവിന്റെ സന്യാസവ്യക്തിത്വത്തെയോ ആത്മീയപ്രതിബദ്ധതയോ സവർണർക്കുപോലും തള്ളിപ്പറയാനാവില്ല. അതിനാൽ, നമ്മുടെ രാഷ്ട്രീയ പൊതുമണ്ഡലങ്ങളെ മലിനമാക്കിക്കൊണ്ടിരിക്കുന്ന സവർണവിശ്വാസിപ്പറ്റങ്ങളെ നേരിടാനുള്ള ഏറ്റവും വലിയ പരിച ശ്രീനാരായണമൂല്യമണ്ഡലം തന്നെയാണ്. മാത്രവുമല്ല, ആധുനിക കേരളം സൃഷ്ടിച്ചിട്ടുള്ള ഏറ്റവും വലിയ 'ഐക്കൺ' (Icon) നാരായണഗുരുവാണെന്നത് അസന്ദിഗ്ദ്ധമാണ്. ബഹുമുഖപ്രതിച്ഛായകളുള്ള ഈ ഐക്കണിന്റെ പ്രത്യേകതകൾ അത് ഒരേ സമയം ആത്മീതയേയും ഈശ്വരവിശ്വാസത്തെയും അവർണവിമോചനാഭിലാഷങ്ങളെയും സവർണാധിപത്യനിഷേധത്തെയും ആചാരധ്വംസനത്തെയും ജാതിഭേദം മതദ്വേഷമേതുമില്ലാത്ത സാഹോദര്യത്തെയും സാർവദേശീയതയേയും സാർവലൗകിക മാനവികതയേയും സ്ത്രീപുരുഷതുല്യതയേയും ക്ഷേത്രങ്ങളുടെ ജനാധിപത്യവൽക്കരണത്തെയും മതേതരത്വത്തെ ഒരേ അളവിൽ തുലനം ചെയ്യുന്നു എന്നതാണ്.

ആർ എസ് എസ് - സവർണസഖ്യം ഇന്നു നടത്തിക്കൊണ്ടിരിക്കുന്ന പ്രതിലോമ സമരത്തെ നിയമത്തിന്റെ യുക്തികൾകൊണ്ടുമാത്രം നേരിടാനാവില്ല, കാരണം, നാമജപ-ശരണംവിളി ഘോഷയാത്രകളിലേക്ക് ആട്ടിത്തെളിക്കപ്പെട്ട 'വിശ്വാസപ്പറ്റ'ങ്ങൾക്ക് യുക്തിവിചാരശേഷിയോ സഹിഷ്ണുതയോ വസ്തുതാബോധമോ ഇല്ലാത്തവരാണ്. അന്ധവിശ്വാസത്തിന്റെ ലഹരിയിൽ സ്വയം മറന്ന ഇത്തരം പറ്റങ്ങളോട് യുക്തിസഹവും വസ്തുതാപരവുമായ സംവാദം പോലും അസാധ്യമാണ്.

ഈ 'വിശ്വാസപ്പറ്റ'ങ്ങൾ സവർണക്കൂട്ടങ്ങളാണെന്നും അവർ നടത്തുന്ന നാമ-ജപശരണംവിളി ഘോഷമഹാപ്രഭാവത്തിന് മുറിവേറ്റ ആചാരകേന്ദ്രത്തിന്റെ ഞരക്കമാണെന്നും കേരളസമൂഹത്തെ ബോധ്യപ്പെടുത്തുകയാണ് ഈ സമരത്തെ പരാജയപ്പെടുത്താനുള്ള ശരിയായ മാർഗം. ഇടതു നേതൃത്വവും ഇടതു ഗവൺമെന്റും അതിനാൽ അഭിസംബോധനചെയ്യേണ്ടത് - കേരളത്തിലെ അവർണരെയാണ്. നിങ്ങൾ ത്യാഗപൂർണമായപോരാട്ടങ്ങളിലൂടെ നേടിയെടുത്ത ആരാധനാസ്വാതന്ത്ര്യവും മനുഷ്യാവകാശവും ആത്മാഭിമാനവും ഇല്ലാതാക്കുന്നതിനുവേണ്ടി കേരളത്തിലെ നിസ്സാര ന്യൂനപക്ഷമായ സവർണർ ആർ എസ് എസിന്റെ നേതൃത്വത്തിൽ നടത്തുന്ന അവർണവിരുദ്ധസമരമാണിതെന്ന് ബോധ്യപ്പെടുത്താൻ ഇടതുപക്ഷത്തിനു കഴിയണം. 83 വർഷം മുമ്പുവരെ അശുദ്ധമനുഷ്യരെന്ന് ആക്ഷേപിച്ച് ക്ഷേത്ര പരിസരങ്ങളിൽ നിന്നുപോലും തല്ലിയോടിച്ചിരുന്ന നിങ്ങളെ ഇപ്പോൾ വാത്സല്യപൂർവം വിശ്വാസിയം ഹിന്ദുക്കൾ എന്നൊക്കെ സംബോധനചെയ്യുന്നത് നിങ്ങളുടെ വോട്ടുമൂല്യം ഒന്നുകൊണ്ടുമാത്രമാണ്. ഇടതുപക്ഷം വിളിച്ചുപറയണം. അവർണർക്ക് ഇന്ന് വോട്ടവകാശമില്ലായിരുന്നുവെങ്കിൽ അവർ നിങ്ങളെ ഹിന്ദു എന്നുവിളി

ക്കുകയോ അവരുടെ നാമജപഘോഷയാത്രകളിൽ പങ്കെടുപ്പിക്കുകയോ ചെയ്യുമായിരുന്നില്ല. നാമജപഘോഷയാത്രകളിൽ നിങ്ങളോടൊപ്പം മാർച്ച് നടത്തുന്ന സവർണർ നിങ്ങളുടെ സാന്നിധ്യ-സ്പർശങ്ങൾ അശുദ്ധമാക്കിയെന്നു വിശ്വസിക്കുകയും വീട്ടിൽ കയറുന്നതിനുമുമ്പ് കുളിച്ചുശുദ്ധിയാകുകയും ചെയ്യുന്നതിനെക്കുറിച്ച് നിങ്ങൾക്കറിയാമോ? അശുദ്ധശരീരമാണെങ്കിലും, അവന്റെ വോട്ടിനും സവർണന്റെ ശുദ്ധവോട്ടിനും ഒരു വിലയാണ്. അതുകൊണ്ടുമാത്രമാണ് അവർ നിങ്ങളെ നോക്കി 'നമ്മൾ ഹിന്ദുക്കൾ' എന്ന് അഭിസംബോധന ചെയ്യുന്നത്. പക്ഷേ, കല്യാണം, മരണം, അടിയന്തിരം തുടങ്ങിയ സ്വകാര്യജീവിത സന്ദർഭങ്ങളിലൊന്നും 'നമ്മൾ ഹിന്ദുക്കൾ' എന്ന അഭിസംബോധനയില്ലെന്ന കാര്യം നിങ്ങൾ മറക്കരുത്.

ഇപ്പോൾ ഇടതുപക്ഷം ചെയ്യേണ്ടത് അവരുടെ പരമ്പരാഗത സാമൂഹ്യാടിത്തറയായ തൊഴിലാളി-കർഷക-വർഗ ബഹുജനങ്ങളോടൊപ്പം അവർണ സമുദായങ്ങളെക്കൂടി സ്വാംശീകരിച്ചുകൊണ്ട് പുതിയൊരു തൊഴിലാളി അവർണ വിശാലസഖ്യത്തിനു രൂപം നൽകുകയെന്നതാണ്. ഈയടുത്ത ദിവസങ്ങളിൽ ആർ എസ് എസും സവർണരും നടത്തിയ ആക്രമങ്ങൾകണ്ട് അരക്ഷിതത്വത്തിലായ ന്യൂനപക്ഷങ്ങളിലെ ബഹുഭൂരിപക്ഷ സാധാരണക്കാരും സവർണസഖ്യത്തിന്റെ വിശാല ഹസ്തങ്ങളിൽ അഭയം പ്രാപിക്കുമെന്നതിൽ സംശയമില്ല. 55% ഹിന്ദുക്കളിലെ 85% അവർണരും 45% ന്യൂനപക്ഷങ്ങളിലെ മഹാഭൂരിപക്ഷം സാധാരണക്കാരും ഐക്യപ്പെട്ടാൽ, ആർ എസ് എസിന്റെ സ്വപ്നപദ്ധതികളെല്ലാം പളുങ്കുമാളികപോലെ ചിന്നിച്ചിതറുന്നതു നമുക്കുകാണാം. മേലിൽ തമ്പുരാക്കന്മാരും തമ്പുരാട്ടിമാർക്കും കേരളത്തിന്റെ പൊതുവേദികളിൽ മുഖം കാണിക്കാൻ ധൈര്യപ്പെടുകയുമില്ല. അവർ ശിഷ്ടജീവിതം അവരുടെ സാങ്കല്പിക കൊട്ടാരങ്ങൾക്കകത്ത് ഇഴഞ്ഞും നീങ്ങിയും ജീവിച്ചുകൊള്ളും. നെറ്റിയിൽ സിന്ദൂരവും കൈയ്യിൽ രക്ഷാബന്ധനുമായി നടക്കുന്ന അശ്ലീലശരീരങ്ങളും നമ്മുടെ പൊതുനിരത്തുകളിൽ നിന്നും പൊതുവേദികളിൽ നിന്നും അപ്രത്യക്ഷമാകും. അത്തരമൊരു കേരളത്തിൽ ആത്മാഭിമാനവും മതേതരബോധവുമുള്ള മലയാളികൾക്കു തലയുയർത്തിപ്പിടിച്ചു നടക്കാം. അതാകട്ടെ ആധുനിക കേരളം.

മതം ദൈവം ആചാരം

കെ ടി കുഞ്ഞിക്കണ്ണൻ

സെപ്തംബർ 28 ന്റെ സുപ്രീംകോടതി വിധി ചരിത്രപരമാകുന്നത് ഇന്ത്യൻ ഭരണഘടനയുടെ തുല്യനീതിയെയും ലിംഗനീതിയെയും സംബന്ധിച്ച സമഗ്രമായ വ്യാഖ്യാനത്തിലൂടെയും നിർവ്വചനത്തിലൂടെയുമാണ്. ആചാരങ്ങളും വിശ്വാസങ്ങളുമെല്ലാം ഭരണഘടനയുടെ സമത്വദർശനങ്ങൾക്കും ലിംഗനീതിക്കും വിരുദ്ധമാകാൻ പാടില്ലെന്ന നിശിതമായ നിരീക്ഷണമാണ് ഭരണഘടനാബെഞ്ചിലെ ഭൂരിപക്ഷ ജഡ്ജിമാരും നടത്തിയത്. ന്യൂനപക്ഷവിധിന്യായമെഴുതിയ ഇന്ദുമൽഹോത്രയുടെ വിശ്വാസത്തെയും ആചാരസംരക്ഷണത്തെയും സംബന്ധിച്ച നിരീക്ഷണങ്ങൾ അനുച്ഛേദം 17 ന്റെ അയിത്തനിരോധന തത്വങ്ങൾക്ക് വിരുദ്ധമാണെന്നാണ് ഭരണഘടനാബെഞ്ചിലെ നാല് ജഡ്ജിമാരുടെ വിധിന്യായം അസന്ദിഗ്ധമായി കണ്ടെത്തിയത്. ജാത്യാചാരങ്ങൾ സൃഷ്ടിച്ച നൃശംസനീയമായ സാമൂഹ്യസാഹചര്യങ്ങളെ എതിർത്തും മാറ്റിയെടുക്കാനുള്ള പ്രവർത്തനങ്ങളിലൂടെയാണ് ഇന്ത്യയും കേരളവും ഒരാധുനിക ജനാധിപത്യ സമൂഹത്തിലേക്കുള്ള പ്രയാണമാരംഭിച്ചത്. അതാണ് നവോത്ഥാനത്തിന്റെയും ദേശീയ സ്വാതന്ത്ര്യ സമരത്തിന്റെയും സുദീർഘമായ ചരിത്രം അടയാളപ്പെടുത്തിയിരിക്കുന്നത്.

പുരുഷാധിപത്യ സവർണജാതിബോധത്തിന്റെ അഴുക്കുചാലുകളിൽ പിറവിയെടുത്ത ഹിന്ദുത്വവർഗീയവാദികൾ ഇന്ദുമൽഹോത്രയുടെ വിധിന്യായത്തിൽ പിടിച്ചാണ് വിശ്വാസിസമൂഹത്തെയും അയ്യപ്പഭക്തരെയും ആചാരസംരക്ഷണത്തിന്റെ നാമജപഘോഷയാത്രകളിലേക്ക് വലിച്ചിഴച്ചത്. നവോത്ഥാനത്തിന്റെ വെളിച്ചം ഊതിക്കെടുത്താൻ തെരുവിലിറങ്ങിയ ഈ ജീർണശക്തികൾ ആചാരവിശ്വാസ സംരക്ഷണത്തിന്റെ പേരിൽ കലാപങ്ങൾ സൃഷ്ടിക്കാനാണ് ശ്രമിച്ചത്. ശബരിമലയുടെ ചരിത്രത്തെയും വിശ്വാ

സസങ്കൽപങ്ങളെയും സംബന്ധിച്ച അജ്ഞതസൃഷ്ടിച്ചാണ് സംഘപരിവാർ സംഘടനകളും സവർണജാതികോമരങ്ങളും സ്ത്രീവിരുദ്ധ ജാതിബ്രാഹ്മണ്യത്തിന്റെ അശ്ലീലകരമായ വികാരങ്ങൾ ഉദ്ദീപിപ്പിച്ചെടുക്കാൻ മിനക്കെട്ടത്.

സ്ത്രീയെയും ശൂദ്രരെരയും നീചജന്മങ്ങളായി കാണുന്ന ബ്രാഹ്മണവൈദികസംസ്കാരത്തിന്റെയും പുരുഷാധികാരത്തിന്റെയും ഉദ്ഘോഷണങ്ങളാണ് ചാനൽചർച്ചകളിലും തെരുവുകളിലും സംഘപരിവാർ നേതാക്കളിലൂടെയും ഒരുവിഭാഗം കോൺഗ്രസുകാരിലൂടെയും കേരളം കേട്ടുകൊണ്ടിരുന്നത്. അശ്ലീലകരമായ ഒരു ഭൂതകാലത്തിന്റെ നുരച്ചുപൊങ്ങലുകളായേ ഈ ആക്രോശങ്ങളെ കാണാനാവൂ. വിശ്വാസസംരക്ഷണത്തിന്റെയും ആചാരസംരക്ഷണത്തിന്റെയും മുറവിളികൾ നടത്തുന്ന ഹിന്ദുത്വവാദികൾ സ്ത്രീവിരുദ്ധമായ പുരുഷാധിപത്യമൂല്യങ്ങളെ പുനരാനയിക്കാനാണവർ നോക്കുന്നത്. മനുസ്മൃതിയുടെയും ശങ്കരസ്മൃതിയുടെയും മൂല്യവ്യവസ്ഥകളെയാണ് ആചാരസംരക്ഷണവാദികൾ ഉയർത്തിക്കൊണ്ടുവരുന്നത്. സാധാരണക്കാരായ അയ്യപ്പഭക്തരെ തെരുവിലിറക്കി കലാപം സൃഷ്ടിക്കാൻ ശ്രമിക്കുന്നവരുടെ ലക്ഷ്യവും രാഷ്ട്രീയതാല്പര്യവും ഇന്ന് പകൽപോലെ വ്യക്തമായിക്കഴിഞ്ഞിട്ടുണ്ട്. സംഘപരിവാറിന്റെ പ്രത്യയശാസ്ത്ര അജണ്ടയനുസരിച്ചാണ് ശബരിമലയിലെ സ്ത്രീ പ്രവേശനവിരുദ്ധ സമരമെന്നകാര്യം തിരിച്ചറിയപ്പെടേണ്ടതുണ്ട്. സംഘപരിവാർ ശക്തികൾ ബ്രാഹ്മണ വൈദിക കാലത്തേക്കും മനുസ്മൃതിയിലേക്കും ജനമനസ്സുകളെ തിരിച്ചുകൊണ്ടുപോകാൻ നടത്തുന്ന കുത്സിത നീക്കങ്ങളുടെ ഭാഗമാണ് ശബരിമല പ്രക്ഷോഭം.

വിശ്വാസസംരക്ഷണത്തിന്റെ മറപിടിച്ച് മധ്യകാലജീർണതകളെയും ദളിത് സ്ത്രീ വിരുദ്ധതയെയും ഉത്സാഹപൂർവം ശാശ്വതീകരിച്ചെടുക്കാനുള്ള ശ്രമങ്ങളാണ് സംഘപരിവാർ ബുദ്ധികേന്ദ്രങ്ങൾ നടത്തിക്കൊണ്ടിരിക്കുന്നത്. ഇന്ത്യൻ ഭരണഘടനയെയും സുപ്രീംകോടതിയെയും വെല്ലുവിളിക്കുന്നവർ മനുസ്മൃതിയുടെ അന്ധകാരത്തിലേക്ക് നാടിനെ പുനരാനയിക്കാനാണ് കച്ചകെട്ടിയിറങ്ങിയിരിക്കുന്നത്. അത്യന്തം സ്ത്രീവിരുദ്ധവും കീഴാളവിരുദ്ധവുമായ ശുദ്ധാശുദ്ധങ്ങളുടേതായ ധർമ്മശാസ്ത്രങ്ങളുടെ പുനരുജ്ജീവനമാണ് സംഘപരിവാർ സംഘടനകൾ ലക്ഷ്യമിടുന്നത്. മനുസ്മൃതിയുടെയും ശങ്കരസ്മൃതിയുടെയും സ്ത്രീവിരുദ്ധമായ ക്ഷുദ്രമൂല്യങ്ങളെയാണ് ശബരിമല യുവതി പ്രവേശനത്തെ എതിർക്കുന്ന ആചാരസംരക്ഷകർ സാധൂകരിച്ചെടുക്കാൻ നോക്കുന്നത്. മതത്തിന്റെയും ദൈവാരാധനയുടെയും പേരിൽ ആചാരസംരക്ഷണവാദികളായി രംഗത്തുവന്നിരിക്കുന്ന ഹിന്ദുത്വവാദികൾ മതത്തിന്റെ മനുഷ്യസ്നേഹപരമായ ദാർശനികഭാവങ്ങളെയാകെ നിരാകരിക്കുന്ന അപരമതവിദ്വേഷികളും സ്ത്രീ, ദളിത് വിരുദ്ധമായ ധർമ്മശാസ്ത്രങ്ങളിൽ അഭിരമിക്കുന്നവരുമാണ്.

മതത്തെയും ആചാരാനുഷ്ഠാനങ്ങളെയും സംബന്ധിച്ച ശാസ്ത്രീയവും ശരിയായതുമായ ഒരു സമീപനമെടുത്തുകൊണ്ടേ ജനാധിപത്യവാ

ദികൾക്ക് ഈ ഇരുട്ടിന്റെ ശക്തികളെ ചെറുത്തുതോൽപിക്കാനാവൂ. ഗ്രാംഷി പറഞ്ഞതുപോലെ ചരിത്രത്തെയും സംസ്കാരത്തെയും സംബന്ധിച്ച ശാസ്ത്രീയ വിശകലനങ്ങളിലൂടെയേ ഫാസിസ്റ്റ് അധികാരശക്തികൾ സൃഷ്ടിക്കുന്ന തെറ്റായ സാമൂഹ്യആശയങ്ങളെയും അവർ കെട്ടുകഥകളിലൂടെ രൂപപ്പെടുത്തുന്ന ചരിത്രഭാവനകളെയുമെല്ലാം തുറന്നുകാണിക്കാനാവൂ. എല്ലാവിധ ഏകപക്ഷീയതകളെയും നിരാകരിക്കുന്ന വൈരുദ്ധ്യാത്മകമായ ഒരു ചരിത്രസമീപനത്തിൽ നിന്നും രീതിശാസ്ത്രത്തിൽനിന്നുകൊണ്ടേ മതത്തെയും വിശ്വാസത്തെയും അത് സൃഷ്ടിച്ച ആചാരസമ്പ്രദായങ്ങളെയും ശരിയായി വിശകലനം ചെയ്യാൻ കഴിയൂ. മതത്തിന്റെ ആവിർഭാവകാലദർശനങ്ങളെല്ലാം ദൈവചിന്താപരമെന്നപോലെതന്നെ അത്യന്തം മാനവികവുമായിരുന്നു. ദൈവചിന്താപദ്ധതിപോലും മനുഷ്യസ്നേഹപരമായ ശക്തിസ്വഭാവമെന്ന നിലയിലാണ് ആദ്യകാല മതപ്രവാചകരെല്ലാം മുന്നോട്ടുകൊണ്ടുവന്നത്. മതങ്ങളുടെ മനുഷ്യസ്നേഹപരമായ ശക്തിസ്വഭാവമാണ് ജനമനസ്സുകളിൽ കടന്നുകയറാനും വ്യാപിക്കാനും അതിന് സഹായകരമായത്.

പിൽക്കാലത്ത് അധികാരിവർഗങ്ങളുടെ പ്രത്യയശാസ്ത്രമായി പരിണമിച്ച മതമാണ് ആചാരാനുഷ്ഠാനങ്ങളിൽ അഭിരമിക്കുന്ന ദൈവ ചിന്താപദ്ധതികളും ദുരാചാരങ്ങളും അന്ധവിശ്വാസങ്ങളും അടിച്ചേൽപ്പിച്ചത്. ചൂഷകവർഗത്തിന്റെ പ്രത്യയശാസ്ത്രമായി പരിണമിച്ച മതങ്ങളാണ് ആചാരങ്ങളുടെയും അനുഷ്ഠാനങ്ങളുടെയും അന്ധത സൃഷ്ടിച്ച് ജനങ്ങളെ അതിൽ തളച്ചിട്ടത്. പ്രകൃതിയുടെ ബലപ്രയോഗങ്ങളെയും പ്രതികൂല പ്രതിഭാസങ്ങളെയും അതിജീവിക്കാനുള്ള ജ്ഞാനമാർഗവും കർമ്മമാർഗവുമെന്നനിലയിലാണ് മനുഷ്യർ മന്ത്രങ്ങളും പൂജാനുഷ്ഠാനങ്ങളുമെല്ലാം രൂപപ്പെടുത്തുന്നത്. തന്റെ നിലനിൽപിനും ഉപജീവനത്തിനും തടസ്സം നിന്ന പ്രകൃതി പ്രതിഭാസങ്ങളെയും ഭൗതികബന്ധങ്ങളെയും അതിജീവിക്കാനുള്ള ശ്രമങ്ങളിലാണ് മതങ്ങൾ രൂപപ്പെട്ടത്. യുക്തികൊണ്ടും അറിവ്കൊണ്ടും വിശദീകരിക്കാനാവാത്ത അനവധിയായ പ്രകൃതി പ്രതിഭാസങ്ങളെയും ഹിംസ്രജന്തുക്കളെയുമെല്ലാം നേരിടാനുള്ള ഇച്ഛാശക്തി മനുഷ്യന് നൽകിയത് മതവും ദൈവചിന്തയും മുന്നോട്ടുവെച്ച മന്ത്രവാദപരമായ അനുഷ്ഠാനങ്ങളാണ്. അതായത് മന്ത്രവാദപരമായ മനുഷ്യന്റെ അതിജീവന ചരിത്രത്തിന്റെ ഉൽപന്നങ്ങളാണ് മതവിശ്വാസവും ആചാരങ്ങളുമെല്ലാമെന്നുപറയാം. മന്ത്രവാദപരമായ ദൈവപ്രീതിക്കുള്ള അനുഷ്ഠാനങ്ങളും പരിപാലനക്രിയകളുമെന്ന നിലയിലാണ് ആചാരങ്ങൾ യുക്തിരഹിതവും അർത്ഥശൂന്യവുമായിട്ടും ഇന്നും തുടർന്നുപോരുന്നത്. മാർക്സ് പറഞ്ഞതുപോലെ ചരിത്രമേൽപിച്ച ഭാരമെന്ന നിലയിലാണ് മതവിശ്വാസവും ദൈവപ്രീതിക്കുവേണ്ടിയുള്ള ആചാരങ്ങളും അനുഷ്ഠാനങ്ങളുമെല്ലാം നിലനിന്നുപോരുന്നത്. മനുഷ്യബോധത്തിന്റെ വികാസപരിണാമങ്ങൾക്കനുസൃതമായ രീതിയിൽ ആചാരങ്ങളെല്ലാം പരിഷ്ക്കരിക്കപ്പെടുകയും മാറ്റപ്പെടുകയും ചെയ്തിട്ടുണ്ട്.

മനുഷ്യരുടെ പ്രാചീനബോധത്തിൽ രൂപംകൊണ്ട മതാരാധനാരീതികളും ദൈവങ്ങളും പരിഷ്കൃതസമൂഹത്തിലും എങ്ങനെയാണ് നില നിൽക്കുന്നതെന്ന അന്വേഷണമാണ് ചരിത്രത്തെയും സംസ്കാരത്തെയും സംബന്ധിച്ച ഭൗതികവാദപരമായ പഠനങ്ങളുടെ അടിസ്ഥാനം തന്നെ. ഭക്ഷണശേഖരണത്തിന്റെ 'പെറുക്കീതീനി' കാലഘട്ടത്തിലാണ് കാട്ടാന കളെ ഭയന്ന മനുഷ്യർ ഗജമുഖരൂപനായ ഗണപതിയെ സൃഷ്ടിച്ചതും ആരാധിക്കാൻ തുടങ്ങിയതും. തങ്ങളുടെ അതിജീവനശ്രമങ്ങളിലാണ് വനാന്ത രങ്ങളിലെ ഗുഹാമുഖങ്ങളിലും മരപ്പൊത്തുകളിലും കഴിഞ്ഞ പ്രാചീനമ നുഷ്യർ പുലിത്തോലുടുത്ത് പാമ്പുകളെ ആഭരണമാക്കിയ പരമശിവ നെയും ശിവലിംഗത്തെയും സൃഷ്ടിച്ചതും ആരാധിക്കാൻ തുടങ്ങിയതും.

പുലിപ്പുറത്ത് സവാരി ചെയ്യുന്ന അയ്യപ്പനും ഈയൊരു പ്രാചീനഘട്ട ത്തിലെ ഗണഗോത്ര സമൂഹങ്ങളുടെ മന്ത്രവാദപരമായ അതിജീവനശ്രമ ങ്ങളുടെ സൃഷ്ടിയാണ്. അയ്യപ്പനെക്കുറിച്ചുള്ള ചരിത്രവും ഐതിഹ്യ ങ്ങളും അനവധിയാണ്. വിശ്വഹിന്ദുപരിഷത്തിനുവേണ്ടി എൻ.കൃഷ്ണ മൂർത്തി എഴുതി തയ്യാറാക്കിയ *ശ്രീ അയ്യപ്പൻ* എന്ന ഗ്രന്ഥം അയ്യപ്പനെ ക്കുറിച്ചുള്ള ഹരിഹരപുത്രസങ്കൽപമാണ് പ്രതിപാദിക്കുന്നത്. കേരള ത്തിലെ ക്ഷേത്രങ്ങളുടെ ഐതിഹ്യങ്ങൾ പ്രധാനമായും വിശദീകരിക്കുന്ന കൊട്ടാരത്തിൽ ശങ്കുണ്ണിയുടെ ഐതിഹ്യമാലയിലും വെട്ടംമണിയുടെ പുരാ ണിക്എൻസൈക്ലോപീഡിയയിലുമൊക്കെ വ്യത്യസ്ത വ്യാഖ്യാനങ്ങളോ ടെയാണ് അയ്യപ്പ കഥ പ്രതിപാദിക്കുന്നത്. എ ശ്രീധരമേനോന്റെ കേരളചരി ത്രം ഉൾപ്പെടെയുള്ള പലചരിത്രഗന്ഥങ്ങളും ശബരിമലയിലെ വിഗ്രഹം ശാസ്താവിന്റേതാണെന്നും ബുദ്ധന്റേതാണെന്നും നിരീക്ഷണങ്ങളുണ്ട്. ധർമ്മശാസ്താവ് എന്നത് ബുദ്ധനെ സൂചിപ്പിക്കുന്നതാണെന്ന അഭിപ്രാ യവും പ്രബലമാണ്. അതവിടെ നിൽക്കട്ടെ അക്കാര്യങ്ങളുടെ വിശദാംശ ങ്ങളിലേക്ക് ഇവിടെ കടക്കുന്നില്ല.

ഹിന്ദുമതമെന്ന് വിവക്ഷിക്കുന്ന മതവും അതിന്റെ ഭാഗമായി ആചരി ക്കുന്ന മതവിശ്വാസങ്ങളും മുപ്പത് മുക്കോടി ദൈവങ്ങളും ജന്മമെടുത്തത് പ്രാചീനമായൊരു ചരിത്രകാലഘട്ടത്തിലാണെന്നകാര്യം ഇന്ത്യയുടെ പ്രാചീന സംസ്കൃതിയെ സംബന്ധിച്ച പഠനങ്ങളെല്ലാം സമർത്ഥിക്കു ന്നുണ്ട്. ദേബിപ്രസാദ്ചതോപാധ്യായയും കെ ദാമോദരനും ആർ എസ് ശർമയും റൊമീലഥാപ്പറുമെല്ലാം ഇന്ത്യയുടെ പൗരാണിക സംസ്കാരത്തെ സംബന്ധിച്ച പഠനങ്ങളിലൂടെ ഇന്ത്യക്കാരുടെ ദൈവസങ്കൽപങ്ങളെയും മിത്തുകളെയും വിശദീകരിച്ചിട്ടുണ്ട്. ഡി ഡി കൊസാംബി ഇന്ത്യൻ മിത്തു കളെയും ദൈവങ്ങളെയും അവ രൂപംകൊണ്ട ചരിത്രപശ്ചാത്തലത്തിൽ നിന്ന് അപഗ്രഥിക്കുകയാണ് 'മിത്തും യാഥാർത്ഥ്യവു'മെന്ന വിഖ്യാതകൃ തിയിലൂടെ ചെയ്തത്.

എല്ലാവിധ മതവിശ്വാസങ്ങളുടെയും ദൈവാരാധനയുടെയും വേരു കൾ ആഴ്ന്നുകിടക്കുന്നത് പ്രാകൃതമായ യുഗങ്ങളിലാണ്. ദൈവരാധന യുടെയും അതിന്റെ ഭാഗമായ അന്ധവിശ്വാസങ്ങളുടെയും ഉത്ഭവമെന്നത്

പ്രാകൃതമായ മനുഷ്യബോധങ്ങളിൽ നിന്നാണെന്നാണ് മാർക്സ് എഴുതിയിട്ടുള്ളത്. അതായത് മനുഷ്യർക്ക് സ്വന്തം പ്രകൃതിയെക്കുറിച്ചും ചുറ്റുമുള്ള ബാഹ്യപ്രകൃതിയെക്കുറിച്ചും ഉണ്ടായിരുന്ന തെറ്റായ ബോധത്തിൽ നിന്നാണ് മതവിശ്വാസങ്ങളും ദൈവങ്ങളുമെല്ലാം ഉത്ഭവിച്ചതെന്നാണ് ചരിത്രപരമായ ഭൗതികവാദം പഠിപ്പിക്കുന്നത്. പ്രാകൃതമായ മനുഷ്യബോധത്തിൽ നിന്നാണ് ദൈവവും മതവുമെല്ലാം ജന്മമെടുത്തതെന്ന മാർക്സിന്റെ എംഗൽസിന്റെയും നിരീക്ഷണത്തെ വിശദീകരിച്ചാൽ; ബാഹ്യപ്രകൃതിയിലെ വിവിധ പ്രതിഭാസങ്ങളെ ദൈവങ്ങളാക്കി സങ്കൽപിച്ച് അവയെ പൂജിക്കുകയും അതിനുള്ള പ്രാർത്ഥനയും നിവേദ്യവും മന്ത്രോച്ചാരണവും നടത്തിയാൽ അവയെയെല്ലാം നിയന്ത്രിക്കാനും കീഴടക്കാനും കഴിയുമെന്ന വിശ്വാസമാണ് ദൈവാരാധനയുടെ പിറകിൽ പ്രവർത്തിക്കുന്നതെന്നുകാണാം.

മനുഷ്യരുടെ ജൈവ-സാമൂഹ്യ പരിണാമമെന്നത് ഏതാണ്ട് പത്ത് ലക്ഷത്തിലേറെ വർഷങ്ങളുടെ ചരിത്രമുള്ളതാണ്. പീക്കിംഗ്മനുഷ്യനും ജാവയിലെ കുരങ്ങ് മനുഷ്യനും ഹീഡൽബർഗ് മനുഷ്യനും നിയോണ്ടർതാൽ മനുഷ്യനും കടന്ന് ക്രോമാഗ്നെൺ- ഹോമോസാപിയൻസിലേക്കുള്ള മനുഷ്യനെന്ന ജീവിയുടെ പരിണാമചരിത്രം സാമൂഹ്യജീവിതത്തിന്റേതുകൂടിയാണ്. ലക്ഷക്കണക്കിന് വർഷങ്ങളുടെ ചരിത്രമുള്ള മനുഷ്യവംശം മതവും ആചാരങ്ങളും രൂപപ്പെടുത്തിയത് ഏതാണ്ട് 35,000 വർഷം മുമ്പാകാം. ഈ ഭൂമുഖത്ത് പ്രതികൂല പ്രകൃതി പ്രതിഭാസങ്ങളെ അതിജീവിക്കാനുള്ള ആത്മധൈര്യത്തിന്റെ വഴികളെന്ന നിലയിലാണ് മതവും ദൈവാരാധനയും മനുഷ്യന് സ്വീകരിക്കേണ്ടിവന്നത്. പ്രതികൂലമായ അനവധിയായ പ്രകൃതിപ്രതിഭാസങ്ങളെ അതിജീവിക്കാൻ മനുഷ്യാതീതമായ ഏതോ ദിവ്യശക്തിയുടെ സംരക്ഷണമാഗ്രഹിച്ച മനുഷ്യരാണ് ദൈവത്തെ സൃഷ്ടിച്ചത്. അത്യന്തം വിദ്വേഷത്തോടെ തങ്ങളെ നശിപ്പിക്കാൻ വരുന്ന വന്യമൃഗങ്ങളെയും കൊടുങ്കാറ്റിനെയും ഹിമപാതത്തെയും രോഗത്തെയും മരണത്തെയും പ്രതിരോധിക്കാനും അതിജീവിക്കാനുമുള്ള മന്ത്രവാദപരമായ യത്നങ്ങളിലാണ് ആരാധനയും അനുഷ്ഠാനങ്ങളുമെല്ലാം ആവിഷ്കൃതമായത്. പ്രതീകങ്ങളിലൂടെയുള്ള വിശ്വാസവും ഒരുതരം പ്രതീകാത്മകമായ ഭക്തിയും അതിന്റെ സാക്ഷാത്കാരരൂപങ്ങളായ ആചാരങ്ങളുമെല്ലാം പ്രാചീന ഗണഗോത്ര ജീവിതത്തിന്റെ സൃഷ്ടികളാണ്.

മനുഷ്യരുടെ ഗണഗോത്രകാലമെന്നത് തങ്ങളുടെ ശരീരത്തിന്റെ ഘടനയെക്കുറിച്ചോ ജീവിനെപ്പറ്റിയോ തലച്ചോറ്, ചിന്ത, മനസ്സ് എന്നിവയെപ്പെറ്റിയൊന്നും ഒരറിവുമില്ലാതിരുന്ന പ്രാകൃതയുഗമായിരുന്നു. ഒന്നിനെപ്പറ്റിയും യുക്തിപൂർവം ചിന്തിക്കാനോ വിശദീകരിക്കാനോ കഴിയാത്ത മനുഷ്യർക്ക് ദൈവചിന്തയും മതാരാധനയും നാനാവിധമായ പ്രകൃതിപ്രതിഭാസങ്ങളെ ഇച്ഛാശക്തിയോടെ നേരിടുന്നതിന് കരുത്ത് നൽകിയിരിക്കണം. പ്രതികൂലതകളെയും വിഘ്നങ്ങളെയും നേരിട്ട് ഭൂമുഖത്ത് ജീവിക്കാനുള്ള ആത്മവിശ്വാസം നൽകിയിരിക്കണം. അതുകൊണ്ടാണ് മാർക്സ്

'ഡമോക്ലിറ്റസിന്റെയും എപികൃൂറസിന്റെയും പ്രകൃതിവാദങ്ങളുടെ അന്തര'ത്തെപ്പറ്റിയുള്ള തന്റെ ഗവേഷണപ്രബന്ധത്തിൽ മതവും ദൈവവുമെല്ലാം ഭൂമിയിൽ സാമൂഹ്യജീവിതത്തിന്റെ ആദ്യചുവടുകൾവെച്ചുതുടങ്ങിയ മനുഷ്യന്റെ ആദ്യകാലദർശനങ്ങളിൽ പ്രധാനമാണെന്ന് നിരീക്ഷിക്കുന്നത്.

മരണാനന്തര ജീവിതത്തെയും ആത്മാവിനെയും സംബന്ധിച്ച ധാരണകളിലേക്ക് മനുഷ്യർ എത്തിച്ചേരുന്നത് തെറ്റായ പ്രകൃതിബോധത്തിൽ നിന്നാണ്. തങ്ങളുടെ ശരീരത്തിൽനിന്ന് വേറിട്ട് ആത്മാവുണ്ടെന്ന ബോധത്തിന്റെ അടിസ്ഥാനമെന്താണ്? തങ്ങളുടെ പ്രിയപ്പെട്ടവർ മരിക്കുമ്പോൾ 'ഊർധ്വശ്വാസം'-പ്രാണൻ പുറത്തുപോകുന്നത് അവർ നിസ്സഹായരായി നോക്കിനിൽക്കേണ്ടിവരുന്നു. പ്രിയപ്പെട്ടവരുടെ മരണം ഒരിക്കലും സംഭവിക്കരുതെന്ന് ആഗ്രഹിക്കുന്നവർ മരണമെന്ന നശ്വരതയെ അതിജീവിക്കാനാണ് മരണാനന്തരജീവിതത്തെയും ആത്മാവിനെയും കുറിച്ചുള്ള മിഥ്യാധാരണകൾ രൂപപ്പെടുത്തിയത്. ജീവന്റെ അവസാന സ്പന്ദനമായ ഊർധ്വശ്വാസത്തെ, പ്രാണനെയാണ് അവർ ശരീരം വിട്ട് പറന്നുപോകുന്ന ആത്മാവായി കരുതിയത്. വിശ്വസിച്ചത്. ശരീരം വിട്ട ആത്മാവിന്റെ അനശ്വരതയെക്കുറിച്ചാണ് മരണാനന്തര ജീവിതചിന്തകൾ പ്രതിപാദിക്കുന്നത്.

മരണത്തെയും പാരത്രികജീവിതത്തെയും സംബന്ധിച്ച ഒട്ടുമിക്ക മതങ്ങളുടെയും ദർശനങ്ങൾ 'ആത്മാവി'നെ കേന്ദ്രീകരിച്ചാണ് വികസിപ്പിച്ചെടുത്തിട്ടുള്ളത്. ശരീരം വിട്ട ആത്മാവിന്റെ അനശ്വരതയെക്കുറിച്ചാണ് മരണാനന്തര ചിന്തകൾ പ്രധാനമായും പ്രതിപാദിക്കുന്നത്. ഒരാൾ മരിക്കുകയെന്നത് ആത്മാവ് പുറത്തുപോകുന്നതിലൂടെ ശരീരം ജഡമായി പരിണമിക്കുന്ന അവസ്ഥയാണെന്നാണ് ആത്മീയവാദികൾ കരുതുന്നത്. ആത്മാവിന് മരണമില്ല. എല്ലാ മതങ്ങളും ആത്മീയദർശനങ്ങളും ഇതാണ് ഉദ്ഘോഷിച്ചുകൊണ്ടിരിക്കുന്നത്. എല്ലാതരത്തിലുമുള്ള ആത്മീയവാദത്തിന്റെ ആശയപരമായ വേരുകൾ ഈ പ്രാകൃത ചിന്തയിലാണ് ആഴ്ന്നുകിടക്കുന്നത്.

ആത്മാവിന് മരണമില്ലെന്നും ശരീരം മാത്രമാണ് നശ്വരമാണെന്നുമുള്ള വിശ്വാസം പ്രാചീന മനുഷ്യർക്ക് സ്വാസ്ഥ്യം നൽകിയില്ല എന്നതാണ് വസ്തുത. ശരീരം നശിച്ചാൽ പ്രിയപ്പെട്ടവരുടെ ആത്മാവ് ജീവിച്ചിരിക്കുന്നുണ്ടല്ലോ എന്ന ആശ്വാസമാണ് അവർ ആഗ്രഹിച്ചതെങ്കിൽ അതവരെ മറ്റൊരുതരത്തിൽ അങ്ങേയറ്റം ഭയവിഹ്വലരാക്കുകയാണ് ചെയ്തത്. മരിച്ചുപോയ പ്രിയപ്പെട്ടവരുടെയും ബന്ധുക്കളുടെയും പ്രേതങ്ങൾ ജീവിച്ചിരിക്കുന്നവരുടെ ഉറക്കത്തിലും ഉണർവ്വിലും പേടിസ്വപ്നമെന്നപോലെ പ്രത്യക്ഷപ്പെടുകയും പീഡിപ്പിക്കുകയും ചെയ്യുന്നു. മരണാനന്തരവും പൂർവികരുടെ ആത്മാക്കൾ ജീവിച്ചിരിക്കുവരുടെ മുമ്പിൽ അദൃശ്യസാന്നിധ്യമായി അവരെ വിടാതെ പിന്തുടരുന്നതായി അനുഭവപ്പെട്ടു.

സംഘടിതമതങ്ങളുടെ ആവിർഭാവത്തോടെയാണ് അനാഥമായി പാറിപ്പറന്നുനടക്കുന്ന ആത്മാക്കൾ മനുഷ്യരിൽ സൃഷ്ടിച്ച വിഹ്വലതകൾക്കും ഭയത്തിനും പരിഹാരമുണ്ടാക്കാനുള്ള നീക്കങ്ങളുണ്ടായത്. മരണാനന്തര

ജീവിതത്തെ സ്വർഗനരക സങ്കൽപങ്ങളുമായി ചേർത്ത് അവതരിപ്പിച്ച സംഘടിത മതങ്ങൾ പാപപുണ്യ കൽപനകളിലൂടെ ഇഹലോകത്തെ മനുഷ്യന്റെ വിഹ്വലതകൾക്ക് പരിഹാരം തേടി. സംഘടിത മതങ്ങളെല്ലാം ആവശ്യമുള്ളതിനേക്കാൾ കൂടുതൽ ഉൽപാദിപ്പിക്കാൻ കഴിയുന്ന സാമൂഹ്യസാഹചര്യത്തിന്റെ സൃഷ്ടികൂടിയായിരുന്നു. മിച്ചോൽപാദനം സംരക്ഷിക്കാനും കയ്യടക്കാനുമുള്ള ശ്രമങ്ങളിലാണ് ഭരണകൂട സംവിധാനങ്ങളും അതിന്റെ പ്രത്യയശാസ്ത്രകാരന്മാരായ പുരോഹിതവർഗങ്ങളുമെല്ലാം ജന്മമെടുക്കുന്നത്. നിലവിലുള്ള വ്യവസ്ഥയെ സാധൂകരിക്കുകയും ശാശ്വതീകരിക്കുകയും ചെയ്യുകയെന്നതാണ് മതപൗരോഹിത്യത്തിന്റെ പ്രത്യയശാസ്ത്ര ധർമ്മം. ആരാധനകൾക്ക് നേതൃത്വം കൊടുക്കുന്ന പുരോഹിതന്മാരും സ്വത്തുടമസ്ഥവർഗങ്ങളും അവരെ തീറ്റിപ്പോറ്റാൻ നിർബന്ധിതമാകുന്ന അധ്വാനിക്കുന്ന വർഗങ്ങളും അതിനെയെല്ലാം നിയന്ത്രിക്കുന്ന ഭരണസംവിധാനങ്ങളും രൂപപ്പെടുന്ന ചരിത്രഘട്ടമിതാണ്.

എല്ലാവിധ തെളിവുകളെയും യുക്തിയെയും നിരസിക്കുന്ന അബദ്ധപൂർണമായ ആചാരവിശ്വാസങ്ങളെയാണ് ദുരാചാരങ്ങളെന്നും അന്ധവിശ്വാസങ്ങളെന്നും വിളിക്കുന്നത്. ഈ പ്രപഞ്ചത്തെയും മനുഷ്യജീവിതത്തെയും നിയന്ത്രിക്കുന്നത് ആകസ്മിക സംഭവങ്ങളോ അസ്ഥിരബുദ്ധിയോ ആണെന്ന് ശാസ്ത്രവിരോധികളായ മതപ്രചാരകന്മാർ നിരന്തരമായി പ്രചരിപ്പിച്ചുകൊണ്ടിരിക്കുന്നുണ്ട്. കാരണവും കാര്യവും തമ്മിലുള്ള പരസ്പരബന്ധത്തെ ചിന്തയും അസ്ഥിത്വവും തമ്മിലുള്ള അനിഷേധ്യമായ പാരസ്പര്യത്തെ അവഗണിച്ചുകൊണ്ടാണ് എല്ലാവിധ വിശ്വാസ ആചാരങ്ങളും നിലനിൽക്കുന്നത്. മഹാത്ഭുതങ്ങളിലും മന്ത്രവാദങ്ങളിലും ആഭിചാരക്രിയകളിലും സ്വപ്നങ്ങളിലും പ്രവചനസാധ്യതകളിലും വിശ്വാസമർപ്പിക്കുവാൻ നിരന്തരമായി ജനങ്ങളെ പ്രേരിപ്പിക്കുകയാണ് വ്യവസ്ഥയുടെ സംരക്ഷകർ എന്നും ചെയ്തുപോന്നത്.

പ്രകൃത്യാതീതമായ ശക്തിയെക്കുറിച്ചുള്ള ദിവ്യാത്ഭുതകഥകളിലൂടെയാണ് തലമുറകളെ അത് സ്വാധീനിക്കുന്നത്. വിജ്ഞാനവിരുദ്ധമായ ചിന്താഗതികളും വിശ്വാസഭ്രാന്തും വ്യർത്ഥമോഹങ്ങളും പുനരുദ്പാദിപ്പിച്ചുകെണ്ടാണ് തെറ്റായ ആചാരസമ്പ്രദായങ്ങളെ നിലനിർത്തിപ്പോരുന്നത്. ഈശ്വരഭയം സൃഷ്ടിച്ച് ആചാരങ്ങളെ അലംഘനീയങ്ങളായ വ്യവസ്ഥകളാക്കി മാറ്റുകയാണ് എല്ലാ മതയാഥാസ്ഥിതികരും ചെയ്തുപോരുന്നത്. എല്ലാവിധ മാറ്റങ്ങൾക്കും പുരോഗതിയിലേക്കുള്ള മനുഷ്യപ്രയാണങ്ങൾക്ക് തടസ്സം സൃഷ്ടിച്ചുകൊണ്ടാണ് മത ആചാരങ്ങളെന്നപേരിൽ എല്ലാവിധ അനാചാരങ്ങളെയും നിലനിർത്താൻ യാഥാസ്ഥിതികശക്തികൾ ശ്രമിക്കുന്നത്. കേരളത്തിന്റെയും ഇന്ത്യയുടെയും സാമൂഹ്യ രാഷ്ട്രീയചരിത്രം തന്നെ ഇത് വ്യക്തമാക്കിത്തരുന്നുണ്ട്. പാരമ്പര്യത്തെയും ആചാരത്തെയും മുറുകെപ്പിടിച്ച യാഥാസ്ഥിതിക ശക്തികളെ ചോദ്യംചെയ്തും എതിർത്തുമാണ് സാമൂഹ്യപുരോഗതിയിലേക്ക് ഇന്ത്യൻ സമൂഹവും കേരളീയസമൂഹവും നടന്നടുത്തത്. ആചാരങ്ങളും വിശ്വാസങ്ങളും കാലാനുസൃതമായ മാറ്റ

ങ്ങൾക്ക് വിധേയമാണെന്നതാണ് ചരിത്രം പഠിപ്പിക്കുന്നത്.

ആധുനികതയുടേതായ എല്ലാ മൂല്യങ്ങളെയും ശുദ്ധാശുദ്ധങ്ങളുടേതായ ധർമ്മശാസ്ത്രത്തിന്റെപേരിൽ അകറ്റിനിർത്താനും തള്ളിക്കളയാനും നിർബന്ധിച്ചുകൊണ്ടിരുന്ന ബ്രാഹ്മണ മതാധികാരത്തോടേറ്റുമുട്ടിയാണ് ഇന്ത്യൻ നവോത്ഥാനം മുന്നോട്ടുപോയത്. ഇന്ത്യൻ നവോത്ഥാനത്തിന്റെ പിതാവെന്ന് വിശേഷിപ്പിക്കുന്ന രാജാറാം മോഹൻറോയ് സതിക്കും ശൈശവവിവാഹത്തിനും എതിരെ രംഗത്തുവന്നപ്പോൾ ആചാരവിശ്വാസസംരക്ഷണത്തിന്റെ പേരിലാണ് യാഥാസ്ഥിതികർ അദ്ദേഹത്തിനെതിരെ ഉറഞ്ഞുതുള്ളിയത്. കേരളത്തിൽ ശ്രീനാരായണഗുരുവിനും ചട്ടമ്പിസ്വാമികൾക്കും അയ്യങ്കാളിക്കും ഇതേ അനുഭവമാണുണ്ടായത്. കേരളീയ നവോത്ഥാനത്തിന്റെ ആദ്യപഥികനായ വൈകുണ്ഠസ്വാമികൾക്കും മേൽജാതി മേധാവിത്വശക്തികളിൽനിന്നും ക്രൂരമായ എതിർപ്പുകൾ ഏറ്റുവാങ്ങേണ്ടി വന്നിട്ടുണ്ട്.

നവോത്ഥാന മുന്നേറ്റങ്ങളുടെ ഭാഗമായിട്ടാണ് 1829 ൽ സതി നിരോധനം നിലവിൽ വന്നത്. അന്ന് വിശ്വാസാചാരസംരക്ഷണത്തിന്റെ പേരിൽ ബ്രാഹ്മണപ്രമാണിമാർ വിളിച്ചുപറഞ്ഞത് സതി നിരോധിച്ചാലും ഞങ്ങളുടെ കുടുംബത്തിലെ സ്ത്രീകളെ നിർബന്ധിച്ച് രഹസ്യമായെങ്കിലും സതി അനുഷ്ഠിപ്പിക്കും എന്നാണ്. പാരമ്പര്യ സംരക്ഷണത്തിന്റെ പേരിലാണ് ബ്രാഹ്മണയാഥാസ്ഥിതികർ സതിക്കുവേണ്ടി മുറവിളി കൂട്ടിയതെന്ന കാര്യം ശബരിമല സ്ത്രീപ്രവേശനത്തിനെതിരെ തെരുവിലിറങ്ങിയിരിക്കുന്ന എല്ലാവരും മനസ്സിലാക്കുന്നതും നല്ലതാണ്. 1884 ലാണ് ഇന്ത്യയിൽ അടിമത്വം നിരോധിക്കുന്നത്. അന്നും സവർണബ്രാഹ്മണ സമൂഹം ജാതി അടിമത്വം സവർണരുടെ അവകാശമാണ് ഞങ്ങളത് നിലനിർത്തുമെന്ന് വീമ്പുപറഞ്ഞിട്ടുണ്ട്.

1856 ൽ വിധവാ പുനർവിവാഹബിൽ നിയമമായി പാസാക്കിയപ്പോൾ സവർണജാതി കോമരങ്ങൾ വിധവകൾ വിവാഹിതരാകുന്നതിനെ തടയുമെന്നാണ് ഭീഷണിമുഴക്കിയത്. വിധവകൾ തലമൊട്ടയടിക്കണം വെള്ള വസ്ത്രം ധരിച്ച് വീട്ടിലിരിക്കണമെന്നാണ് രാഹുൽ ഈശ്വറിന്റെ പൂർവ്വികർ കൽപിച്ചത്. വിധവകളായ ബ്രാഹ്മണ സ്ത്രീകളുടെ ജീവിതം ചിത്രീകരിക്കുന്ന *ഫയർ* എന്ന സിനിമക്കെതിരെ സമീപകാലത്താണല്ലോ സംഘപരിവാർ ശക്തികൾ എതിർപ്പുമായി രംഗത്തുവന്നത്. 1859 ൽ ചാന്നാർ സ്ത്രീകൾക്ക് മാറുമറയ്ക്കാനുള്ള അവകാശം നൽകിയപ്പോൾ സവർണ ജാതിശക്തികൾ മാറുമറച്ച് സ്ത്രീകൾ തെരുവിലിറങ്ങിയാൽ ബ്ലൗസ് വലിച്ചുകീറുമെന്നും മേൽവസ്ത്രം ധരിച്ച ചാന്നാർ സ്ത്രീകളെ തെരുവിൽ നടക്കാൻ അനുവദിക്കില്ലെന്നും ഭീഷണിമുഴക്കി.

ഇന്നിപ്പോൾ ശബരിമലയിൽ പോകുന്ന സ്ത്രീകളെ തടയുമെന്നും ജഡങ്ങൾ വീഴുമെന്നും വീമ്പിളക്കുന്ന ആർ എസ് എസ് - ബി ജെ പി നേതാക്കൾ ചരിത്രം തോൽപിച്ച സ്ത്രീവിരുദ്ധമായ ജാതിമേധാവിത്വബോധത്തിന്റെ പിന്തുടർച്ചക്കാരാണ്. 1891 ൽ ശിശുവിവാഹനിയന്ത്രണനിയമം

വന്നപ്പോൾ ആചാരസംരക്ഷണം പറഞ്ഞാണ് സവർണജാതിക്കാർ രംഗത്തിറങ്ങിയത്. വിവാഹപ്രായം 12 ആക്കിക്കൊണ്ടുള്ള എയ്ജ് ഓഫ് കൺസന്റ് ബില്ലിനെ എതിർത്തത് പരമ്പരാഗത ആചാരങ്ങൾ മാറ്റാൻ പാടില്ലെന്ന വാദം ഉയർത്തിയാണ്. ഞങ്ങളുടെ പെൺകുട്ടികളുടെ വിവാഹകാര്യത്തിൽ ഇടപെടാൻ സർക്കാരിനെന്തവകാശമെന്നാണ് സവർണജാതിഹിന്ദുക്കൾ ചോദിച്ചത്.

1936 ൽ ക്ഷേത്രപ്രവേശനവിളംബരമുണ്ടായപ്പോൾ ദളിത് പിന്നോക്കസമൂഹങ്ങൾക്ക് ക്ഷേത്രത്തിൽ പ്രവേശിക്കാൻ ആചാരപരമായി അവകാശമില്ലെന്ന് വാദിച്ചവരാണ് സവർണജാതിശക്തികൾ. ജാതി സമ്പ്രദായം നൂറ്റാണ്ടുകളായി നിലനിൽക്കുന്നതാണെന്നും അവർണർ ക്ഷേത്രത്തിൽ കയറുന്നതും ക്ഷേത്രവഴികളിലൂടെ നടക്കുന്നതും എതിർക്കുമെന്ന് പ്രഖ്യാപിച്ചവരുടെ പിന്തുടർച്ചക്കാരാണിന്ന് സ്ത്രീകളുടെ ക്ഷേത്രപ്രവേശനത്തെ എതിർക്കുന്നതെന്ന് കാര്യം ചരിത്രബോധമുള്ള എല്ലാവർക്കും തിരിച്ചറിയാനാവും. 1924 ലാണ് ഇന്ത്യൻ നാഷണൽ കോൺഗ്രസിന്റെ തീരുമാനമനുസരിച്ചാണ് വൈക്കം സത്യഗ്രഹം ആരംഭിക്കുന്നത്. 1923 ൽ നടന്ന കാക്കിനഡ എ ഐ സി സി സമ്മേളനത്തിലാണ് അയിത്തവിരുദ്ധ പ്രക്ഷോഭങ്ങൾക്ക് കോൺഗ്രസ് മൂർത്തരൂപം നൽകുന്നത്. വൈക്കം ക്ഷേത്രത്തിന്റെ ചുറ്റുമുള്ള വഴികളിൽ എല്ലാവർക്കും ജാതിഭേദമെന്യേ യാത്രചെയ്യാൻ അനുവദിക്കണമെന്നായിരുന്നു വൈക്കം സത്യഗ്രഹത്തിന്റെ ആവശ്യം.

1925 മാർച്ച് 10 നാണ് ഗാന്ധിജി വൈക്കം സത്യഗ്രഹപ്പന്തലിലെത്തുന്നത്. അധഃസ്ഥിത ജാതി വിഭാഗങ്ങളുടെ ക്ഷേത്രപ്രവേശനത്തെ എതിർത്ത യാഥാസ്ഥിതിക പക്ഷത്തിന്റെ നേതാവായ ഇണ്ടംതുരുത്തി നീലകണ്ഠൻ നമ്പൂതിരിയെ ഗാന്ധിജി മനയിൽചെന്ന് നേരിട്ട് കാണുകയുണ്ടായി. മനയിൽ തന്നെ കാണാനും ചർച്ചനടത്താനും വന്ന ഗാന്ധിജിയെ നമ്പൂതിരി വരാന്തയ്ക്കപ്പുറം പ്രവേശിപ്പിക്കാൻ തയ്യാറായില്ല. ഗാന്ധിജിയും നമ്പൂതിരിയും പുറത്തും അകത്തും ഇരുന്നാണ് ചർച്ചനടത്തിയത്. അധഃസ്ഥിതരുടെ വഴിനടക്കാനുള്ള ആവശ്യം അനുവദിക്കണമെന്ന് അഭ്യർത്ഥിച്ച ഗാന്ധിജിയോട് നമ്പൂതിരി പറഞ്ഞത് ഇത് വിശ്വാസത്തിന്റെയും ആചാരത്തിന്റെയും പ്രശ്നമാണെന്നാണ്. പാരമ്പര്യമായി തുടർന്നുവരുന്ന ആചാരത്തിന്റെ പ്രശ്നമാണെന്നാണ്. ഹിന്ദു ധർമ്മസംഹിതകൾ അയിത്തജാതിക്കാരെ നീചജന്മങ്ങളായിട്ടാണ് കാണുന്നതെന്ന് മുൻജന്മപാപകർമ്മങ്ങളുടെ ഫലമാണ് അവരുടെ അയിത്തജാതിയിലെ പുനർജന്മമെന്നുമായിരുന്നു ഇണ്ടംതുരുത്തി വാദിച്ചത്. സനാതന ഹിന്ദുവായ ഗാന്ധിജി നീലകണ്ഠൻ നമ്പൂതിരിയെ വിനയപൂർവം ഓർമ്മിപ്പിച്ചത് ആചാരവും വിശ്വാസവുമെല്ലാം പ്രധാനമാണെന്നിരിക്കിലും അതിനപ്പുറം മനുഷ്യനീതിയെന്നൊന്നില്ലേ എന്നാണ്. മനുഷ്യനീതിയെ കാണാത്ത വിശ്വാസവും ആചാരവും ദൈവനീതിക്ക് നിരക്കുന്നതാണോയെന്ന ഗാന്ധിജിയുടെ പ്രസക്തമായ ചോദ്യത്തിന് ഇന്ന് കേരളത്തിലെ കോൺഗ്രസ് നേതാക്കൾകൂടി ഉത്തരം പറയേണ്ടതുണ്ട്.

1947 ൽ ദേവദാസി സമ്പ്രദായം നിരോധിക്കുന്ന നിയമം വന്നപ്പോൾ ദേവദാസികൾ ക്ഷേത്രാചാരത്തിന്റെ ഭാഗമാണെന്നാണ് ഹിന്ദുത്വവാദികൾ വാദിച്ചത്. ദേവദാസികൾ ദേവിയുടെ ദാസിമാരാണ് അത് നൂറ്റാണ്ടുകളായി തുടരുന്ന ക്ഷേത്രാചാരമാണെന്ന് പറഞ്ഞാണ് ആക്ടിനെതിരെ സവർണ ജാതിക്കാർ എതിർപ്പ് പ്രകടിപ്പിച്ചത്. അയിത്തത്തെയും ജാതീയ ഉച്ചനീചത്വങ്ങളെയും ക്രിമിനൽകുറ്റമാക്കി ഇന്ത്യൻ ഭരണഘടന അംഗീകരിച്ചപ്പോൾ ആർ എസ് എസ് ഭരണഘടനക്കെതിരെ പരസ്യമായി രംഗത്തുവന്നു. ഇന്ത്യൻ ഭരണഘടന ഭാരതീയപാരമ്പര്യത്തേയോ സംസ്കാരത്തേയോ പരിഗണിക്കാത്തതാണെന്നും അയിത്താചരണം ജാതിവ്യവസ്ഥയുടെ അടിസ്ഥാനമാണെന്നും അത് നിർത്തലാക്കാൻ പാടില്ലെന്നുമുള്ള നിലപാടായിരുന്നു ഹിന്ദുത്വവാദികൾക്കുണ്ടായിരുന്നത്. മനുസ്മൃതിയെ അവലംബമാക്കാത്ത ഭരണഘടനയെ അംഗീകരിക്കാനാവില്ലെന്ന നിലപാടാണ് ആർ എസ് എസിന്റെ മുഖപത്രമായ ഓർഗനൈസർ ലജ്ജയില്ലാതെ പ്രഖ്യാപിച്ചത്.

1955 ൽ ഹിന്ദു മാരേജ് ആക്ട് പാർലമെന്റ് അംഗീകരിച്ചപ്പോൾ കുലസ്ത്രീകൾക്ക് ഞങ്ങളുടെ വീട്ടിലെ സ്വത്തവകാശമോ വിവാഹമോചനത്തിനുള്ള അവകാശമോ വേണ്ടെന്ന നിലപാടായിരുന്നു സവർണജാതി സമൂഹങ്ങൾക്കുണ്ടായിരുന്നത്. ഭാരതീയവിവാഹത്തിൽ ജീവിതകാലം മുഴുവൻ സ്ത്രീ ഭർത്താവിനെ ആശ്രയിച്ച് കഴിയണം അതാണ് പോലും കുലസ്ത്രീകളുടെ കടമയും മഹിമയും. 1960 ൽ ക്ഷേത്രങ്ങളിലെ മൃഗബലി നിരോധിച്ചപ്പോൾ പ്രാചീന ഭാരതത്തിലെ യാഗങ്ങളിലെല്ലാം മൃഗബലി അനുവദനീയമായിരുന്നെന്നും അത് ആചാരത്തിന്റെ ഭാഗമാണെന്നുമാണ് ഹിന്ദുത്വവാദികൾ പറഞ്ഞത്.

ഇപ്പോൾ സുപ്രീംകോടതിവിധിക്കെതിരെ ഹിന്ദുത്വവാദികൾക്കൊപ്പം തെരുവിലിറങ്ങിയിരിക്കുന്നവരെ മുന്നിൽകണ്ടുകൊണ്ടാവണം 1893 ൽ തന്റെ ചിക്കാഗോ പ്രസംഗവേളയിൽ വിവേകാനന്ദൻ ഇങ്ങനെ പറഞ്ഞത്; 'വിഭാഗീയതയും മൂഢമായ കടുംപിടുത്തവും അതിന്റെ ഭീകരസന്തതിയായ മതഭ്രാന്തും കൂടി ഈ സുന്ദരഭൂമിയെ ദീർഘകാലമായി കയ്യടക്കിയിരിക്കുകയാണ്. അവ ഭൂമിയെ അക്രമംകൊണ്ട് നിറച്ചിരിക്കുന്നു. മനുഷ്യരക്തത്തിൽ പലവുരി കുതിർത്തിരിക്കുന്നു. സംസ്കാരത്തെ സംഹരിച്ചിരിക്കുന്നു. ജനതകളെ മുഴുവനോടെ നൈരാശ്യത്തിലേക്ക് തള്ളിവിടുകയും ചെയ്തിരിക്കുന്നു. '

മധ്യകാലിക ഫ്യൂഡൽ ആധിപത്യവുമായി ബന്ധപ്പെട്ട വികൃതവും വിചിത്രവുമായ ആചാര അനുഷ്ഠാനങ്ങളാണ് ഇന്ത്യയിൽ നിലനിന്നിരുന്നത്. ക്ഷേത്രങ്ങളിൽ ദേവദാസി സമ്പ്രദായവും വരുണദേവനെ പ്രീതിപ്പെടുത്താനുള്ള നഗ്നനൃത്തങ്ങളും പരമ്പരാഗതമായി ആചരിച്ചുപോന്നിരുന്നു. ചാതുർവർണ്യം കീഴ്ജാതി പുരുഷന്മാരെയും സ്ത്രീകളെയും പൊതുഇടങ്ങളിൽ അടുപ്പിച്ചിരുന്നില്ല. ഇതിനെല്ലാമെതിരെ ഉയർന്നുവന്ന നവോത്ഥാന ശ്രമങ്ങളെ ദൈവികമായ കല്പനകളുടെയും അലംഘനീയ

മായ നിർദ്ദേശങ്ങളുടെയും പേരുപറഞ്ഞാണ് ഹിന്ദുത്വ ബ്രാഹ്മണ്യം എതിർത്തത്. സതിപോലുള്ള ദുരാചാരങ്ങളെ ഇന്നും സംഘപരിവാർ ശക്തികൾ കൊണ്ടാടുകയാണല്ലോ. രാജസ്ഥാനിലെ ദേവരാലയിൽ രൂപ് കൺവർ എന്ന യുവതിയെ അവരുടെ ഭർത്താവായ വൃദ്ധബ്രാഹ്മണന്റെ ചിതയിലേക്ക് ബലം പ്രയോഗിച്ച് എടുത്തെറിഞ്ഞത് ഹിന്ദുത്വശക്തികളായിരുന്നല്ലോ. സതി അനുഷ്ഠിക്കാനുള്ള അവകാശത്തിനുവേണ്ടി പതിനായിരങ്ങളെയാണ് ദേവരാലയിൽ ഹിന്ദുത്വവാദികൾ രംഗത്തിറക്കിയത്! രൂപ്കൺവറെ സതീമാതാവായി ഇന്നും കൊണ്ടാടുന്നത് ഇവിടെ പെൺകുട്ടികൾ വഴിതെറ്റിപോകുന്നതിൽ വ്യാകുലരായിരിക്കുന്ന സംഘപരിവാറുകാരാണല്ലോ. വിധവകളെ ഭർത്താവിന്റെ ചിതയിലിട്ട് കൊല്ലുന്നത് അവർ വഴിതെറ്റിപോകാതിരിക്കാനാണ്. ഭാരതസ്ത്രീതൻ ഭാവശുദ്ധി ഇങ്ങനെയൊക്കെ കാത്തുപോരാനാണ് ഹിന്ദുത്വ സദാചാരവാദികൾ ശ്രമിക്കുന്നത്!

പ്രാചീനമായ എല്ലാ അശ്ലീലകരമായ ആചാരാനുഷ്ഠാനങ്ങളെയും പുനരാനയിക്കാൻ ഇറങ്ങിപ്പുറപ്പെട്ടിരിക്കുന്നവരാണ് ഇന്ന് സദാചാര പോലീസുകാരായി സാധാരണക്കാരുടെ സ്വതന്ത്രവും സ്വൈരവുമായ ജീവിതവ്യവഹാരങ്ങളെ വേട്ടയാടുന്നത്. പ്രണയിനികളെയും ആൺപെൺ സുഹൃത്തുക്കളെയും വേട്ടയാടാനായി ആന്റിറോമിയോ സ്കൂളുകൾ പടച്ചുവിടുകയാണ്. ഒറീസയിലെ സുപ്രസിദ്ധമായ പുരി ജഗന്നാഥക്ഷേത്രത്തിലെ ദേവദാസി സമ്പ്രദായം തിരിച്ചുകൊണ്ടുവരാൻ ഹിന്ദുത്വശക്തികൾ നടത്തിയ പരിഹാസ്യമായ ശ്രമം ഏറെ ചർച്ചചെയ്യപ്പെട്ടതാണ്. 1955 ൽ പുരി ക്ഷേത്രത്തിന്റെ ഭരണം സർക്കാർ ഏറ്റെടുത്തതോടെ പുതുതായി ദേവദാസികളെ സൃഷ്ടിക്കാൻ അനുവദിച്ചിരുന്നില്ല. ദേവദാസികൾ വൃദ്ധകളായി മരിക്കുകയോ ഒഴിഞ്ഞുപോകുകയോ ചെയ്ത സാഹചര്യത്തിലാണ് 1995 ൽ ഹിന്ദുത്വശക്തികൾ ദേവദാസികളെ നിയമിക്കാൻ ക്ഷേത്രഭരണകർത്താക്കൾ വഴി സമ്മർദ്ദം ചെലുത്തിയത്. 18 വർഷത്തിലൊരിക്കൽ നടക്കുന്ന 'നവകളേബര' എന്ന ചടങ്ങിന് ദേവദാസികൾ ആവശ്യമാണെന്നായിരുന്നു അവരുടെ വാദം. ആർ എസ് എസുകാർ പാടിപ്പുകഴ്ത്തുന്ന ഭാരതപാരമ്പര്യത്തിന്റെ അശ്ലീലകരമായൊരു ചരിത്രത്തെക്കുറിച്ചുള്ള ഓർമ്മപ്പെടുത്തൽകൂടിയായി ഈ വിവാദം.

ക്ഷേത്രത്തിന്റെ ഏറ്റവും വിശുദ്ധമായ ശ്രീകോവിലും മറ്റും നൃത്തം നടത്തുന്ന ദേവദാസികളെ 'ഭീതരഗയാനി' എന്നാണ് വിളിക്കുന്നത്. നാട്യമണ്ഡപത്തിലും മറ്റും നൃത്തം ചെയ്യുന്നവരെ സംപ്രദകളെന്നും. 1993ൽ ഭീതരഗയാനി വിഭാഗത്തിൽപെട്ട കോകിലപ്രഭ എന്ന ദേവദാസി സ്ത്രീയുടെ മരണത്തോടെ നവകളേബരമെന്ന ചടങ്ങ് ഇല്ലാതായിപ്പോകുമെന്നാണ് ഹിന്ദുത്വവാദികൾ ആശങ്കപ്പെട്ടത്. 1995 ൽ നടക്കേണ്ട നവകളേബരത്തിന് ശ്രീകോവിലിൽ നൃത്തം ചെയ്യുവാനായി ദേവദാസിയെ നിയമിക്കണമെന്നാണ് ഹിന്ദുത്വവാദികൾ ആവശ്യപ്പെട്ടത്. ഫ്യൂഡൽ നാടുവാഴിത്തകാലത്തെ അശ്ലീലകരമായൊരു അനുഷ്ഠാനത്തെ പുനരുജ്ജീവിപ്പിക്കാനാണ് ഇവർ മുന്നിട്ടിറങ്ങിയത്. പാതിരാത്രി അല്പവസ്ത്രധാരിണി

കളായി ഭഗവാന്റെ കിടപ്പറയിൽ അങ്ങേയറ്റം കാമോദ്ദീപകമായ അംഗചലനങ്ങളോടെ നൃത്തം നടത്തുന്ന ചടങ്ങാണ് നവകളേബര. യഥാർത്ഥത്തിൽ ഭഗവാന്റെ പേരിലുള്ള ഈ അശ്ലീലനൃത്തം ആസ്വദിച്ചിരുന്നത് രാജാക്കന്മാരും ഫ്യൂഡൽ പ്രഭുക്കന്മാരും പുരോഹിതന്മാരുമെല്ലാമായിരുന്നു. ഹിന്ദു പുനരുജ്ജീവന വാദികൾ വിശ്വാസത്തിന്റെ പേരിൽ വിദൂരഭൂതകാലത്തിലെ അശ്ലീലകരങ്ങളായ അനുഷ്ഠാനങ്ങളെ തിരിച്ചുകൊണ്ടുവരുവാനും നമ്മുടെ സംസ്കാരത്തെയാകെ ഭ്രാന്തമായ ഹൈന്ദവവൽക്കരണത്തിന് വിധേയമാക്കാനുമുള്ള ശ്രമത്തിലാണ്.

ഈ പ്രാകൃത ബോധത്തെ നിയോലിബറൽ മൂലധനശക്തികൾ സമർത്ഥമായി പുനരുജ്ജീവിപ്പിക്കാൻ ഹിന്ദുത്വശക്തികളെ സഹായിക്കുന്നുണ്ട്. മൂലധനത്തിന്റെ അധിനിവേശത്തിന് ആവശ്യമായ മൂല്യങ്ങളുടെ നിർമ്മിതിയും ഇറക്കുമതിയും ഇന്ന് സജീവമാണ്. നിയോലിബറൽ വിപണിവാദം വ്യഭിചാരത്തെ വ്യവസായമാക്കുന്നതോടൊപ്പം ഒരുവേള യൂറോപ്പ് പോലും കൈയൊഴിച്ച മധ്യകാല ക്രിസ്തീയമൂല്യ സംഹിതകളെ ഇന്ത്യ പോലുള്ള പിന്നോക്കസാമൂഹ്യ ഘടനകൾക്കുമേൽ അടിച്ചേൽപ്പിക്കുകയും അധിനിവേശത്തിന്റെ പുതിയ പാഠങ്ങൾ തീർക്കുകയുമാണ്. ഈയൊരു പശ്ചാത്തലത്തിൽ വേണം സദാചാരത്തെയും ലൈംഗികതയെയും എല്ലാം കുറിച്ചുള്ള നിയോലിബറലിസത്തിന്റെയും മതവംശീയതയുടെയും ഇന്ത്യൻ പരീക്ഷണങ്ങളെ നമ്മൾ പരിശോധിക്കുന്നത്.

ഇന്ത്യയിലും കേരളത്തിലും ആർത്തവം അശുദ്ധമാണെന്നും സ്ത്രീശരീരങ്ങൾ അസ്പൃശ്യമാണെന്നുമുള്ള വാദം ഹൈന്ദവധർമ്മസഭകളിലഭിരമിക്കുന്ന ജാതി ബ്രാഹ്മണ്യത്തിന്റേതാണ്. സ്ത്രീയുടെ സ്വതന്ത്ര വ്യക്തിത്വത്തെയും പൗരത്വത്തെയും ഭയപ്പെടുന്ന പുരുഷാധിപത്യത്തിലധിഷ്ഠിതമായ *മനുസ്മൃതി*യിലും *ശങ്കരസ്മൃതി*യിലുമാണ് അതിന്റെ വേരുകൾ ആഴ്ന്നുകിടക്കുന്നത്. സ്ത്രീയെ അടിമയാക്കാനും പൊതുജീവിതത്തിൽ നിന്നകറ്റിനിർത്താനും ജാതി ജന്മിത്വം ആവിഷ്ക്കരിച്ചെടുത്ത ധർമ്മശാസ്ത്ര സംഹിതകളാണ് ആർത്തവത്തെ കുറ്റകരവും അശുദ്ധവുമായ ഒരു ജൈവപ്രക്രിയയാക്കി നിർവ്വചിച്ചത്.

ഹിറ്റ്ലർ സ്ത്രീകൾ ജർമ്മൻ പാർലമെന്റിൽ കുത്തിയിരിപ്പ് നടത്തിയപ്പോൾ പെണ്ണിന്റെ സാന്നിധ്യം കൊണ്ട് റിസ്താഗിന് മാനക്കേടും കളങ്കവും ഉണ്ടായെന്നാണ് വിലപിച്ചത്. എല്ലാ ഫാസിസ്റ്റുകളും സദാചാരത്തെ ഉപയോഗിച്ചാണ് മൂലധനാധിപത്യത്തിനെതിരായി വളർന്നുവരുന്ന എല്ലാ പ്രതിഷേധങ്ങളെയും നിശ്ശബ്ദമാക്കിനിർത്തിയത്. സ്ത്രീയും പുരുഷനും സ്വതന്ത്രമായി ഇടപെടുന്നതും സംസ്കാരത്തിന്റെയും വ്യവസ്ഥയുടെയും ദുർനീതിയെ ചോദ്യംചെയ്യുന്നതും വലിയ അപരാധമായിട്ടാണ് ഫാസിസ്റ്റുകൾ കണ്ടത്. സ്ത്രീപുരുഷ സമത്വത്തെ ഭയപ്പെടുന്ന മധ്യകാലമൂല്യങ്ങളെ സ്വാംശീകരിച്ച എല്ലാ ഫാസിസ്റ്റ് പ്രത്യയശാസ്ത്രങ്ങളും സ്ത്രീകളുടെ സാമൂഹ്യമായ ഇടപെടലുകളെയും പുരുഷനോടൊപ്പമുള്ള പൊതുമണ്ഡലത്തിലേക്കുള്ള കടന്നുവരവിനെയും അസഹിഷ്ണുതയോടെയാണ് കാണുന്നത്.

9 789388 485111

Printed by Libri Plureos GmbH in Hamburg,
Germany